भंडारभोग

राजन गवस

मेहता पब्लिशिंग हाऊस

Please contact us at **Mehta Publishing House Pvt. Ltd.,** Pune 411030.
✆ +91 020-24476924 / 24460313 / Mob. No. 954500513
Email : production@mehtapublishinghouse.com
Website : www.mehtapublishinghouse.com

- *या पुस्तकातील लेखकाची मते, घटना, वर्णने ही त्या लेखकाची असून त्याच्याशी प्रकाशक सहमत असतीलच असे नाही.*

BHANDARBHOG by RAJAN GAVAS

भंडारभोग : राजन गवस / कादंबरी

Email : author@mehtapublishinghouse.com

संस्थापक : सुनील अनिल मेहता, मेहता पब्लिशिंग हाऊस प्रा. लि.,

प्रकाशक : मेहता पब्लिशिंग हाऊस प्रा. लि.,
१९४१, सदाशिव पेठ, माडीवाले कॉलनी, पुणे – ४११०३०.

मुद्रक : ट्रिनिटी अॅकॅडमी फॉर कॉर्पोरेट ट्रेनिंग लिमिटेड

मुखपृष्ठ : बाळ ठाकूर

प्रकाशनकाल : फेब्रुवारी, १९८८ / फेब्रुवारी, २००१ / ऑक्टोबर, २००८ / मे, २०१२ / जून, २०१५ / पुनर्मुद्रण : सप्टेंबर, २०२४

किंमत : ₹ ३९५

P Book ISBN 9788177660630
E Book ISBN 9788184987645
E Books available on : amazonkindle Apple Books Google Play Books

---

तायाप्पा –

लहानपणी तुझ्या पदराला धरून
एक एक घर हिंडायचो-
तेव्हा तू 'बापय' असूनही
अंगावर 'लुगडं' का; हा प्रश्न
पडायचा...
आज फक्त तुझ्या पदराआड
लपलेली हुंदक्याची वारुळं
दिसतात. म्हणून हे सर्व तुला
आणि
तुझ्यासारख्या असंख्यांना...

देवदासी हा अंधश्रद्धेचा अतिरेक आहे.

ऋण –

देवदासी निराधार मुक्ती केंद्र, गडहिंग्लज
अंधश्रद्धा व देवदासी मुक्ती केंद्र,
गारगोटी म. फुले समता प्रतिष्ठान, पुणे
आणि
डॉ. सुरेश देशपांडे, गारगोटी

'भंडारभोग'ला मिळालेले पुरस्कार

* राज्य पुरस्कार – १९८८
* महाराष्ट्र साहित्य परिषद, पुणे, यांचा ग. ल. ठोकळ पुरस्कार – १९८८

'भंडारभोग' या कादंबरीचा कन्नड भाषेमध्ये अनुवाद झाला आहे.

१

धुंदरूक पडायच्या टायमाला कल्लव्वानं पदरात दोन मुठी तांदूळ बांधलं. हातात दोन ऊदकाड्या घेतल्या. उतरंडीच्या लोटक्यातनं दहा पैशाचं नाणं हुडकून काढून कनवटीला लावलं. आक्कव्वा अजूनबी भाईरनं घरात यायला नव्हती. ती येईपर्यंत तरी घर सोडून उपेग नव्हता. कल्लव्वा तशीच चौकटीला येऊन उभा राहिली. गल्लीत पोरांनी कल्लोट मांडलाता. कसला तो आवाज ऐकायला येत नव्हता. शेताकडनं परतणारी माणसं गल्लीतनं गळाटल्यागत जात येत होती. कल्लव्वा घटकाभर भिन बडावल्यागत चौकटीला टेकून उभा राहिली. आक्कव्वा लांबवर बी नजरंला पडत नाही म्हटल्यावर तिनं गल्लीत खेळत असलेल्या बबन्याला हाळी मारून जवळ बोलावलं. त्याला उंबऱ्यावर बसाय सांगतच म्हणाली,

"आई इपतोर उंबारा सोडून हालशील बघ. मी जरा जावून येतो..."

बबन्या तिच्याकडं बघतच राहिलं. आपलं खेळणं बुडल्यामुळं भलतंच फुरंगाटलं. कल्लव्वा उंबऱ्यातनं भाईर पडली आणि बबन्यानं नाक फेंदारून तिच्याकडं रागात बघितलं. कल्लव्वा तरातरा दिशेनाशी झाली. तिनं पाठीमागं न बघताच एकएक गल्ली पायामागं टाकायला सुरुवात केली. कल्लव्वाचं डोकं कशाबशानं नुस्तं गजबजून गेलतं. तिच्या पडणाऱ्या पायाबरबर एकएक विचार डोक्यात भिरभिराय लागलाता. मन नुस्तं भरल्या कणगीगत झालतं. मुल्लाच्या दुकानाजवळ आल्यावर ती थांबली. तिला कायतरी आठवल्यागत झालं. तिथल्या तिथंच ती मागं म्होरं झाली. मुल्लाच्या दुकानात कासीमभाई कसल्या-बसल्या हिशेबात गुंतलाता. तिनं थोडा वेळ थांबून दम घेतला. रस्त्यातनंच कासीमला हाळी घातली-

"तुझ्याकडं कापूर मिळंलं व्हय गा ऽऽ" म्हणतच ती कासीमच्या दुकानात आली. कासीमला बराच वेळ तिच्याकडं बघायला सवडच झाली नाही. ती चडफडत उभा राहिली. कासीमचं सगळं संपलं. त्यानं मळलेल्या फडक्याला हात पुसतच विचारलं,

"केवढ्याचा कापूर पायजे?"

"दहा पैस्याचा."

"केवढा यायचा!" म्हणतच त्यानं कपाळाला आटी घालून चार वड्या कागदात बांधल्या. तिच्या हातावर ठेवल्या. 'पैसं मागनं पोराकडनं देतो' म्हणतच कल्लव्वा दुकानातनं भाईर पडली. कासीम तिच्याकडं बघतच उभा राहिला. काय चाललंय हेच त्याला कळंना. कल्लव्वा दिसेनाशी होईपर्यंत तो बघतच राहिला. तिच्या पायाला आता भिंगरी लागल्यागत झालती. तिनं रेगड्याची गल्ली कव्वाच मागं टाकली. घोरपाड्याच्या खोपड्याला आली. तिचा पाय जमनीवर ठरंना झालता. ती तानू सुतारणीच्या दारात आली. आणि तिच्या पायाची गती कमी झाली. गल्लीत अंधार दाट झालता. माणसाचं माणसाला तोंड बी वळखत नव्हतं. आज गल्लीतलं लाईटबी लावाय नव्हतं. ती तानू सुतारणीच्या वाकलेल्या चौकटीतनं आत गेली. आतल्या सोप्याला बऱ्याच आयाबाया बसल्यात्या. मध्ये भिंतीला टेकून तानू सुतारीण पाट समोर घेऊन बसलीती. कल्लव्वाला बघितल्या बघितल्या बसलेल्या दोघी-चौघी आपआपसात कुजबुजल्या. तानू सुतारणीनं तिच्याकडं बघून न बघितल्यासारखं केलं. शिंदयाची बायजा तेवढी बसलेला जागा सरकतच म्हणाली,

"हिकडच्या बाजूला ये ग काकूऽऽ" कल्लव्वा न बोलताच तिच्याकडं सरकली. तिथंच टेकली. तिच्या हातांतल्या कांकणांनी आवाज केला. तिच्या मनातल्या विचारांचा गोंधळ थांबला. ती एकटक तानू सुतारणीकडं बघत बसली. तानूकाकू समोर बसलेल्या एकीएकीला कायबाय सांगत होती. तानूकाकूच्या आवाजाला मध्येच धार यायची. एकदम चिडल्यागत करायची. समोरच्या बायका एकदम दचकायच्या. तानूकाकूची सून मध्येच मधल्या उंबऱ्याला आली. तिनं. तानू काकूला हातानंच खुणावलं. तशी तानूकाकू सगळं मध्येच सोडून उठली आणि आतल्या अंगाला गेली. बायका एकमेकींच्या तोंडाकडं बघत बसल्या.

मघापास्नं आपल्याच तालात असलेली जनाक्का हिकडं-तिकडं बघतच कल्लव्वाजवळ सरकली.

"आता पोराचं कसं हाय गऽऽ?" तिनं आवाज बारीक करतच विचारलं.

"हाय तसंच हाय."

"मदी दवाखाना बघितल्यासा न्हवं?" कसाळ्याच्या गंगव्वानं मध्येच तोंड घातलं.

"बघितलं खरं काय गुण आला न्हाई..."

"त्ये तसंलं काय नसणारच, घे बाई...ह्या आदीच जरा हिकडचं तिकडचं

बघाय पायजे व्हतं...'' न्हव्याची जनाक्का विषय वाढवत बोलली.

''बघितलं की बाई. तंगव्वाकडं बघितलं. सांगितल्यालं केलं. कुठं आला गुण? आता ही बया काय म्हणती बघू या...'' म्हणतच कल्लवानं पायाची तिठी सोडवली. इकडं-तिकडचं अंग झटकलं. तिला तानू सुतारीण कव्वा एकदा भाईर येतीय आसं झालतं. ती एकटक सारखी चौकटीकडं बघत बसलीती. कोण काय बोलतंय हेबी तिला कळत नव्हतं.

तानू सुतारीण बाहेर आली आणि सगळ्यांनी सुस्कारा सोडला. सगळ्या बोलता बोलता थांबल्या. तानू सुतारीण आदबीनं पाटाजवळ बसली. शेजारी बसलेल्या घेवड्याच्या हौसाला तिनं खुणंनंच काय म्हणून विचारलं. तशी हौसा बांध फुटल्यागत भडाभडा बोलत गेली. बाकीच्या ऐकता ऐकताच थंडगार झाल्या. तानू सुतारणीनं पाटावर तांदळाची चिमूट टाकली. कौल लावला. कसलं तरी गुडारत पडल्यागत तानू सुतारणीनं कपाळाला आटी पाडली. समोर बसल्याली हौसा रडकुंडीला आली. आता तानू सुतारीण काय बी सांगती कुणास धक्कल म्हणून बिचारी अर्धी-कच्ची झाली. न्हाव्याची जनाक्का अशातच पुढं सरकून म्हणाली-

''वाईट कोडं दिसतंय बाई...'' तानू सुतारणीला एवढंच पायजे होतं. तिचं तोंड इंजनागत सुरू झालं. कल्लव्वा भिन बडवल्यागत ऐकत बसली.

...कल्लव्वाची पाळी यायला जेवणवकोत आला. आता सोप्यात फक्त न्हाव्याची जनाक्का, ती आणि तानू सुतारीण एवढ्याच. कल्लव्वानं पुढं होऊन आणल्यालं सामान सुतारणीसमोर ठेवलं आणि हानवटीला पदर लावून बसली. तानू सुतारणीला आता अंग आंबल्यागत वाटाय लागलंतं. ह्या बयेचं एवढं झालं की सगळं आवरायचं म्हणून तिनं तांदळाची चिमूट हातात घेतली. पाटावर टाकली. कल्लव्वा डोळं फाडून बघाय लागली. जना न्हावणीनं श्वास रोखला. खरं पयला कौल बिघाडला. तानू सुतारणीनं परत चिमूट पाटावर टाकली. परत तसंच. पाचीबी कौल उलटंच...!

''सगळं कोड्यागत दिसतंय बाई... पोरगं काय लवकर ह्यातनं भाईर पडंल असं दिसत न्हाई...'' तानू सुतारीण सबागतीवर बोलाय गेली खरं कल्लव्वाला रडू फुटलं. तिला सावरता सावरता तानू सुतारीण धीर देतच म्हणाली,

''खरं सांगू कल्लव्वा-हे कोडं काय माझ्याच्यानं सुटंल आसं न्हाई. आपुन येत्या मंगळवारला इंचनाळला जाऊ या. तिथं काय ते निघंल...'' कल्लव्वाला कायच खरं वाटेनासं झालं. तिच्या डोळ्याला धार लागली. तशी जना न्हावीण खेकसली, ''खुळी का काय गऽऽ आसं लगेच करून कसं जमंल? हिला काय समजंना झालंय तर आपूण जाऊ या इंचनाळला!''

म्हणतच तिनं कल्लव्वाची समजूत काढली. दोघी मिळून तानू सुतारणीच्या घरातनं भाईर पडल्या. गल्लीत अंधार पंढरीच्या बुक्यागत दाट झालता...

घरासमोर सगळी गल्ली थट झालती. कडखोपड्यातलं माणूस यायला लागलतं. घोळक्यात काय झालंय कुणालाच समजत नव्हतं. जो तो गर्दीतनं पुढं जात होता. काय कळंना झालं की, तिथल्या तिथंच थांबत होता. घर सगळं बायकांनी भरलतं. कुणाचं कुणाला काय ऐकू जात नव्हतं. सगळा गोमगाला उडालता. आक्कव्वाचा तोल सुटलाता. तिनं हाणून बडवून घ्यायला सुरुवात केलती. कल्लव्वा धीरानं तायाप्पाच्या उशाला बसून होती. कसाळ्याची गंगव्वा चमच्यानं जराजरा पाणी तायाप्पाच्या तोंडात घालाय लागलीती. तायाप्पाचा टाळा काय केलं तरी मिटायला तयार नव्हता. नरड्यातनं घर्ऽऽ घर्ऽऽ आवाज तेवढा यायला लागलाता. बायका उपडी पडून बघाय लागल्यात्या. तायाप्पाच्या उशाचा दिवा मदीमदीच भडकाय लागलाता. कुणीकडनं कुणाला आत यायला सांद नव्हती. खडक्याचा मल्लू म्हातारा सगळ्यास्नी मागं सारतच घरात घुसला-

"अग ये घालकाड्यानो! जरा पोराला वारं तरी सोडत्यासा काय न्हाई..." म्हणतच जोरानं आरडला. तशा तायाप्पाच्या भोत्यानं घोळका झालेल्या बायका आपोआप मागंपुढं झाल्या. काहीजनी तशाच निलाजऱ्यासारख्या उभ्या राहिल्या. तसा खडक्याचा म्हातारा हातानंच त्यास्नी मागं सारत पुढं झाला. सगळ्या बायका भित्तीकडं सरकल्या. जरासं मोकळंमोकळं झालं. मल्लू म्हातारा तायाप्पाच्या अंथरुणाजवळ आला. तायाप्पाच्या नरडयातला आवाज आता वाढलाता. डोळ्यांची बुबुळं सारखी फिरायला लागलीती. उजवीकडंची पापणी खालवर व्हायला लागलीती. म्हाताऱ्यानं पटक्याच्या शेवानं वारं घालून बघितलं. पापणीवर हाताची बोटं ठेवून मिटवून बघितल्या तर पापण्या काय मिटाय तयार नव्हत्या. म्हातारा कातर आवाजात गंगव्वाला म्हणाला- "पाणी घोटतंय न्हवं?" ती फक्त हुंकारली. म्हातारा गप्पकन उठला.

"आगाऽऽ बसाप्पा कुठं हाय?" म्हणतच भाईरच्या सोप्याला आला. कोणच काय बोललं नाही. म्हाताऱ्यानं जोरात बसाप्पाला हाळी घातली. तसा संगाप्पा पुढं येतच म्हणाला,

"त्यो माळाला शिंद्या डाक्टरकडं गेलाय."

"आरंऽ, तू आसा कशाला बसलास, कुणाला तरी संगं घे, आनी कुणाची तरी गाडी जुपून आण," म्हणतच खडक्याच्या म्हाताऱ्यानं संगप्पाला

ढकलून भाईर काढलं. जवळच उभा असलेल्या जकात्याच्या काशाप्पाचं मनगट पकडतच म्हणाला,

"जावा रंऽऽ, कुणाची तरी गाडी जुपून आणा जावा. पोराला हालवाय पायजे..."

दोघं दारातनं हालली. जमलेल्या प्रत्येकाला काय तरी येगळंच वाटाय लागलं. मघापास्नं दारातल्या माणसांकडं बघत असल्यालं बबन्या एकदम आत पळालं आणि आक्कव्वाजवळ जाऊन रडाय लागलं.

...संगाप्पा आणि कशाप्पा गल्ली वलंडून मान्याच्या दारात आली. कुणाच्या घरला जायाचं दोघांस्नीबी म्हाईत नव्हतं.

"कुणाच्या घराकडं जायचं?" कशाप्पानं विचारलं तसा संगाप्पा जागच्या जागीच थांबला. त्यानं मनातल्या मनात सगळी घरं घोळवली. मनातच कायतरी ठरवलं. 'चल' एवढंच म्हणून तो चालाय लागला. गल्लीतल्या लायटाच्या खांबाभोत्यानं तेवढाच उजेड दिसालता. सगळी गल्ली अंधारानं झाकलीती. सुस्तावून पडल्यालं एक एक कुत्रं दोघांच्या आवाजानं जागं होऊन भोकालतं. एक म्हणता म्हणता गावची कुत्री एकदम भोकाय लागली. संगाप्पा, हानमा शिंद्याच्या दारात थांबला. गल्लीकडचं दार बंद होतं. त्यानं हळूच दाराच्या चिरंतनं आत बघितलं. मदल्या सोप्याला उजेड दिसाय लागलाता. त्यानं दार धडकतच, "ये हानमूतात्याऽऽ" म्हणतच हाळी घातली. आतनं आवाजच आला नाही. काशाप्पानं पुन्हा संगाप्पापेक्षा मोठा आवाज काढतच हाळी मारली. दोघं तसंच उभा राहिलं. आतनं आवाजच येईना. पुन्हा चिरंतनं बघितलं तर मदघरातला दिवाबी घालीवलाता. काशाप्पानं संगप्पाकडं बघतच दाराला धडक दिली आणि म्हणाला,

"आमी आल्याला बघून दिवाबी इजीवला वाटतं..." संगाप्पा नुस्ताच दाराकडं बघत राहिला. त्यानं पुन्हा हाळी घातली. तसा आतनं बाईचा आवाज आला,"कोण हाय त्ये?"

"मी गाऽऽ, पवाराचा संगाप्पा... हानमूतात्या हायऽऽ?"

"न्हाईबाऽऽ, त्येनी कुठं गावाला गेल्यात," म्हणतच हानमा शिंद्याची बायको दाराला आली. कडी न काढताच बोलाय लागली. संगाप्पा तोंडात मारल्यासारखा माघारी वळला. काशाप्पा मागं मागं येतच म्हणला, "आयला, धुंदरूकाला मी आणि त्यो मिळून आलोय आणि कुठल्या गावाला गेला?"

"त्येच काय समजत न्हाई..."

"कुठला गावाला जातोय घे. आसंल घरातच. खरं बायकोनं भाईरची बॅद भाईर घालवावी म्हणून सांगितलं आसंल! आता कुणाच्याकडं जायचं गाऽऽ?"

“त्यो पत्रावळ्याचा गणपा तरी जुपतोय काय बघू या चल-” म्हणतच संगप्पानं पाय उचलायला सुरुवात केली. गल्लीत एकसुद्धा दार उघडं नव्हतं. माणूस औषधालासुद्धा जागं नव्हतं. दोघांच्या पावलांचा आवाज तेवढाच गल्लीभरून यायला लागलाता. दोघांनी कोऱ्याच्या घराजवळनं पत्रावळ्याच्या बोळात पाय टाकला आणि तुका पत्रावळ्याचं कुत्रं वस्साकन अंगावर आलं. कशाप्पा घाबरून मागं सरला. संगाप्पानं हुशारीनं दगड उचलला आणि पेकाट धरून मारला. कुत्रं कुईऽऽ कुई करत पळालं. दोघं गणपा पत्रावळ्याच्या दारात आली. कशाप्पानं हुशारीनं दाराच्या फटीतनं बघितलं. आत नुस्ता अंधारच! संगाप्पानं त्यातनं हाळी घातलीच. पहिल्या हाळीलाच गणपा पत्रावळ्या जागा झाला. संगाप्पाच्या जीवात जीव आला. गणपा पत्रावळ्यानं दार उघडलं. नुस्त्या लंगोट्यावर असलेल्या पत्रावळ्याला संगाप्पाला दारात बघून आबजूक वाटलं-

“का गाऽऽ, एवढ्या रातीचं का फिरलास?”

“पोराला जास्त झालंय, हिंग्लजला न्हायला पायजे जरा गाडी जुपतोस काय बघावं म्हणून आलोय...” संगाप्पानं करता येईल तेवढा लाचार आवाज केला. पत्रावळ्या क्षणभर गप्प झाला. नंतर झटक्यासरसी आत वळतच म्हणाला, “चला, मी गाडी जुपून आलोच.” संगाप्पाच्या डोळ्यांत गप्पकन पाणी आलं. तो स्वतःला आवरतच काय न बोलता वळला. कशाप्पा त्याच्या बरबर वळतावळताच म्हणाला,

“लवकर ये गाऽ, टाईम घालवू नको...” आणि तोही संगाप्पाच्या पाठोपाठ चालू लागला...

...दारात माणसांची अजूनबी ही गर्दी होती. आयाबाया तोंडाला पदर लावून भाईरच्या सोप्यात बसल्यात्या. थोरला शिंद्या डॉक्टरला घेवून आलता. शिंद्या डॉक्टर तायाप्पाला तपासून कसलंसं इंजेक्शन करालता. संगाप्पाला बघितल्या बघितल्या खडक्याचा मल्लू म्हातारा जीव आल्यागत वळवळला,

“काय झालं गाऽऽ, गाडी मिळाली...”

“मिळाली की-” म्हणतच संगाप्पा आत गेला.

“गाडी कशाला?” थोरल्यानं गुडघ्यातनं मान वर काढतच विचारलं.

“कशाला काय खुळ्या... हितं पोराला आसंच ठेवून कसं जमंल, सरळ हिंग्लजला न्हेवा जावाऽऽ.” मल्लू म्हाताऱ्याला बोलता बोलता दम लागला. थोरल्यानं शिंद्या डॉक्टरकडं बघितलं. शिंद्या डॉक्टर घटकाभर विचारात पडला. हातातल्या इंजक्शनच्या बाटलीला हातातच खेळवत बसला. जराशानं त्याच्या मनात काय तरी आलं.

"हिंग्लजला न्हेल्यालं बरं, असं मलाबी वाटतंय. मी चिठ्ठी देतो. तुम्ही जावाच आता..." शिंद्या डॉक्टर बॅग आवरतच म्हणाला. थोरल्यानं नुस्ती मान हलवली. भोत्यानं जमलेल्या बायका एकमेकींच्या तोंडाकडं बघाय लागल्या. शिंद्या डॉक्टरनं बॅगेतलं कागदाचं बंडल काढलं. खिशाचा पेन हातात घेतला. तवर यरगुंड्याची सुंदरा डॉक्टरजवळ येतच म्हणाली,

"व्हय रं म्हादूऽऽ, ह्येला आसं कशानं व्हतंय म्हणायचं?"

शिंद्या डॉक्टर हातात पेन धरून तसाच बसला. मग बोलायचं म्हणून म्हणाला,

"हे सगळं तापामुळं झालयं. त्यात काय काळजी करण्यासारखं न्हाई."

"आसला कसला रं ह्यो ताप... जगायेगळाच दिसतोय बाबाऽऽ."

"काय करायचं?" म्हणतच शिंद्या डॉक्टरनं चिठ्ठी लिहायला घेतली. थोरल्यानं अंगात अंगराख घातली. मांगल्याच्या शंकरला बाजूला घेतलं आणि कायबाय त्याच्या कानात सांगून थोरला पुन्हा आतल्या बाजूला आला. शिंद्या डॉक्टर हातात चिठ्ठी देतच म्हणाला, "गुण्याच्या दवाखान्यात जायचं. ही चिठ्ठी द्यायची. डॉक्टरला उठवून आणाय लावायचं." थोरल्यानं नुस्ती मान हलवत सगळं ऐकून घेतलं. एवढ्यात गल्लीत गणपा पत्रावळ्याच्या गाडीचा आवाज आला. संगाप्पा गडबडीनं गाडीजवळ गेला. गणपा पत्रावळ्या बैलाचं कासरं वडतच ओरडला,

"अगाऽ, कवळाभर पिंजरा आणून टाका गाडीत-" संगप्पा गाडीजवळनं मागं वळला. "आयला, येता येता टाकून आला असता तर काय तोटा झाला असता." गल्लीत उभा राहिलेला कोणतरी पुटपुटला.

"आगाऽऽ, गडबडीच्या वक्ताला काय सुचत न्हाई की गाऽऽ." दुसऱ्यानं तोंड घातलं आणि तो विषय वाढत गेला.

संगप्पानं गाडीत पिंजार टाकलं. बोऱ्या टाकला. त्यावर वाकाळ अंथरली. दोघातिघांना आत बलवत तो तायाप्पाच्या अंथरुणाजवळ गेला.

"चला गाऽऽ, आता भाईर काढूया-" म्हणत त्यानं सोबतच्या तिघांना जवळ घेतलं. कल्लव्वा जागा सोडून हलली. तिघांनी आल्लादी तायाप्पाला काखंत मारलं आणि बाहेर घेतलं. तायाप्पाची नुस्ती हाडंच उरलीती. त्याला गाडीत आणून झोपवलं. थोरला गाडीत चढला. पाठीमागनं कल्लव्वा चढली. मांगल्याचं शंकऱ्या गाडीभोत्यानंच घोटमाळाय लागलं, तसा खडक्याचा मल्लू म्हातारा खेकसला,

"चढ की लेका..." शंकऱ्या विजंसारखं गाडीत चढलं. सगळ्या आयाबाया उगचच चुकचुकायं लागल्या. आक्कव्वाला गाडीकडं बघितलं की भडभडून

यायला लागलं. तिनं तोंडात गच्च पदर घातला. पत्रावळ्याच्या गणपानं बैलाला दाऽऽ म्हटलं आणि बैलं जागा सोडून हलली. बायका थोरल्याला कायबाय समजून सांगत होत्या. गाडी हळूहळू गल्लीतनं अंधारात गुडुप झाली. गल्लीत जमलेल्या आयाबाया एक एक करत निघून गेल्या. आक्कव्वा मात्र एकटीच फुटक्या दगडागत उभी राहिली. निम्यावर गेल्याली गंगव्वा परत माघारी फिरली आणि आक्कव्वाच्या हाताला धरून म्हणाली,

"चल बाईऽऽ आसं हुबारून काय व्हतंय..." आक्कव्वा गंगव्वाबरबर उंबऱ्याच्या आत आली. पोरं सोप्यात जागा मिळंल तिथं लवांडलीती.

"पोरास्नी उठवून जेवाय वाढू या. चूल पेटीवऽऽ" आक्कव्वा काय न बोलताच पाठीमागच्या सोप्याला आली. चुलीतली रक्का उकरून काढत तितं इंगळ जिवंत हाय काय बघितलं. खोपड्यातल्या भेनकाट्या घेतल्या आणि चुलीत इस्तू केला. सांबाऱ्याचं भांडं वायलावर ठेवलं. चुलीवर तव्वा ठेवतच तिनं काटवट वडली. पिठाच्या डेऱ्यातलं पीठ काटवटीत घेतच शिबड्याकडं नजर टाकली. तीन-चार शिळ्या भाकरी दिसत होत्या.

'आता आणि कशाला घाला भाकरी?' ती मनातच पुटपुटली. तरीबी दोन भाकरीचं पीठ तिनं काटवटीत घेतलं. गंगव्वा चुलीतल्या जाळाकडं बघत न बोलताच बसलीती. तिनं भागवाटाला तीन-चार वाट्या पाणी तव्यात वतलं. चर्रऽऽर्र आवाज झाला. आक्कव्वाच्या अंगावर एकदम काटा आला. ती कायतरी बोलायचं म्हणून काटवटीतल्या पिठात हात घालतच म्हणाली,

"तरी ह्यास्नी पोचायला बारा वाजतील की-"

"कशाला गऽऽ तासा-दोन तासात पोचत्यात."

"लवकर पोचतील तर बरं व्हईल..."

"पोचत्याल घे बाईऽऽ आता काय काळजी करायची न्हाई."

"व्हय ग गंगव्वा... खरं ह्ये आसं कशानं व्हवावं...?" आक्कव्वा काळजीत पुटपुटली.

"मलाबी त्येच समजंना झालंय. बरं आज्यार म्हणावं तर डाक्टरास्नी तरी गावाय पायजे व्हता. तसं बी न्हाई. मला बाई येगळंच वाटतंय..."

"मग काय आसंल गऽऽ?" आक्कव्वाची उत्सुकता ताणली.

"हे देवा धरमाचंच काय तरी चुकल्यालं, न्हाई तर करणीचं वाटतंय..."

"खरं मागच्या आठवड्यात थोरली देवाकडं बी जाऊन आलीया की गऽऽ काय बी निघाय न्हाई..."

"मग करणीचंच आसाय पायजे. न्हाईतर आसलं कोंबागत पोरगं हातरुणाला कसं डसंल?" गंगव्वा हानवटीवर हाताचा चंप्पा आणतच बोलली, आक्कव्वाच्या

डोक्यात मुंगीचं रिवाण उठलं. हे कुणी केलं आसंल? तिनं सगळ्या भाऊबंदाची भाऊबंदकी आठवून बघितली. पावण्यापैची नावं आठवून बघितली. तसं कोण करंल हे तिला पटनांच, तशी ती पीठ मळता मळताच म्हणाली- "कोण करणार तरी ग? सगळी बोलून चालून बरी हाईत."

"बोलून चालून बरी असणारीच करत्यात बाई! आता त्या नवलापाच्या तंगव्वाचंच घ्ये की-सगळी गोडगोड बोलायची. खायाजेवायला असायची. खरं त्या चुलत्याभाड्यानं केलीच का न्हाई करणी? आनी हितनं तितनं न्हवं... साताऱ्यास्नं करून आणल्यात्यान म्हणं..."

गंगव्वा बोलतच गेली. आक्कव्वाचा हात भाकरी बडवता बडवता थांबला. तिच्या तोंडाला दरदरून घाम फुटला.

"मग ह्या वरच्या बाजूच्या भाड्याचंच काम आसाय पायजे. त्योच तेवढा तिड्यानं वागतोय." आक्कव्वाच्या डोळ्यांत आग उतरली.

"आसंल घे बाई. खरं करणाऱ्याचं कुठं सरळ व्हतंय." गंगव्वानं पेटत आलेला जाळ चुलीत सरकावला. आक्कव्वा मनातल्या मनात तव्यागत फुलत गेली...

...तायाप्पाला दवाखान्यातनं घराकडं आणून आता आठवडा मागं पडलाता. जराजरा तब्येतीत फरक पडालता. खरं म्हणावा तितका बदल अजून झाला नव्हता. सगळ्या पावण्या-पैची रीघ तेवढी लागलीती. आक्कव्वाचा जीव भांडी-कुंडी करून खराशीला आलता. थोरल्याला तर जीव नको नको वाटाय लागलाता. पोराच्या आजारानं सगळ्यास्नी पिळून काढलंतं. कल्लव्वा मात्र मनातल्या मनात इंचनाळच्या शेवंतामावशीच्या पाया तासाघटकंला पडत होती. आता मंगळवार कव्वा एकदा येतोय असं तिला झालतं. ती सारखी त्याच यवजनेत गुतपाळलीती. तानू सुतरणीला तिनं मागल्या तीनचार दिवसांतच बोलून ठेवलंतं. पुन्हा एकदा तिला जाणवून द्यावं म्हणून ती घोरपड्याच्या बोळातनं वर चढली आणि नायकाच्या गल्लीला लागली. गल्ली सगळी मरून पडलेल्या सापागत निपचित पडलीती. कल्लव्वा आपल्याच विचारात घोरपड्याच्या घराला वळसा घालून सुताराच्या घराजवळ आली. तिनं आपली नजर लांबलचक गल्लीभर फिरवली. कुठंच कुणाचा सुगावा नव्हता. ती तानू सुतारणीच्या दारात आली तर तानू सुतारीण आतल्या उंबऱ्यावरच बसून होती.

"अशी कशी उन्हाचीच फिरलीस गऽऽ?" सुतारीण उंबऱ्यावरनं उठतच म्हणाली.

"आलो बाई. म्हटलं निमता निमीत इवून जावं."

"काय म्हणतोय पोरगाऽऽ?"

"म्हणतोय काय- बेस हाय. शेवन्ताक्का आनी तू पाठीमागं असल्यावर..."

कल्लव्वाचा आवाज घोगरा झाला. ती तशातच स्वतःला आवरत आतल्या सोप्याला जातच तानू सुतारणीजवळ टेकली.

"आता सगळं रांक्कीला लागतंय, घे तू... फकस्त सांगितलंय तेवढं ध्यानात धर म्हणजे झालं."

"ते काय चुकवायचं हाय. त्या बाईचं काय कराय लागतंय ते करू या की- आता मागूनच घेतलंय ते काय मागं राकायचं हाय."

"तसं न्हवं. मानसं गुण आला की बेंबाटत्यात. मागलं इसरत्यात."

"खरं मी त्यातली न्हाई बाई," म्हणत कल्लव्वानं लांबलचक पाय सोडलं. ती तानू सुतारणीच्या देव्हाऱ्यावर नजर रुतबून एकटक बघत बसली. देवीला लाकडी सिंहासन केलेलं. भोतेभोर मोराची पिसं खोवलेली. बरोबर मध्यभागी देवीचा भलामोठा टाक ठेवलेला. शेजारी परडी. परडीत बारीक कवड्यांची माळ. एक लहान परडी मूठ-दोन मुठी तांदूळ, सगळीभर भंडारा सांडलेला. बघता बघता कल्लव्वा त्यातच हरवून गेली. तशी तानू सुतारीण तिला हालवतच म्हणाली,

"तरी दवाखान्याला हजारबर रुपय गेल्या आसतील की," तिच्या आवाजानं कल्लव्वा भानावर आली. मनातल्या मनात सावरून बसत म्हणाली-

"खुळी काय श्यानी बाई... कलच्या येळंलाच हजारबर लागलं. मागचं वायलं. सगळं मिळून पाच-सा हजार मागं सरलं आसतील!"

"एवढं कुठनं गोळा केलं गऽऽ"

"मग काय करायचं. आंबीलकाट्यातली मळवी सगळीच घातली की शिंद्याच्यास्नी. आता धोंडलावरबी पैसे काढायचं म्हणत्यात."

"बघ बाई... इनाकारण पैसाच्या पैसा गेला आणि बसाप्पाच्या जीवाला फास लागला..." तानू सुतारीण बोलता बोलता गंभीर झाली. कल्लव्वाला आता हा विषय वाढू नये, असं वाटू लागलं. ती न बोलताच बसून राहिली. तानू सुतारीण फटफटीत डोळ्यानं गल्लीतल्या जाणाऱ्या-येणाऱ्याकडं बघत बसली.

"मग उद्या यरवाळी जायचं ध्येनात असू दे," म्हणतच कल्लव्वा उठली. तानू सुतारणीच्या उत्तराची तिनं वाट न बघताच गल्ली गाठली. गणू पाटलाच्या घराजवळ गिरणीच्या दळपांची रांग आलेली बघून ती सुसाट सुटली.

कल्लव्वा घरात आली. तायाप्पा भिंतीला टेकून निवांत बसलाता. पोरं

अजून शाळस्नं यायला नव्हती. आक्काव्वाचं खिडुकमिडूका चुलीम्होरं चाललंत. संगाप्पा आणि थोरला रानात गेलता. कल्लव्वानं हिकडंतिकडं करतच तायाप्पाच्या भोत्यानं दोन फिरट्या टाकल्या. सांदीखोपड्याला उगचच बघितलं आणि ती तायाप्पाला म्हणाली-

"च्या करून दिला व्हय रंऽऽ?"

"आता ठेवलाय वाटतंऽऽ" तायाप्पानं आपल्या पायाच्या पांढऱ्या तुरकाट्या जवळ वडतच सांगितलं.

"मघाधरनं कराय लावायचा न्हाईस." कल्लव्वाचा आवाज चढला.

"नको व्हता, म्हणून बोलाय न्हाई" तायाप्पाचा आधीच बारीक असलेला आवाज अधिकच बारीक झाला. कल्लव्वानं रागानंच त्याच्याकडं बघितलं. ह्येला एकदा खडसावून मोठ्यानं बोल म्हणून सांगावं असं तिच्या मनात आलं. पण तिचं तिनंच आवरलं. ती आतल्या सोप्याला गेली. हातात साळोता घेतला आणि कडखोपडा लोटाय लागली.

लोटत लोटत ती व्हयनाजवळ आली. व्हयनातला केर काढावा म्हणून तिनं हात घातला तर तीनचार बिंबं तिच्या हाताला लागलं.

"हेच्यात बिब्बं कशाला ठेवलीस गऽऽ?"

"कशात?" म्हणतच आक्कव्वा बाहेर आली. बघती तर व्हयनात बिब्बं.

"टाकलं असतील घ्येवा कोणच्यातरी पोरानं," म्हणत परत आक्कव्वा आत गेली.

"पोरं टाकत्यात! हिलाच इल्लं न्हाई ते ऱ्हायलं बाजूला. पोरांच्यावर ढकलती," असं कायबाय पुटपुटत कल्लव्वा लोटत लोटत पुढच्या सोप्याला आली. तायाप्पा अजूनबी पायाच्या काणग्या टाकून तसाच बसलाता.

"जरा भाईरनं फिराटी मारतोय?"

"नको बाई. हुबाराय व्हईत न्हाई..." त्यानं हात हालवतच सांगितलं.

"आता अस्ती अस्ती इल ताकत लेका, काय तुझ्या मागं एक लागलंय." केर भरून टाकता टाकताच कल्लव्वा पुटपुटली. तायाप्पाला जरासा धीर आला. त्यानं उगचच तोंडावरनं हात फिरवला.

"आई... मघाशी झोपल्यावर मला दडपानं पडलंत गऽऽ" कल्लव्वाच्या हातातला साळोता हातातच राहिला.

"काय पडलंतं रंऽ?" म्हणतच ती जवळ आली.

"दडपानात ऐनापूरची देववाली आलती, तिन कपाळभर भंडारा लावला आणि एकाएकी मोठ्यानं हसाय लागली. दचकायलाच झालं. गप्पाकन उठून बसलो."

“देव आलता घे तुला भेटाय. खरं, त्यो देव हासावा का?” कल्लव्वा एकदम विचारात पडली. तायाप्पा तिच्या तोंडाकडं नुस्ता बघतच बसला. त्याला आई कसल्या इच्यारात गुतपाळलीय हेच कळंना. त्यातनंभी धाडस करतच त्यानं विचारलं.

“ती का हासली आसंल गऽऽ?”

“उद्या इंचनाळला जायचं हाय तिथं इच्चारूया,” म्हणतच कल्लव्वा जागा सोडून हालली. तिला एक न्हवं हजार विचारानं गुतपाळून टाकलं. तशातनं कल्लव्वा हिसड्यासरशी उठली आणि म्हशीच्या गोठ्याकडं सरकली.

तायाप्पा एकटाच किणकिण करत पुढच्या सोप्याला बसून होता. बसून बसून त्याला अवघडल्यागत झालंतं. त्यानं हात जमिनीवर न टेकता उठायचा प्रयत्न केला. कोलमडून पडल्यागत वाटाय लागलं. क्षणभर पुन्हा तसाच बसून राहिला. जरासा दम खाल्ला. दोन्ही हात जमिनीवर टेकून तो उठला. उठता उठता त्याच्या हाडांचा विचित्र आवाज झाला. त्यानं भिंतीचा आधार घेतला. लांबलचक श्वास घेत त्यानं एकएक पाय गल्लीकडच्या बाजूला टाकायचा प्रयत्न केला. कसंबसं उंबऱ्यापर्यंत गेल्यावर त्याला गळाटल्यागत वाटाय लागलं. गल्लीत सावल्या लांबलांब पडाय लागल्यात्या. उन्हाचं पिवळं धम्मकपण तायाप्पाला कसंसंच वाटलं. तो तिथंच उंबऱ्यावर टेकला... ‘चार पावलं चालल्यावर आसं व्हावं म्हणजे अंगात हाय काय म्हणायचं...?’ तो स्वतःशीच पुटपुटला. आपल्या डाव्या हाताचं मनगट त्यानं उजव्या हातात धरून बघितलं. त्याचं त्यालाच खरं वाटंना. हातात न गावणारं मनगट आता चिपाडागत झालतं. त्यानं लांब दिसणाऱ्या बाभळीच्या झाडावर नजर रुतवली. बराच वेळ तो झाडाकडं बघत बसला. कोंडकरच्या घरावर एकदम पाच-दहा कावळं ओरडले आणि तो भानावर आला. आपण खुळ्यागतच झाडाकडं बघत बसलोय म्हणत त्यानं समोरच्या घरावर बसलेल्या कावळ्यांच्याकडं नजर वळवली. कावळं एकमेकाला बोचकारून. एकमेकांच्या अंगमस्तीत गुंतलंतं. त्याला कावळ्यांच्या गमज्या बघता बघता हसू आलं. त्या भरातच त्यानं टाळी वाजवण्यासाठी आपल्या दोन्ही हातांचे तळवे एकमेकावर आपटले- ‘पिऽऽचऽऽ’ करून आवाज आला. त्याला कसंसंच वाटलं. आपल्याला टाळी वाजवण्याइतपतही ताकद असू नये याचं त्याला आर्श्चय वाटलं. घटकाभर तो आपल्या पांढऱ्या फटफटीत पडलेल्या हातांच्या तळव्यांकडं बघतच राहिला. त्याला हात घाण घाण वाटाय लागले. त्यानं नकळतच हात झटकले.

... काय त्येच्या आयला नशीब? पाच वर्ष मागावर हात घासलं खरं

एवढं फटफटीत कव्वा व्हयाय नव्हतं. शाळा शिकतानं कधी हातातला लुळेपणा जाणवाय नव्हता. खरं ह्यो कुठला देव माझ्या पाठी लागलाय म्हणायचा? तायाप्पाच्या मेंदवात एकएक काटा रुताय लागला. त्याचं त्यालाच सगळं आक्रीतागत वाटाय लागलं. आपण उंबऱ्यावर बसलोय हेही तो विसरून गेला.

कुणाच्यातरी आवाजानं तो ताळ्यावर आला. त्यानं हिकडंतिकडं बघितलं. गल्लीतली पाटण्याची किसनाआजी त्याला निरखून बघत विचारत होती,

"बरं वाटतंय व्हय रंऽऽ"

"हंऽऽ" म्हणतच त्यानं खाली मान घातली. किसनाम्हातारी चिकाटीनं त्याच्या जवळ आली. त्याच्या दोन्ही गालांवरनं हात फिरवत म्हणाली -

"काय बी उराय न्हाई लेकाऽऽ नुस्ती हाडं उरल्यात. काय देव तरीऽऽ मडं बशीवलं त्या देवाचं..." म्हातारी बडबडतच गेली. पण तायाप्पा मनतल्या मनात घाबरला. म्हातारी देवीला शिवा देती म्हटल्यावर त्याच्या अंगाचं पाणी पाणी झालं. तिच्याकडं न बघताच मनातल्या मनात तो देवीच्या पाया पडला. म्हातारी त्याला भलतंच पारखून पारखून बघालती. म्हातारीनं त्याच्या डोक्यावरनं हात फिरवतच त्याला विचारलं- "आता दोन घास जात्यात न्हवं पोटात?" त्यानं मान हालवली.

"बोलतानं जीभ आडखाळती व्हय रंऽऽ?" म्हातारी त्याला डसल्यागत कराय लागली. त्याला बोलल्याशिवाय गत्यंतरच उरलं नाही.

"न्हाईबाऽऽ खर जरा दमल्यागत वाटतंय, आजी-" म्हातारीनं आता जावं म्हणून उत्तर दिलं पण म्हातारी गल्लीत न जाता घरात घुसली.

त्याला पुन्हा मघाच्या स्वप्नाची आठवण झाली. त्यातली देववाली म्हातारी बी अशीच होती- असं वाटून त्यानं डोळे मिटलं. गच्च अंधाराची वर्तुळं त्याच्या डोळ्यांसमोरून सरकू लागली. काय घडतंय हे त्याचं त्यालाही कळेना. तो तसाच बसून राहिला. आणि त्याला एकदम आठवलं- इचलकरंजीच्या मागावर काम करतानं एकदा आसंच झालं आणि आपण घेरी येऊन पडलो- त्याची त्याला भीती वाटू लागली. त्यानं डोळं उघडलं. समोरचा फिक्कट प्रकाश त्याला कसातरीच वाटू लागला. त्यानं गल्लीकडचं तोंड सोप्याकडं वळवलं. तो मदघराच्या चौकटीवर नजर रुतवून बसला. पाठीमागनं कुणाची तरी पावलं वाजली. त्यानं मान वळवून बघितलं. बाबा हातात कसलं तरी पिसवाट घेऊन दारात उभा होता.

"हितं का बसलास रंऽऽ आत तरी चल..." म्हणतच थोरला आत आला. तो दाराच्या आधारानं उभा राहिला. बाबाच्या पाठीमागनं आत आला

आणि मधल्या सोप्यात अंथरलेल्या अंथरुणावर लवंडला. आढ्याजवळच्या खापरीतनं आत येणारा प्रकाश त्याला किडल्यागत वाटाय लागला...

... पयल्या कोंबड्याला कल्लव्वाला जाग आली. अंग आंबल्यागत झालतं त्यामुळं काय केलं तरी उठवंना.

तिनं कशीबशी अंगावरची वाकाळ बाजूला सारली. ह्या कुशीवरनं त्या कुशीवर वळतच तिनं पाय ताणलं. डोळं उघडण्याचा प्रयत्न करूनही डोळा उघडायला तयार नव्हता. त्यातनंबी तिनं हात लांब करूनच उशाची काडेपेटी हुडकली. जडावलेल्या हातानं दिवा पेटवला. तायाप्पाच्या अंथरुणाकडं बघितलं. तो गाढ झोपलाता. अंगातला आळोस जाईपर्यंत जरासं पडावं म्हणून तिनं डोळं मिटलं तर पापण्या भलत्याच जड वाटाय लागल्या. अशात डोळ्याला डोळा लागला तर भगटंपतोर काय जाग यायची न्हाई म्हणून ती उठली. वाकाळ शेजारी झोपलेल्या बबन्याच्या अंगावर नीट करून टाकली. सगळ्या सोप्याभर अंधार दिव्याच्या उजेडात कावीळ झाल्यागत पसरलाता. कल्लव्वानं लांबलचक जांभई देतच अंग मोडलं. हाताची बोटं कडकडून मोडली आणि हातात दिवा घेऊन मदघरात आली. आक्कव्वा अंगावरचं पांघरूण टाकून पासाललीती. बायकामानसानं आसं पडनं तिला काय बरं वाटलं नाही. पायशाला पडल्याली वाकाळ आक्कव्वाच्या अंगावर टाकली. शेजारी झोपलेल्या बाळ्याच्या आणि अंजीच्या अंगावरची वाकाळ सरळ करून ती आतल्या सोप्याला चुलीजवळ गेली. मांजरानं चुलीतली रक्का सगळीभर पसरलीती. तिनं मांजराला शिवी हासडतच साळोता घेतला. फाटक्या सुपात रक्का भरली आणि पोतेरा घालून ठेवल्यालं न्हाणीजवळचं गाडगं जवळ वडतच तिनं जांभई दिली. अजूनबी डोळ्याला झापड होतीच. जराशी चूळ भरावी म्हणून तिनं डेरक्यातला तांब्या भरून घेतला. खळाखळा चूळ भरली. डोळ्यांवरनं पाणी फिरवलं. झोप गेल्यासारखी झालं. तिनं भानुशीवरचं कायबाय खिडूकमिडूक काढून घेतलं. भानुशीवरनं साळोता फिरवला. पाण्याच्या चुलीतला रक्कंचा ढीग बाजूला करून भेनकाट्या पेटवून जाळ केला. आणि चूल भानुशीला पोतेरा घ्यायला सुरवात केली... आत्ता कावळं करकरतील. लईलईतर दिवस उगवायला तरी घरातनं भाईर पडाय पायजे. त्यात तुक्या मोहित्या गाडी आनी कव्वासं जुपून आणतोय कुणास धक्कल. त्येला आनी उठवाय जायला पायजे आसंल तर पंचाईत... एकदा गडबडीनं सगळ्याच्या आंगुळ्या झाल्या की मग काय घरातनं भाईर पडाय टाईम व्हयाचा न्हाई... खरं तवर ह्ये निवदाचंच कव्वा कव्वा काय काय व्हतंय कुणास ठावूक... कल्लव्वानं

आपल्याच विचारात चुलीला पोतेरा मारून घेतला. हाळदकुंकू लावलं- आणि रक्कांच्या डिकळ्यावर रॉकेलचा थेंब सोडला. डिकळा चुलीत टाकतच दोन भेनकाट्या पेटवून लावल्या. भागऽऽ करून जाळ झाला. मूठभर घाटं चुलीत सरकली आणि तांदळाच्या गाडग्याला हात घालतच तिनं आक्कव्वाला हाळी मारली. तांदूळ भांड्यात काढलं तरी आक्कव्वाचा पत्ता नाही म्हटल्यावर कल्लव्वा सरळ आत गेली. तिनं आक्कव्वाला गदादा हलवून उठवलं. आक्कव्वाच्या ध्येनातच काय येईना. तशी कल्लव्वा खेसाकली.

"अगं ऊठ की जरा, सगळं आवरून जायाला आमाला टायम व्हतोय..."

आक्कव्वा अंथरुणातनं हालली. तिच्या ध्येनात आलं, आज मंगळवार. रात्रीच इंचनाळला जायचं बोलणं चाललतं. तिनं अंग झटकतच जांभई दिली. डोळं चोळतचं मागच्या सोप्यात आली. कल्लव्वा सुपात डाळ काढून पाकडाय लागलीती. आक्कव्वानं पाण्याचा तांब्या घेतला आणि ती न्हाणीकडं वळली...

सगळं आटपायला कावळं करकराय लागलं, तशी थोरल्याच्या अंथरुणाजवळ गेली. थोरला अजूनबी घोरायला लागलाता. तिला भलताच राग आला. तिनं रागासरसं थोरल्याच्या अंगावरचं घोंगडं वडलं. ते दांडीवर टाकतच अर्धवट जाग आलेल्या थोरल्याला विचारलं,

"का जायचं न्हाई वाटतं इंचनाळला? आजून पासल्यासा! त्या तुकाला कोण उठवून आणणार...?" कल्लव्वाच्या ठिसक्यानं थोरला झटक्यासरसी जागा झाला. त्यानं भित्तीला टेकून बसतच चिलमीला हात घातला. चिलमीत कोंबल्याली छापी भाईर काढतच त्यानं कल्लव्वाला विचारलं- "तायाप्पा उठला...?"

"आता उठंल की-"

"त्येला उठवून आंगुळ घाल."

"आनी तुमी करत नाहीसा...?" कल्लव्वा पुन्हा भिनसून बोलली. त्याच्या मनात काय आंघोळ करायची नव्हतीच, पण देवाच्या कामाला जायचं म्हणजे... तो थोडासा अडखळला. स्वतःशीच कायतरी पुटपुटला आणि चिलमीत तंबाखू भरतच म्हणाला-

"आदी त्येला तरी करून घीऊ दे..."

कल्लव्वा त्याच्यापासून बाजूला झाली. तिनं तायाप्पाला उठवून चुलीजवळ आणलं. राकुंडी भाजून दिली. इंचनाळला काय काय न्ह्यायला लागतंय ते बांधायला सुरुवात केली.

थोरल्याचं आणि तायाप्पाचं आटपायला न्हाई न्हाई म्हणत भगाटलंच.

कल्लव्वाची धावपळ वाढली. तिनं आक्काव्वाला हिकडचं तिकडची आवराआवर कराय सांगितली. आणि आपणच म्होयत्याच्या घरला जायाचं म्हणून उजदारच्या सोप्याला आली. गल्लीत आता माणसांची वर्दळ सुरू झालती. पाण्याच्या घागरी वाजाय लागल्यात्या. ती गल्लीत आली तर यरगुंड्याच्या दारात तुका म्होयत्याची गाडीच आलेली बघून ती गर्रकन मागं वळली. पुढच्या सोप्यात जातच आक्कव्वाला म्हणाली-

"अगंऽ च्या झाला नसला तर दोन भेनकाट्या जास्त लाव. तुकाची गाडी आली..."

तुका म्होयत्याची गाडी दारात आली. तुका म्होयत्या गाडीतनं उतरून घरात आला. तशी आक्काव्वा चहा घेवून बाहेर आली. थोरल्यानं कायबाय घातल्याली पिशवी गाडीत घेतली. कल्लव्वा तायाप्पाला घेवून गाडीत चढली. गल्लीतलं पाण्याला जाणारं माणूस थांबून थांबून बघाय लागलं.

तानू सुतारीण घोरपाड्याच्या घराजवळ गाडीची वाटच बघत उभा होती. गाडी जवळ आल्यावर ती गाडीत चढतच कल्लव्वाला म्हणाली-

"कवापास्नं उभा ऱ्हायलोय खुळी! आता घराकडंच यावं म्हणालतो..."

"झाला बाई येळ. तरी पयल्या कोंबड्याला उठलोय..." म्हणतच कल्लव्वानं आपण काय काय केलं ते बयवार सांगायला सुरवात केली. तायाप्पा सगळं कान देऊन ऐकाय लागलाता. तुका म्होयत्या बैलं दबवता दबवता म्हणाला-
"आता कुठं चार दिसांचा रस्ता हाय काकूऽऽ? दहा वाजंपतोर न्हीवून लावतो घे..."

"तसं न्हवं गाऽऽ बाईजवळ बसाय जागा नसतोय. जराजरी टायम झाला तरी दीस मावळोपतोर थांबाय लागंल..." तानू सुतारणीनं त्याची समजूत काढली.

"अशी कुठली सायबीन लागून गेलीया घेऽऽ एवढी गर्दी व्हयाला- "

"देवाचं माणूस हाय बाबाऽऽ त्येच्या वाटंवर आसं बोलू ने..."

कल्लव्वानं मध्येच तोंड घातलं. तुकाला आपलं काय तरी चुकल्याचं जाणवलं. तो तोंडात मारल्यागत गप्प बसला.

...गाडी बेळगुंदीच्या शिवला आली आणि डोंगराच्या पलीकडनं दिवस वर येत असलेला दिसाय लागला. तानू सुतारीण भक्तिभावानं सूर्यदेवाच्या पाया पडली. कल्लव्वाचं हात बी नकळतच जोडलं गेलं. दोघींचं बघून तायाप्पानंबी पाया पडून घेतलं.

हळूहळू सर्याची किरणं गडद होऊ लागली. सगळ्या शिवारभर हळद लावल्यागत ऊन पसरलं. रानातली कसली-बसली झाडं कोवळ्या उन्हात

भलतीच गोड दिसू लागली. मध्येच एखाददुसरं पाखरू रानातनं भुर्रकन उडत जाऊ लागलं. रस्त्याच्या कडेनं वाढलेल्या हिरव्यागार चिकावरनं उन्हं घरंगळू लागली. बैलं एका तालात वाट कापत होती. तायाप्पा बऱ्याच दिवसानं असा रानात आल्यामुळं नवंनवं कायबाय बघितल्यागत सगळं बघत होता.

गाडीनं बेलगुंदीची शिव कव्वाच मागं टाकली. इंचनाळचं रान नाही नाही म्हटलं तर तासाच्या अंतरावर होतं. तुका आपल्याच तालात बैलांना हाकत होता. थोरला गाडीत बसल्यापास्नं कसल्या तरी विचारात गुंतलाता. काय म्हणायला कल्लव्वा तेवढीच हसतखेळत बोलाय लागलीती. तानू सुतारणीच्या मनात कसली तरी पाल चुकचुकली आणि तिनं तुकाला डिवचत विचारलं-

"ह्या आदी कव्वा शेवन्तामावशीकडं आलातास व्हय रंऽऽ?"

"न्हाई बाई... मदी बायको लागलीती जाऊ या जाऊ या म्हणून. खरं काय काम न्हाई काय न्हाई कशाला जायचं म्हटलं..."

"लई म्हातमाची बया हाय बाबा..." तानू सुतारीण पुटपुटली.

"डोंगराची बाईच येती न्हवं तिच्या आंगात?" तुकानं मागं वळून बघत विचारलं.

"व्हय. खरं बायकांचं येगळं आनि शेवन्ताक्काचं येगळं. आता तायाप्पाचंच बघ की सगळं डाक्टर हारलं तिथं नुस्त्या भंडाऱ्याच्या चिमटीनं बरं केलं."

"खरं, गाव म्हणतंय गुण्या डाक्टरानं बरं केलं की-"

"आरं, गावाला काय म्हाईत हाय. कल्लव्वालाच इच्यार की- त्या दिवशी आमी दोघींनी इचनाळला फिराटी मारली म्हणून सगळं झालं..."

न्हाईतर काय खरं नव्हतं बाबाऽऽ गुण्या डाक्टरबी आता माझ्या हातनं काय निबवत न्हाई म्हणालाता. सगळ्यांनी आशाच सोडलीती. खरं बाईच्या नुस्त्या भंडाऱ्यानं तारलं..." कल्लव्वा बोलतच गेली. तुका सगळं कान देऊन ऐकाय लागलाता. त्याच्या डोळ्यांम्होरनं डोंगराच्या बाईचा जग हळूहळू सरकायला लागलाता.

ऊन तापाय लागलं आणि बैलांच्या पायाची गती मंदावली. उन्हानं गाडीत बसल्याली बी सगळी पेकाळल्यागत झाली. तायाप्पाला उन्हाचा चणका कसला तो सोसवना. त्यानं थोरल्याच्या खांद्यावरचा टावेल डोक्यावर टाकला. कल्लव्वानं आपल्या पदरानं त्याचं निम्म अंग झाकलं. तुकाचा घसा बैलास्नी दबवून दबवून सोकलाता. त्याचंबी तोंड चिमणीएवढं झालंतं.

...गाडी इंचनाळच्या पांदीला आली आणि तुकानं सुटकेचा सुस्कारा

टाकला. त्याला जरासा हुरूप चढला. खांद्यावरचा चाबूक त्याच्या हातात सापाच्या शेपटीगत वळवळू लागला. थोरल्यानं पुन्हा एकदा चिलमीचा दम भरला. गाडी गावात आली आणि गल्लीतनं फिरणारी बारकीसारकी पोरं पिंजऱ्यातल्या माकडाकडं बघितल्यागत गाडीतल्या माणसांकडं बघू लागली. तानू सुतारीण जाणतेपणानं तुकाला गल्लीगल्लीची वळख करून देत होती. ह्या गल्लीतनं त्या गल्लीत जायाचं सांगत होती. एकदासं शेवन्तादेववालीचं घर आलं आणि तुका म्होयत्यानं बैलास्नी आईवरनं शिवा घालतच थांबवलं. तानू सुतारीण गडबडीनं खाली उतरली. थोरला दमानं रस्त्यावर आला. त्यानं जवळजवळ उचलूनच तायाप्पाला खाली घेतला. कल्लव्वानं हातातलं पिशवीचं वझं थोरल्याच्या हातात दिलं. तानू सुतारणीनं तुकाला जवळ बोलवतच सांगितलं-

"बैल सोडून त्या झाडाखाली बांध जाऽऽ" तुकानं हिकडं-तिकडं बघितलं. जवळजवळ गावाच्या कडंलाच शेवन्तादेववालीचं घर. बाजूला सगळं गायरान. त्यात आदीमदी एखादं झाड. जवळच पानंद. गच्च वाढलेला चिक. त्यानं गडबडीनं बैलं सोडली आणि जवळच्या बाभळीखाली मुळीलाच गुतपळली. तो येईपर्यंत सगळीच गाडीजवळ थांबली. तुका म्होयत्या खांद्यावर चाबूक टाकून 'चला गाऽऽ" म्हणत त्यांच्या जवळ आला. तानू सुतारीण जागची हालली. मागोमाग सगळी. शेवन्ताक्काच्या दारात माणसं बसल्याली बघून तानू सुतारणीनं बाहेरच हेरलं. आतला सोपा भरला असणार. ती शेवन्ताक्काच्या दारातल्या पायरीवर आली. आत बघती तर पाय ठेवायच जागा नव्हता. तिनं खुणेनंच तुकाला आणि थोरल्याला बाहेर उभा राहायला सांगितलं आणि तायाप्पाला हाताला धरून आत घेऊन गेली.

आतल्या बाजूला पाय टाकल्या टाकल्या तायाप्पा गदबाळला. सगळीकडं बायकाच बायका. सगळा सोपा गच्च भरलाता. लगीवरबी बायका दाटीवाटीनं बसल्यात्या. वरच्या कडला भलामोठा जग पुजलाता. जवळच उंचच्या उंच देवीचं आसन केलंतं. त्यावर देवीचा भलामोठा टाक ठेवलाता. सगळ्या देव्हाऱ्यावर मोराच्या पिसांची आणि चोळीच्या खणांची गर्दी झालती. खुट्टीला आडकून ठेवलेली कवड्यांची माळ नजरेत भरंल अशी चमकाय लागलीती. शेजारीच पाटावर देववाली शेवन्ता खांद्यावर पदर टाकून जट मोकळी सोडून बसलीती. तायाप्पाला सगळंच भांबावून टाकल्यागत झालं. त्याला उभा राहवंना. तानू सुतारीण बायकांतनं वाट काढत त्याला घेऊन लगीवर आली. त्याला बसण्यापुरती सरकासरकी करून आपण तशीच उभा राहिली. तिला लागूनच कल्लव्वा भिंतीला टेकली. तायाप्पानं बसल्या बसल्या डोळ्यांची पापणी मिटवून घेतली.

"उदंगऽऽ आई उदंऽऽ उदंऽऽ" करून जोरानं कोणतरी आरडलं आणि तायाप्पानं दचकून डोळं उघडलं. शेवन्ताक्काच्या शेजारी बसलेली बाई मोठ्यानं उदंऽऽ घालायला लागलीती. तिचा उदंऽऽ म्हणण्याचा आवाज अधिकच मोठा आणि धारदार होत गेला. ह्या आवाजासरसी पाटावर बसलेली शेवन्ताक्का एकाएकी घुमायच लागली. आयाबाया श्वास रोखून बसल्या. काहीजणींनी आपल्या हानवटी गुडघ्यावर टेकवल्या. एकएक बाई पुढं सरकाय लागली आणि शेवन्ता देववाली घुमता घुमताच कायबाय सांगाय लागली. सगळ्या बायका डोळं फाडून शेवन्ताक्काकडं बघत होत्या. मध्येच एकमेकीच्या कानात काय तरी पुटपुटत होत्या. समोर बसलेली बाई तेवढी शेवन्ताक्का काय बोलती ते ध्यान देवून ऐकत होती. हळूहळू एक एक बाई पुढं सरकत होती, देववालीच्या पायावर लोळत होती. आणल्यालं व्हटीचं सामान देववालीच्या जवळ बसलेल्या बाईकडं पोहचवत होती. सगळं मास्तरानं नियम घालून देऊन चालवावं तसं चाललंतं. तायाप्पा सगळं आक्रीत बघितल्यागत बघत बसलाता. बाहेरच्या बाजूला थोरला आणि तुका वळचणीला बसून फेराफेरनं तंबाखूचा दम मारायलंतं.

दोन वाजायच्या टायमाला जराशी पातळाई झाली. तरीबी बायका न्हाई म्हटलं तरी दहा-बारा शिल्लक होत्याच. आपण उगाचच लवकर गाव सोडलं असं तानू सुतारणीला वाटाय लागलं. तिनं खोपरानं खोचकतच कल्लव्वाला बाहेर जाऊ या म्हणून सांगितलं आणि दोघी लगीवरनं बाहेर आल्या. तुका बसून बसून आंबून गेलता. तानू सुतारीण बाहेर आलेली बघून गडी जरासा तालात येतच म्हणाला-

"काय येतीय बाई पाळी?"

"आनी जरासा कड काढ. पाच दहाच उरल्यात..."

"खरं आमच्या मागनं आल्याली गेली की-"

"आगाऽ त्येंचं निराळं. आपलं निराळं. आमचा उतारा टाकायचा हाय, व्हटी भरायची हाय. देवाचं काम हाय ते! घीसडघाई कशी चालंल?" तानू सुतारीण बारक्या पोराला समजावल्यागत तुकाला समजून सांगू लागली. कल्लव्वानं कनवटीची राकुंडीची डबी काढली आणि तळव्यावर राकुंडी वतून घेवून डबी तानू सुतारीणच्या हातात दिली.

"आता हितं काय गावातलं घर हाय म्हणून हे घासाय घेतल्यासा, का खरकाट्या तोंडानं देवासमोर जायाचं म्हणून घासाय घेतल्यासा?" थोरल्यानं तानू सुतारणीकडं बघतच विचारलं. तशी कल्लव्वा तोंडातलं बोट काढतच म्हणाली-

"हितं माप घर हाईत, कोण आमाला एक तांब्या पाणीबी देणार न्हाई

म्हणत्यासा?''

"बसून बसून जीव कावला बाई..." तानू सुतारणीनं घासणी सुरू केली.

"त्या गजरगावच्या बाईचं बघितल्यासाऽऽ?" कल्लव्वानं थुकतच विचारलं.

"काय बाईऽ माझ्या तर अंगावर काटाच आला!" तानू सुतारीण एकदम गंभीर झाली.

"काय झालं त्या बाईला?" तुकानं उत्सुकतेनं विचारलं.

"आगाऽ तिच्या अंगावर भाकरीएवढं चकांदं उठल्यात..."

"कशानं?"

"हेच की देवाचं निघालंय. लहानपणी कव्वा भंडारा तुडीवलीतीन म्हणं."

"ते आता भोगाय आलंय..." कल्लव्वानं अधिक माहिती पुरवली. दोघी समोरच्या घराकडं वळल्या. तांब्यावर पाणी घेऊन तोंड खदबळून आल्या.

पदरानं तोंड पुसतच तानू सुतारीण आत गेली आणि बाहेर येतच म्हणाली, "चला, व्हईत आलं. आता सगळीच आत चला."

आत देववाली शेवंता थंडगार बसून समोरच्या बायकांना कायबाय सांगाय लागलीती. जवळ बसलेली जोडीदारीन नुस्ती जांभया द्यायला लागलीती. समोरच्या बायका ह्या बाजूवरनं त्या बाजूवर सारख्या हालायला लागल्यात्या. तानू सुतारीण त्यांच्यात जाऊन मिसळली. मागोमाग कल्लव्वा तिच्या शेजारी बसली.

तासाभरात सगळ्या बायका पांगल्या. तशी तानू सुतारीण पुढं होतच शेवन्ताक्काच्या पाया पडली. मागोमाग कल्लवा आडवी झाली. तशी कंटाळून गेलेली शेवन्ताक्का हसल्यागत करतच म्हणाली, "कसं हाय लेकराचं?"

"आईच्या आशीर्वादानं वाचलं प्वॉर. त्येच पायावर घालाय घीवून आलोय." तानू सुतारीण सराईत भाषेत बोलली आणि मघापासून साबीसुबी असणारी शेवन्ताक्का एकाएकी घुमाय लागली. घुमता घुमताच म्हणाय लागली- "कुठं हाय माझं झाडऽऽ कुठं बशीवल्यासा त्येला- माझ्या समोर आणाऽऽ माझ्या समोर आणाऽऽ"

कल्लव्वानं लगबगीनं तायाप्पाला उठवून आणून तिच्या समोर बसवलं. तायाप्पानं गुडघं टेकून कपाळ शेवन्ताक्काच्या पायावर टेकवलं तशी शेवन्ताक्का-

"किती दिसांनं भेटतंय झाडऽऽ" म्हणून किंचाळतच पायावर पडलेल्या तायाप्पाच्या अंगावर झुकली. तायाप्पाला गुदमरल्यासारखं झालं. त्यानं उठून मागं सरकण्याचा प्रयत्न केला. पण शेवन्ताक्कानं त्याला जास्त जाम्म धरून जवळ घेतलं आणि पुन्हा पुन्हा बडबडत त्याच्या तोंडावरनं हात फिरवाय सुरवात केली. तायाप्पा पार घुसमटून गेला. तशी तानू सुतारीणच पुढं सरकतच

म्हणाली,

"देवा, एवढी माया व्हती तर आदीच का बरं कराय न्हाईस...?"

"तू कव्वा आलीसऽऽ तू कव्वा आलीसऽऽ सरत्या समयाला आलीसऽऽ" म्हणत शेवंता परत घुमाय लागली. तशी कल्लव्वा पुढं झाली.

"आजूनबी काय काय तकरारी हाईतच की..."

"त्या आता सगळ्या बंद व्हतील..."

"खरं आता नवीन याक उपाटलंय- त्येच्या लघवीतनं रगात चाललंय..." कल्लव्वानं शेवंताक्काला आडवतच सांगितलं. आणि शेवन्ताक्का एकदम किंचाळली.

"झाडऽऽ माझं हायऽऽ त्येच्या अंगावर जातंयऽऽऽ" म्हणतच एकाएकी रपऽऽकन जमनीवर पडली. शेवन्ताक्काची सेवेकरीण एकदम गदबाळली. तिनं गप्पकन उठून देव्हाऱ्यावरचा भंडारा शेवन्ताक्काच्या कपाळाला लावला. जगासमोरच्या तांब्यातलं पाणी तोंडावर शिंपडलं. घटकाभर शेवन्ताक्काच्या डोळ्याची पापणीबी हालली नाही. सगळ्यांच्या अंगाचं पाणी झालं. कल्लव्वाचं अंग लटलटाय लागलं. तायाप्पाचा घसा कोरडा पडला. थोरल्याला दम लागल्यागत झाला. तानू सुतारणीनं जगातला भंडारा शेवन्ताक्काच्या नाकाजवळ न्हेला. शेवन्ताक्का जराशी हालली. सगळ्यांच्या जीवात जीव आला. तिला उठवून भित्तीला टेकवून बसवलं. शेवन्ताक्कानं डोळे उघडल्या उघडल्या शेजारच्या परडीत हात घातला आणि कुडचाभर भंडारा तायाप्पाच्या कपाळाला माखला. निम्माशिम्मा भंडारा त्याच्या डोळ्यांत गेला आणि त्याच्या डोळ्यात पाण्याची धार लागली... कल्लव्वा पोराच्या भंडारामाखल्या कपाळाकडं बघतच राहिली...

उन्हं कलतीला लागल्यावर तुका म्होयत्यानं बैलांना सोडून आणलं आणि गाडी जुपली. थोरल्यानं तायाप्पाला गाडीत आणून बसवलं. कल्लव्वा आणि तानू सुतारीण शेवन्ताक्काच्या पाया पडून बाहेर आल्या. त्यांच्याबरोबर शेवन्ताक्काबी बाहेर आली. दोघी गाडीत बसल्यावर शेवन्ताक्का थोरल्याजवळ येतच म्हणाली,

"सगळं येत्या चैताच्या पुनवला आटपून घ्येवा, न्हाईतर आणि काय तरी मागं लागंल. आता काय इच्चार करून उपेग न्हाई. कोणतरी कायतरी भरीवतील आणि बितारशीला तर जलमाचं वाटुळं करून घेशीला..."

थोरला नुसता ऐकत उभा राहिला. शेवन्ताक्का बोलायची बंद झाली

आणि तो गाडीत चढला. तानू सुतारणीनं 'जातो' म्हणून सांगतच शेवन्ताक्काला हात केला आणि तुका म्होयत्यानं बैलांना दा म्हटलं. इंचनाळची शिव वलंडून गाडी कोसभर आली तरी बी कोण कोणाशी काय बोलत नव्हतं. एकमेकांची नजर चुकवून प्रत्येक जण एकमेकाला निरखून बघालतं. तुका म्होयत्याला मुक्यानं गाडी मारणं कठीण झालं. तसा तो आपल्याशीच बोलल्यागत बडबडला,

"काय तिच्या आयला गर्दी. माझं तरी डोळंच फिरलं!"

"हे कायच न्हाई, पुनवला यायला पायजेस. गल्लीत सुद्धा हुबा ऱ्हायला जागा मिळत न्हाई." तानू सुतारणीनं मोका साधला.

"तसा गुणबी दिसतोय बाईच्या जिभंला."

"गुण दिसतोय म्हणजे? आमचा तायाप्पा जगंल असं वाटतं कुणाला?" कल्लव्वानं मदीच तोंड घातलं. तायाप्पाला शेवन्ताक्काचं सगळंच म्हातम आक्रीतागत वाटालतं.

"तोंडावरनं बाई अशी वाटत न्हाई. खरं लईच म्हातमाची वाटतीया." तायाप्पानं तोंड उघडलं. तानू सुतारणीला तेवढंच समाधान वाटलं. ती आपोआपच खुलली-

"ह्ये कायच न्हवं बाबाऽऽ डोळं मिटायला लागल्याल्या मानसास्नी वाचीवलंय. मागच्या म्हयन्यात सपलीती येसाद्याची आन्नव्वा म्हाईती हाय? आगाऽ दोन वरसं दवाखाना करीत्यानी. कस्पाटाचा गुण नव्हता. मदी कव्वा आशीच बाजाराला जाताजाता रडाय लागली. म्हंटलं शेवन्ताक्काला भेटून तर ये. सगळीकडनं थकल्याली बाई. नुस्त्या भंडाऱ्याच्या पाण्यानं खारकंगत झाली. वरीसभर जगली..." तानू सुतारीण दम घ्यायच्या अगोदर सांगत सुटली. तुक्या म्होयत्या ऐकता ऐकता गार झाला. त्याला उगचच चुकल्यागत वाटाय लागलं. आपल्या घरचंबी काय तरी विचाराय पाहिजे होतं... न्हाई म्हटलं तर सगळी रांक्क बिघडलीयाच की काय तरी मार्ग दाखवलीन असतीन. पोराबद्दल तरी काय ते सांगितलीन असतीन. मघाशीच टाळक्यात यायला पायजे व्हतं... त्याचं डोकं एकाएकी चकारलं.

थोरल्याला आता ह्यांनी न बोलता गप्प बसावं असं वाटाय लागलंतं. त्याचं डोकं सारखं भनभनायला लागलंतं. त्याच्या डोक्यात शेवन्ताक्कानं सांगितल्यालं सगळं नुस्तं चक्रागत भिरभिराय लागलंतं. ही बया आणि काय नवीन पाठीमागं लावून बसली... ह्यातनं काय निघणार- ह्येच त्येला कळत नव्हतं. तो आपल्याच विचारात पट्टदिशी बोलून गेला,

"देवाचं बी सगळंच खरं नसतंय गाऽऽ"

"आसं कसं... आता तुमच्या तायाप्पाला डाक्टर थकलंच काय न्हाय? गुण्या डाक्टरच्यात न्हेलता तवा जगल असं वाटलतं? त्या दिशी मी आणि कल्लव्वा गेला नस्ताव तर ह्ये सगळं झालं असतं...? मानसानं उगच काय तरी बोलूने... त्यातनं नवीन कायतरी निघत आसतंय..." तानू सुतारीण जीवाला लागल्यागत बोलाय लागली आणि कल्लव्वाला कसंतरीच वाटाय लागलं. तिला उगचच तानू सुतारणीची भीती वाटाय लागली. तिनं तिचीच बाजू उचलून धरत थोरल्याला डाफरलं,

"तुमच्या ह्या अशा म्हणण्यानंच पोरगं खंगत गेलं. न्हाईतर कव्वाच धडधाकट झालं असतं..." बायकोच्या बोलण्यानं थोरला अधिकच भिरंबाटला. त्याच्या मनाचा तोल सुटला.

"मग आता पोराच्या गळ्यात बांध दर्शन आणि बस बोंबलत. म्हणं कव्वाचं पोरगं हाताला लागलं असतं? देवाचं आसलं की. म्हणून काय पोराला जोगता सोडायचा...?"

"मग देवाच्या मनात आसंल तर सोडाय नको-?" तानू सुतारणीनं त्याचं बोलणंच मध्ये तोडलं. इतकावेळ गप्पगार बसलेल्या तायाप्पाच्या अंगाला एकदम घाम सुटला. थोरल्याच्या बोलण्यातला 'जोगता' शब्द त्याला भलताच झोंबला... आपण आणि जोगता...? गाडीच्या चाकाबरबर सगळं शिवार गारऽऽ गारऽऽ फिरत असल्यागत त्याला वाटाय लागलं... त्यानं करकचून ओठ चावला. समोरचा टावेल गच्च डोळ्यांवर धरला... तशी कल्लव्वा त्याच्या खांद्याला आधार देतच म्हणाली,

"कारंऽऽ भंवडालय...?"

"न्हाई बाऽऽ जरासं मळमळल्यागत व्हयालय..."

"मग आडवा पड जरासा..." म्हणतच तानू सुतारणीनं त्याला आडवा केला. तायाप्पाला आडवं पडल्या पडल्या गाडी उचमळल्यागत वाटाय लागली...

... दारातल्या आकबंद पायरीवर तायाप्पा पाय लांबलचक सोडून बसलाता. पायाच्या कानग्या आता भराय लागल्यागत त्याचं त्यालाच वाटत होतं. बनियान आता अंगाला चिकटाय लागलीती. त्यानं आपल्या हाताचा तळवा डोळ्यांसमोर नाचवला. मनगटावर त्याची नजर गेली आणि त्याचं त्यालाच हसू आलं. धामट्या पमीचं मनगट आपल्यापेक्षा मोठं हाय. बबन्याचं तर सोडून द्यायला पाहिजे. त्यानं बराच वेळ मनगट तसंच डोळ्यांसमोर धरलं. त्याला बराचवेळ बघत बसल्यामुळं आपलं मनगट मोठं होत असल्याचा

भास होऊ लागला.

“काय तायाप्पा, मनगटाला सूत घालालास काय गा?” गल्लीतनं जाता जाता म्हादबा मोऱ्यानं सहज हाळी घातली आणि तायाप्पा दचकला. त्याचं मनगट आपोआप खाली गेलं.

“न्हाई गाऽऽ बसलोय आपला...” तायाप्पा हसत हसतच बोलला.

“मग हाय न्हवं आता बरंऽऽ? आता सणकून खायचं बघ... आणि एवढ्यात काय इचलकरंजीला जायाचं नाव काढू नगस...”

म्हादबा मोऱ्या चार कासरं जाईपर्यंत बडबडतच राहिला. तायाप्पा त्याला ऐकू जाईल असं हुंकारला. खरं इचलकरंजीचं नाव काढल्या काढल्या गडी एकदम हाबकला... आता इचलकरंजीला जायाला जमंल? त्यानं स्वतःलाच विचारलं आणि एकएक दिवस त्याच्या डोळ्यांसमोरून सरकू लागला.

गल्लीतलं ऊन आता भलतंच दाट झालतं. तव्याचा चटका मारल्यागत उन्हाचा चटका मारालता. तायाप्पानं आपल्या पायाच्या कानग्या जवळ घेतल्या आणि तो हात टेकून उठला. उठल्या उठल्या त्यानं भिंतीचा आधार घेतला. त्याच्या डोळ्यांसमोर गच्च अंधार झाला. डोक्यात झणकरून कायतरी बाहेर पडल्यागत वाटलं... बराच वेळ तो तसाच भिंतीला गच्च धरून उभा राहिला... समोर अंधुक दिसाय लागल्यावर त्यानं हळूहळू पाय उचलत उंबरा ओलांडला. घरात आल्यावर त्याला समोरची भुईबी दिसायची बंद झाली. लडबडत लडबडत त्यानं समोरच्या चौकटीला धरलं आणि तोल न जाऊ देता खाली बसला. शाळेला जायच्या गडबडीत असलेली पमी त्याचा अवतार बघतच म्हणाली,

“ऊन सोसत न्हाई तर उन्हात कशाला बसायचं...? पडला असतास की आता...” पमी फणकाऱ्यासारखी दप्तर घेऊन बाहेर गेली आणि पमीच्या बोलण्याची त्याला गंमत वाटू लागली. आजारापूर्वी समोर उभा न राहणारी पमी आता फणकाऱ्यानं खेसकाय लागली. त्याला आठवलं, सकाळी बबन्याबी पाण्याचा तांब्या आणून देतानं काय तरी पुटपुटलंतं. त्यानं उगचच दोन्ही हातांची बोटं एकमेकात अडकवली आणि गुडघ्याला आटून मोडण्याचा प्रयत्न केला... त्याचं कुठंतरी एखादं बोट सैल झालं. तो तसाच बसून राहिला. समोरच्या वास्याला लोंबकळत असणाऱ्या दोरीवर घुंगुरट्यांची गर्दीच्या गर्दी झालती. त्याच्या डोक्यात एकएक घुंगुरटी उठाय लागली...

... न्हाई न्हाई म्हटलं तर आजारपणात सात-आठ हजार गेलं... घरातल्या कामाचा सगळा इचका झाला त्यो झालाच! उलट दवाखान्यात आनी काय झालंच नाही. थोरल्या आबाचं म्हयना दोन म्हयने यातच गेलं. काकूला

सगळ्या कामाचा ताप... सगळ्यास्नीच दमीवलं. च्या आयला ह्यातच संपलो असतो तर... काय बिघडलं असतं? आता ह्या देवानं बरं केलंय खरं, ह्या देवाच्या कामाला आनी किती पैसा लागतोय कुणास धक्कल...

कसल्यातरी आवाजानं तायाप्पा एकदम भानावर आला. बघतोय तर काकू शेणाचा पू आणि पाण्याची घागर त्याच्या समोर ठेवून उभी होती. तो दचकतच बाजूला सरत म्हणाला,

"बाजूला तरी हो म्हणायचं?"

"कित्ती वेळा... एकदा का दहादा! तोंड लाकडाची असती तर फुटून गेली असती. मुद्दाम स्वांग घेतल्याला बापयासमोर काय बोंबलायचं?" म्हणतच काकूनं शेण घासघास कालवत पाणी वतलं. तायाप्पा गप्पकन उठाय गेला तर त्याला लवणीत सळाकल्यागत झालं. 'आईऽऽगं' करत उभा राहिला. आक्कव्वाच्या हाताची गती वाढली. तिनं तिरक्या डोळ्यानं त्याच्याकडं बघितलं. तसाच पाय वडत वडत भिंतीच्या खुट्टीला जाम्म धरलं. कळ कमी होईपर्यंत उभा राहिला. आणि आतल्या सोप्याचं अंथरूण गाठलं.

तायाप्पा अंथरूणावर आडवा पडला आणि आढ्याला बांधलेला नारळ त्याच्या डोळ्यात लोंबू लागला... त्याच्यावरचं पाढरं कापाड आता मळून मळून काळंकिट्ट पडलंत... त्याला त्या नारळाचं भलतंच कौतुक वाटाय लागलं... नारळाच्या विचारातच त्याच्या पापण्या जड झाल्या. त्याला कव्वा डोळा लागला समजलंच नाही... ...त्याला जाग आली त्या वेळी आई त्याला हालवून हालवून जागं करत होती. तो एकदम दचकून उठला. बघतो तर कडगावची आत्ती डोकं धरून अंथरुणाशेजारी बसलीती. तो पापण्या चोळत उठला आणि आत्ती एकाएकी रडायलाच लागली. त्याला बोलायला सुचेनाच. तो तसाच डोळं चोळत बसला तशी आत्तीच रडता रडता विचाराय लागली-

"आत्ता तरी बरं वाटतंय व्हय रं बाबाऽऽ"

"पयल्यापेक्षा आत्ता किती तरी फरक हाय..."

"बघितलास बाबाऽऽ तरी मी हात जोडून मागच्या म्हयन्यात सांगून गेलतो. ह्ये आज्याराचं काय न्हाई. देवाचंच हाय बघा. खरं माझं ऐकत्यात कुठं? आता त्याच वाटंला यायला लागलं न्हवं. आता तरी सगळं येवस्तीत करा म्हणावं न्हाईतर घोटाळा व्हईल..." म्हणतच आत्तीनं पदरानं डोळं पुसलं. नाक निपचलं. आणि त्याला डोळंभरून बघत बसली. तशी कल्लव्वा तिला समजून सांगितल्यागत म्हणाली-

"आत्ता काय, येत्या चैताच्या पुनवंला त्या डोंगराच्या बाईचं सगळं

करायचंच. मागं काय राकायचं न्हाई! शेवन्ताक्कानंबी आसंच सांगितलंय. एकदाचं मोकळं व्हायचं. आता ह्येचं सगळंच रांक्कीला लागलं.''

''काय काय कराय सांगितलीन हाय?''

''काय न्हाईऽऽ ह्येच्या गळ्यात दर्शन बांधायचं. पांढरी पाच सुतं नेसवायची आनी बाळजोगता-जोगतीणीला वाढायचं...''

''म्हणजे पाच सुतं नेसवायलाच सांगितलंय?'' आत्तीचं एकदम चेहरा बदलला. मघाशी शान्त असणारी आत्ती सापागत वळवळली. तिचं तिलाच तोंडात मारल्यागत झालं. ती मेलेल्या मढ्यागत तायाप्पाकडं बघत बसली. तायाप्पाला तिथं बसवंना. तो उठला आणि परड्यांगाच्या सोप्याला गेला. त्यानं डेऱ्यातलं गार पाणी सपासप तोंडावर मारून घेतलं. न्हाणीजवळच घटकाभर उभा राहिला. त्याला पुन्हा पुन्हा तोंडावर पाणी मारून घ्यावं असं वाटाय लागलं. स्वतःला आवरत तो चुलीजवळ आला. आई, आत्ती आणि काकू त्याच्या अंथरुणाजवळ कायबाय कुजबुजायला लागल्यात्या... क्षणभर त्यानं ते कान देऊन ऐकायचा प्रयत्न केला. पुन्हा त्यालाच घाण आली. त्यानं भूक मेलती तरी काकूला वाढायला हाळी मारली आणि भित्तीला टेकून बसला...

...तायाप्पानं घरात पाय टाकला आणि त्याला सगळंच विचित्र वाटाय लागलं. सोप्याच्या खालच्या सोप्यात थोरला बाबा गळ्यात गुडघं घेऊन बसलाता. चौकटीला टेकून आत्ती राकुंडी घासालती. आई भित्तीला टेकून पायाच्या नखानं आपल्याच तालात जमिनीवर रेघोट्या मारालती. तात्या तंबाखूची चिमट तोंडात धरून दगडागत बसलाता. सोप्याच्या मध्ये चिमणीभोत्यान पमी आणि बबन्या पुस्तकं पगळून बसलीती. तायाप्पा दमून भागून आल्यागत मध्येच टेकला. त्यानं प्रत्येकाला पारखून बघितलं. कोणच कुणाशी बोलत नव्हतं. एकमेकाकडं कोण पाहतही नव्हतं. चुलीच्या सोप्याला भाकरी बडवल्याचा तेवढाच आवाज घरभर भरलाता. तायाप्पानं पाय लांब सोडून अंग सैल केलं आणि आत्तीकडं बघितलं. आत्तीची घासणी आपल्याच तालात चाललीती. इतर वेळी बाडबाड वाचणारं बबन्या तोंडात मारल्यागत गप्पगार बसलंतं. तायाप्पा काय न बोलता तसाच बसला. पमी त्याच्याकडं कावळ्याला बघितल्यावाणी बघालती. तायाप्पाला तिचं हसूच आलं. तो हसू दाबत पमीकडं सरकला. तिच्या दप्तरातलं पुस्तक पगळून उगच डोळं फिरवत बसला. आत्तीनं गुळी थुकून दार बंद केलं आणि पुन्हा ती आपल्या जाग्याला येऊन बसली. तायाप्पानं पुन्हा आत्तीकडं बघितलं. इतर वेळी घडाघडा

बोलणारी आत्ती अशी गप्प का? काय तरी विचारावं असं त्याच्या मनात आलं. पुन्हा त्यानं स्वतःला पुस्तकात गुंतवलं.

बाहेरचं दार वाजलं आणि सगळीच दचकली. कोंडकरचा गणपा दार ढकलत आत आला. त्याला कुणी 'ये' म्हणून बी बोलवलं नाही. तायाप्पाला कसंतरीच वाटलं. त्यानं तोंड हालवलं-

"तात्या, हिकडं बसऽऽ" म्हणतच जवळचं पोतं गणपुतात्याकडं सरकलं.

"आशी काय तोंड शिवल्यागत बसल्यासा गाऽऽ?" गणपूतात्यानं सगळ्याकडं बघितलं. आता थोरल्याला बोलल्याशिवाय गत्यंतर नव्हतं.

"कुठलं काय, बसलोय आपलं.." म्हणत थोरल्यानं पुन्हा मान गुडघ्यात घातली.

"तरी काय झालंय वाटतं?" म्हणत गणपूतात्यानं संगाप्पाकडं बघितलं. संगप्पानं उठूच गुळी थुंकली. तोंडावरनं हात फिरवतच तो म्हणाला-

"न्हाई बाबाऽ बसलोय झालं..." गणपूतात्याला पुढं काय बोलताच येईना. त्यातनंबी कायतरी बोलायचं म्हणून त्यानं आत्तीकडं बघत विचारलं-

"तू कव्वा आलीस-"

"आऽलोयऽऽ" म्हणतच तोंडातली पडत असलेली लाळ संबाळत आत्ती दाराकडं गेली. राकुंडी थुंकून आत येऊन बसतच म्हणाली,

"आलोऽ तायाप्पा पडल्यापास्नं यायला नव्हतो. यावं म्हटलं..."

"मागं एकदा इवून गेलतीस की."

"तवा आलतो खरं, आता आनी बघावं सारखं वाटलं म्हणून आलो... तर हाती आनी नवीनच वाढून ठेवलंय. काय करतोस बाबाऽऽ" आत्ती पट्टदिशी बोलून गेली आणि थोरला दचकला. हा विषय घरची माणसं सोडून बाहेर निघू नये असं त्याला वाटत होतं. त्यानं गुडघ्यातनं मान वर काढतच बहिणीकडं बघितलं. तिला अधिकच चेव चढल्यागत झालं-

"आता तूच सांग गणपाऽऽ त्या इंचनाळच्या शेवन्ताचं ऐकून ह्वेनी न्हाईते डोस्क्यात घीऊन बसल्यात त्येला काय करायचं? सोन्यासारखं पोरगं हातातनं घालवायचं ठरविलं. म्हणं त्येला सुतं नेसवित्यात. ती सांगतीया ते सगळं खरं कशावरनं?"

"आता सगळी बोलाल्यात खरं. माझं पोरगं हातातनं चाललंतं तवा कोण याला नव्हतं, आसं करा आनी तसं करा म्हणायला. आता सगळं बंद करताव म्हणजे पोरगं आनी हातातनं जाऊ दे-" कल्लव्वानं मध्येच तोंड घातलं.

"खरं थोरला काय म्हणतोय?" गणपूतात्यानं मध्येच थोरल्याकडं बघितलं.

"त्यो काय म्हणतोय? ही दोघं काय बी म्हणून देत. खरं सुतं नेसवायची

नाहीत. वाटलं तर दर्शन बांधू या, खरं सुतं नेसवायची न्हाईत...!''

संगाप्पा निकरावर आला. त्याचं बोलणं ऐकून कल्लव्वाच्या जीवाची नुस्ती घालमेल झाली. त्याला खाऊ का गिळू करतच ती जाग्यावर वळवळतच ओरडली-

''पोरगं माझं हाय. त्येचं काय करायचं, काय न्हाई त्ये आमी बघताव. ह्यात आता तुमास्नी बोलायची गरज न्हाई...''

कल्लव्वाचं असलं बोलणं ऐकून संगप्पा एकदम दचकला. त्याचं डोकं गरगरलं. आपण काय ऐकतोय हे त्याचं त्यालाच समजेना. एकाएकी त्याचं डोळं लालभडक झालं. त्यानं तांबरलेल्या डोळ्यानं थोरल्याकडं बघितलं. थोरल्यानं मान वळवली. त्याची अधिकच तगमग झाली. तायाप्पाला समोरचा दिवा भडकाय लागल्यागत वाटाय लागला. गणपू कोंडकर कोड्यात पडला. कुणाच्या बाजूनं बोललं तरी भांडण लावल्यागत होणार म्हणून तो नुसताच ऐकत बसला. तशी आत्ती त्याला मध्ये वडतच म्हणाली-

''आगाऽऽ ह्येनी आत्ता आसं म्हटल्यावर काय करायचं तूच सांग. तू तरी दोन श्याणपणाच्या गोष्टी सांग की गाऽऽ''

''मी आत्ता काय सांगू?'' म्हणतच गणपू कोंडकर आपल्याच विचारात गढला.

''काय सांगू म्हणजे? आगा, जे पटतंय ते सांग की गाऽऽ'' संगाप्पा घायाळागत बोलला.

''गड्या, ह्ये सगळंच तुमचं यडताक हाय. शेवन्ताच्या गोष्टीनं पोराला गुण आला ह्ये बरुबर हाय. खरं गुण आल्यावर तिनं सांगंल ते कराय पायजे आसं कुठं हाय. आनी दोन शान्या देववाल्या गाटा. त्यास्नी इचारा, त्या काय सांगतील तसं करा-'' गणपू कोंडकर समंजसपणे बोलला. तशी आत्ती हात नाचवतच म्हणाली-

''आगा ऽऽदीस मावळल्याधरनं मी ह्येच सांगतोय खरं न्हवराबायको थाकाला थूर लावून घ्यायला तयार न्हाईत, काय करायचं सांग?''

''असं कसं? कसं गा बस्सू दाऽऽ'' म्हणत त्यानं थोरल्याकडं बघितलं.

''तुझ्या मनाप्रमाणं करू या. खरं दुसऱ्या कोण देववाल्या ते तरी सांग?'' थोरला हळूहळू बोलता झाला.

''माप हाईत शेराला पासरी! त्या हिटणीच्या आक्कूला आणि भादवाणच्या कमळा जोगतीणीला इचारू या. त्या सांगतील तसं करू या.'' आत्ती राकुंडीचा तळहात झाडतच बोलली. बबन्या आणि पमी आत्तीच्या तोंडाकडं बघतच राहिली...

...हिटणीस्नं आल्यापास्न गौराआत्तीचा धीरच सुटलाता. तिनं मनात

येवजलंतं त्याच्या उलटच सगळं घडाय लागलंतं. त्यामुळे भादवणला जाता जाता तिनं नवीन खूळ काढलं. कायबी करून तायाप्पाला संगतीला घिऊन जायचंच. पोराला चलणं झेपणार नाही असं कल्लव्वाला वाटाय लागलं. खरं सांगून ऐकणार कोण? एकदा तिनं तसं बोलून बघितलं, पण त्यातबी गौरा आत्तीनं नवाच तोडगा काढला. भादवण तिठ्ठ्यापर्यंत गाडीनं जावू या. तितनं किती? फर्लांग गाव! म्हणून ती बसली. तायाप्याला कशीबशी घाईघाईनं कापडं चढवाय लावली आणि त्याला घिवून तिठ्ठ्याच्या वाटंला लागली.

सगळ्या गावातनं मिरवणूक नको म्हणून कल्लव्वानं हावलदाराच्या पांदीतनं रस्ता काढला. शिंद्याच्या तळीपासून चुकून-माकून परसाकडं आलेल्या बायका एक एक करून सतवाय लागल्यावर कल्लव्वानं सरळ मस्करच्या शेतातनं वर व्हायचं ठरवलं आणि ती मान्याच्या घरासमोरनं मस्करच्या बांधाला लागली. गौरवाच्या डोक्यात दुसरीच घालमेल चाललीती. कोण काय म्हणतील? काय सांगतील? यापेक्षा ही भादवणवाली तरी ह्यातनं सोडवती का न्हाई हेच तिला लागलतं. तिच्या डोक्यातल्या विचाराबरोबर तिचा एक एक पाय पडत होता. कल्लव्वाला कव्वा एकदा तिठ्ठा गाठतोय असं झालतं. तायाप्पा दोघींच्या पाठीमागनं नुसता पाय वडत ढकलत होता. तिघांनी मस्करचा बांध वलंडला आणि चव्हाणच्या राईत पाय टाकला. तशी चव्हाणीन वाट बघत असल्यासारखी समोर येत म्हणाली,

"नणंद-भावजा कुठं चालल्या गऽऽ? आणि ह्या पोराची वरात कुठं काढाल्यासाऽऽ?"

"त्या पोरानंच खूळ लावलंयं घे बाईऽऽ?" गौरव्वा गप्पाकन बोलून गेली आणि कल्लव्वाच्या कपाळाला आटी पडली.

"ह्येला घीऊन काय कराय गऽऽ?"

"काय कुठलं ईऽऽ जरासं गडहिंग्लजास्नं बाजार आणायचा हाय," म्हणत कल्लव्वा पुढं झाली. गौरव्वानं तेवढ्यावरच सगळं हेरलं आणि हसत हसतच पुढं झाली. गंगव्वा तिघांच्याकडं बघतच उभा राहिली. तिठ्ठयावर पोहोचल्या पोहोचल्या कल्लव्वानं सारखं इकडं तिकडं बघायला सुरुवात केली. हारबाच्या हॉटेलात जावून तिनं चौकशीबी केली. गाडीला अजून टाईम हाय म्हटल्यावर गंगव्वाला घेवून लांब लिंबाखाली जावून टेकली. तायाप्पा हारबाच्या हॉटेलाजवळच थांबला. हॉटेलाजवळच्या शेडमध्ये बसल्यालं एकएक माणूस तायाप्पाला पारखून बघाय लागलं. तायाप्पा आपला समोरच्या शिंद्याच्या हिरव्यागार उसावर नजर रुतवून उभा राहिला. एवढ्यात खालच्या शिरपाच्या खोक्यातनं कोणीतरी हाळी घातली,

"येऽऽ तायाप्पा, इकडं ये की रं!"

तायाप्पा उभ्या उभ्याच वळला तर शिरपाच्या खोक्याच्या फळीवर बसून काळूपाटलाचं निव्या त्याला बोलवत होतं. तायाप्पाचं पाय आपोआपच हाललं. तो शिरपाच्या खोक्याजवळ गेला तसा निव्या पानाची पिचकारी मारतच म्हणाला,

"कुठं चालल्यासारंऽऽ?"

"भादवणला!" त्यानं खरं तेच सांगून टाकलं.

"का रंऽऽ?"

"काय न्हाई बा. काम हाय."

"काम कुठलं, आईनं नवीन देवबिव काढला आसंल!" निव्या शिरपाकडं बघतच म्हणालं. एवढ्यात खालच्या बाजूनं गाडीचा आवाज झाला आणि तायाप्पा तिथनं हालला. तसं निव्या आणि शिरपा हसाय लागली. तायाप्पाला कससंच वाटलं.

तायाप्पानं गाडीत पाय ठेवला आणि त्याला गाडी चुकवून पळून जावंसं वाटाय लागलं. कंडक्टरनं बेल मारली तसा तायाप्पा गुमान जावून बाकड्यावर टेकला. गाडीनं वेग घेतला. तायाप्पाच्या डोक्यातली भणभण वाढतच गेली. कुठं जावं तिथं माझ्या देवाचीच पाट घ्यात्यात. आयला, ह्यास्नी काय बगवंना झालंय कुणास धक्कल... देव आमच्या घरात येणार. आम्ही देवाचं करणार, खरं ह्यास्नीच एवढं आवघड काय वाटाय लागलंय कुणास ठावं... काय मानसंबी त्येच्या आयला... नको नको त्येच समोर आणत्यात. घराचं खावून जगाची मापं काढायची सवयच... आपल्यातच तो कायबाय पुटपुटत बसला.

भादवण तिट्ट्या कधी आला हे त्याचं त्यालाच कळलं नाही. आत्ती आणि आई उतरायला लागल्या तरीबी तो बसूनच राहिला. तशी कल्लव्वा त्याच्यावर खेकसतच म्हणाली,

"आरं ए कीऽऽ का उतरायचं न्हाई?" आईच्या आवाजानं तो गप्पाकन उठला आणि आईच्या पाठीमागनं खाली उतरला. आई, आत्ती उतरल्या उतरल्या रस्त्याला लागल्या. त्याला अंग जड झाल्यासारखं वाटाय लागलं. त्यानं आळोखंपिळोखं देतच अंग मोडलं. कासराभर पुढं गेल्याली कल्लव्वा मागं वळतच आरडली,

"आत्ता आणि काय झालं? चल की-"

"व्हा तुम्ही पुढं पुढं ... " म्हणतच तायाप्पानं पाय उचलायला सुरुवात केली. रस्त्यावर माणसांचं ठिबुससुद्धा नव्हतं. सगळं रान तापील्या पडलेल्या

सापागत सुस्तावलं होतं. काय म्हणायला कुठंतरी एखादं बाभळीचं झाड तेवढंच हिरवं हिरवं दिसायला लागलतं. उन्हाच्या कुंभारणी कांडायला लागल्यात्या. ताळमाळ करत उन्हं त्यांच्या भोत्यानी फिराय लागलीती. आई आणि आत्ती लांब गेलेल्या बघून त्यानं पायाची गती वाढवली. त्याची नजर समोरच्या रस्त्यावरनं सारखी इकडं तिकडं भिरभिरायला लागली. लांब दिसणाऱ्या पेजळेवाडीच्या रानातल्या डोंगरावर डेरक्यागत दिसणारं झाड त्याला काठीच्या टोकावर चेंबलं ठेवल्यागत वाटाय लागली. त्याचं त्यालाच हसू आलं. रस्त्याच्या भोत्यानं पांढऱ्या चुन्यात रंगवलेले दगड त्याला तासलेल्या बदकागत टकमक बघू लागलं. त्याच्या चालण्याची गती पुन्हा मंदावली तशी गौरव्वा आणि कल्लव्वा पिसवी टेकून उभा राहिल्या. तो जवळ आलेला पाहून गौरव्वा म्हणाली,

"चलाय जमना व्हय रंऽऽ बसू या?"

"नको. मी जरा हिकडं तिकडं बघत येतोय म्हणून टायम लागलाय!"

"चल बाबा, लवकर आटपून डोळंउजेडी परताय पायजे." म्हणतच कल्लव्वा गुडघ्यावर हात टेकवतच पुढं झाली. गौरव्वानं तायाप्पाला मदी घातला आणि ती मागं झाली. तायाप्पाला आता त्यांच्याबरोबर पाय उचलण्याशिवाय गत्यंतरच नव्हतं.

भादवणात पाय ठेवला आणि तायाप्पाला गाव येगळंच वाटाय लागलं. सगळ्या गल्लीभर डागतल्यावाणी दगडं. मध्येमध्येच गुडघ्याएवढा खड्डा! गल्ली कशी म्हणायची हेच त्याला समजेना. त्यात एक घर काय सरळ नाही. एक वाकल्यालं, तर दुसरं मध्येच डबकाल पडलेलं, तर तिसरं भर रस्त्याच्या मध्ये आलेलं. एका गल्लीतनं दुसऱ्या गल्लीत पाय टाकला तर बघील तिकडं बोळच. गौराआत्ती एका बोळातनं दुसऱ्या बोळात घुसायला लागली. त्याला आपण कुठनं कुठं चाललोय हेच कळेनासं झालं.

गौराआत्ती एका चौकटीतनं आत घुसली अन् तायाप्पानं सुस्कारा सोडला. तो आईच्या पाठीमागनं आत शिरला. भाईरच्या बाजूलाच गोठा, त्यात म्हस बांधलेली. समोर आठ खांबी लग. लगीवर सगळी पोती, टोपली टाकलेली. तायाप्पा तिथंच जावून टेकला एवढ्यात आतल्या बाजूनं थोराड अंगाची काळीकीट्ट जटवाली बाई बाहेर आली. तिची जट तिच्या पायाच्या टाचेपर्यंत लोंबलिती. तायाप्पा इपरीत बघितल्यागत तिच्या जटंकडे बघत राहिला. गौराआत्तीनं वळख काढून तिला कायबाय सांगितलं. तशी ती आपली जट सांभाळीतच आत गेली आणि पाण्याच्या तांब्या घिवून बाहेर आली. तायाप्पानं घटाघटा अर्धा तांब्या संपविला. तसं त्याला बरं वाटलं.

"ह्यो माझ्या भावाचा पोरगा तायाप्पा! ही भावाची बायको."

गौराआत्तीनं वळख करून दिली. तसा तायाप्पा तिच्या पायावर पडला. देववाली त्यांच्याजवळ टेकतच म्हणाली,

"आज काय काढल्यासा?"

"काढलं जरासं काम..."

म्हणतच गौरव्वानं सगळं तिच्या कानावर घातलं, तशी जरा विचारात पडली. तिने उगाचंच बोटं मापायला सुरुवात केली. बोटं मापून झाल्यावर तायाप्पाला निरखून बघाय लागली. तशी कल्लव्वा तायाप्पाकडं बघतच म्हणाली-

"जरा उजेडला हो रंऽऽ."

तायाप्पा घसटतंच उजेडाकडं वळला. जमिनीवर लोळणारी जट हातात घेऊन तिला उगचच हालवायला सुरुवात केली. मग काय तरी आठवल्यागत म्हणाली,

"मावशी, देवाम्होरंच ये. कापूर जाळू याऽऽ" म्हणून उठली. मागोमाग गौरव्वा, तायाप्पा आणि कल्लव्वा आतल्या बाजूला गेली. पूर्ण अंधार. मध्येच येशेलच्या ठावक्यात वात जळालती. त्याच्या समोर जग. देव्हारा पुजलेला. गौरव्वा डोकं टेकून पाया पडली. ऊदकाडी पेटवून लावली. कापराची वडी जाळली आणि मांडी घालून देवासमोर डोळं मिटून गप्पगार बसली. घटकाभरानं गचकं देत डुलाय लागली. गचकं देतादेता एकदम थांबून म्हणाली,

"तुमच्या मनात हाय तसं न्हाय चालायचं. झाड माझ्या मनात बसलंय. ते माझ्या सेवंलाच पायजे..."

"तुझ्या सेवंलाच सोडतो खंर नुस्त दर्शन बांधताव."

...गौरव्वा धाडसानं बोलली.

"न्हाईऽऽईऽऽ चालायचं."

म्हणून आक्काव्वा जवळजवळ किंचाळली आणि एकदम थंड झाली. गौरव्वा थंड पाण्याच्या डेऱ्यात बुडल्यागत एकदम गारगीट झाली. तायाप्पा तिच्याकडं बघतच बसला. कल्लव्वा मात्र नवीन कायच घडाय नाही अशा कोऱ्या चेहऱ्यानं बसून राहिली. घटकाभरानं पुन्हा हलली. देवीच्या पाया पडली. जवळचा भंडारा गौरव्वाला लावतच फक्त भंडाऱ्यागत पिवळं धमक हसली...

गौरव्वाचं काळीज भंडाऱ्याच्या पिसवीगत लोंबकळून हेंदकळलं... ती वाटंला लागली...

...म्हाईची पुनाव आठवड्यावर येवून ठेपलीती. अजून कशाचाच कशाला

पत्ता नव्हता. घरात कोण बोलणं काढायलाबी तयार नव्हतं. कल्लव्वाच्या जीवाला सगळीकडनं झुरणी लागलीती. ऐन वेळी बापयाच्या मनात बदल झाला तर काय घ्या? सगळी बसल्याली घडी इसकटून जायाची. हीच तिला भीती पडलीती. घरातल्या कामात कसलं ते लक्ष लागत नव्हतं. कुणाजवळ काय बोलावं म्हटलं तर माणसांची न्यात काय खरी वाटत नव्हती. आपलीच माणसं शुद्धीची नाहीत, तिथं जगाला दोष देवून काय उपेग... कल्लव्वा सगळीकडनं कोड्यात पडलीती. काय म्हणायला सुताराची तानू जोगतीण आणि म्हाराची फुला तेवढ्याच मध्येमध्ये येवून कायबाय सांगून जात होत्या. त्याचाच काय तो आधार. ह्या सगळ्या झुरणीतनं कल्लव्वाला ताटांवर बसलं तर घास उचलायची बी वासना होत नव्हती.

एकदा थोरल्याचं काय म्हणनं पडतंय तरी बघावं म्हणून तिनं अनेक वेळा थोरल्यासमोर विषय काढण्याच्या प्रयत्न केला, पण तो विषय काढला की जे थोरला धूम्म ठोकायचा. ते पुढं दोन दिवस कुणाशीच काय बोलायचा नाही. त्यामुळं कल्लव्वाला थोरल्याला विचारायचंबी गुडारतंच पडलतं. खरं आता आवघं आठच दिवस म्हाईच्या पुनवंला उरलंत. हिंगु-तिंगु गोळा करायचं म्हटलं तरी आठ दिवस पाखरागत उडून जातील. काय तो आज कंडका पाडायचा असं ठरवून कल्लव्वानं चुलीत राकुंडीचं टपार घातलं. त्यात तंबाखू घातला आणि चुलीतल्या इंगळाकडं बघत बसली.

थोरला म्हस घिवून परड्यातनं सरळ चपरात आला. म्हशीला कसंबसं बांधलं आणि तिच्यासमोर पयानाची पेंडी टाकली. गडी भुकंनं पार व्याकुळलाता. घरात आल्या आल्या त्यानं तांब्याभर पाणायत तोंड खदबळलं आणि तांब्या तिथंच ठेवून डेऱ्याजवळ बसला. कल्लव्वाचं राकुंडी घासणं चाललंत.

"आगं, मला वाढायचं काय तरी बघ की." थोरल्यानं समोरच्या तांब्यातलं पाणी पीतच सांगितलं.

"मग मी काय बसलोयऽऽ त्याच कामात हाय की."

"आयला, आरामशीर घासणी लावलीया की, आनी म्हणं बसलोय काय?"

"जरा पोटाला येळ झाला की आसं व्हतंय एवढं म्हाईत हाय तर दुसऱ्या कामाचाबी जरा आसाच इच्चार करावा म्हणतोय मी."

"आनी तुझं कुठलं काम ऱ्हायलं बिनइच्यारांचं?"

"आज आठवड्यावर म्हाईची पुनावं आली तर कोण डोस्क्यात घ्याल तयार ऱ्हाईऽऽ मी एकटीनं काय जीव द्यायचा?..."

कल्लव्वा रडकुंडीला आल्यागत बरळली. थोरल्याला जेवायच्या वक्ताला

हा विषय नको होता. त्यानं बोलायचीच टाळाटाळ केली. तशी कल्लव्वा बिथरल्यागत झाली. तिच्या तोंडाचा धरबंद सुटला.

"आज एकदा ह्या गोष्टीचा कंडका पडून जाऊ दे. काय मनात हाय ते एकदा सांगून टाका. उगंच माझ्या डोस्क्यात रक्का नको..."

"तुझ्या डोस्क्यात आणि कसली रक्का पडलीया. आजून माप आठ दिवस हायीत. जरा थंडपनानं वागशील का न्हाई." बसाप्पा एकदम बिनसला.

"आठ दिवस हाईत! कशाला? कशाचा कशाला पत्ता न्हाई आनी आठ दिसांत काय करणार हाईसा. काय लागतंय? काय घ्यायचंय? कसं करायचं? कोव कोण जायचं? ह्येचा इच्चार आत्ता न्हाई करायचा, तर मग काय जात्याल्या दिसी करायचा? बोललं म्हणजे त्वांड दिसतंय. खरं ह्या गोष्टी कुणाला दिसत्यात? आजच्या आज इंचनाळला जाऊन त्या बाईला सगळं बयाजवार इच्चारून येवा. काय काय घ्याचं, कधी जायाचं त्ये ठरवून येवा म्हणजे बाकीच्या जोडणीला लागाय बरं..."

कल्लव्वा रागाच्या फणकाऱ्यात सगळं भडभडून बालत गेली. थोरल्याला आता काय बोलून उपेग नाही असं वाटाय लागलं. त्यानं वाढलेलं ताट गुमान समोर वडलं. तुकडा मोडायला सुरुवात केली. कल्लव्वा कायबाय अजून बडबडतच होती. तिचा सगळा संताप आता बाहेर पडायला लागलाता. थोरल्याला तुकडा मोडता मोडता तिचं बोलणंच खरं वाटाय लागलंतं...

थोरल्यानं ताटात हात धुतला. अंगावरच्या टावेलला हात पुसतच तो बाहेर पडला. त्याच्या डोक्यात वाळवीचं किडं लिवलिवू लागलं... न्हाई म्हटलं तरी ह्या कामाला चार पैसे खर्च व्हणारच... आतापातोर आपण तजवीज कराय पायजे व्हती खरं. झालं ते गेलं. आतातरी हिकडचं तिकडं कराय पायजे. कुठनं तरी चार पैसे रीन काढाय पायजे.

थोरला आपल्याच तालात म्हारोड्याकडं वळला. आपण काय करायला चाललोय त्यालाच आठवेना. फुला जोगतीणीचं घर जवळ आलं. तसा थोरला जरासा ताळ्यावर आला. मनातल्या मनात त्यानं कसलाबसला हिशोब केला. फुलाच्या दारात आल्यावर त्यानं लांबनंच फुलाला हाळी मारली. फुलाची आई थोरल्याला बघून बाहेर येतच म्हणाली...

"लांब फिराटी मारल्यासा जी."

"आलतो आपला निमितानिमित... फुला हाय घरात?"

"न्हाई जीऽ आत्ताचं कुठ खालच्या बाजूला गेलीया. वाईच थांबा. आणतो बलवून..." म्हणतच फुलाची म्हातारी म्हारोड्याच्या तटाकडं सरकली. थोरला रस्त्यावरच हिकडं तिकडं करत उभा राहिला...

फुला जवळजवळ पळतच आली. बसाप्पा दारात उभा राहिलेला बघून तिला कससंच झालं.

"आत ये की गाऽऽ" म्हणतच आत पळत तिनं आडभित्तीला लागूनच बोऱ्या टाकला. बसाप्पा आत जाऊन टेकतच म्हणाला,

"पुनवंला डोंगराला जाणार न्हवंऽऽ"

"तर... चुकवून कसं जमलं... तुमचं काय करणार?"

"त्येच इच्चारायला आलोय. मागल्या वर्षी त्या कदमाच्या पोरीला किती खरंच आला?"

"त्येचं सगळंच वायलं हाय गाऽऽ. पोरीचा खरच येगळा, पोरचा खरच येगळा."

"तरी केवढ्यात बसलं?"

"त्यास्नी सगळं मिळून हजाराला पडलं आसंल की; खरं, तुम्हास्नी जास्ती लागलं. पोरांचं करायचं म्हणजी बायकापरास सगळंच येगळं आसतंय... शेवन्ताक्कानं सांगितलं आसंल की?"

"न्हाई बा, तिच्याकडं उद्या जावावं म्हणतोय. त्येचा आगुदर तुला म्हाईत आसंल म्हणून आलतो..."

"आमी काय पोराचं अजून कराय न्हाई बाऽऽ त्यातलं काय लईसं म्हाईत न्हाई. खरं बघितल्यालं सांगतोय. पोराच्या येळंला सगळं मिळून दीडाकडं जाईल. त्यात घरातली तुमी कितीजन येणार ह्येच्यावर सगळं. जोगतीनी दोन तरी न्ह्यायला पायजेत. एखादा जोगता तुमच्या खर्चात न्हेला पायजे. मग सामानबिमान. लागू दे कितीबी, खरं आटपा तिकडं..."

"आटपायचंच म्हणतोय. एकदा मागं ऱ्हायलं की मागंच ऱ्हातंय! काय त्येच्या नशिबात आसंल तसं व्हईल..." थोरला काळजीत पुटपुटला.

"नशिबाचा भोग काय कुणाला चुकाय न्हायी. माणसानं म्हणून काय व्हतंय? सगळी दोरी त्येच्याच हाता हाय." असं म्हणून फुला आपल्यातच बुडाली.

थोरला जागचा हलला.

"जातो", म्हणतच चौकटीतनं बाहेर पडला. त्याच्या डोक्यात दीडचा आकडा उलटसुलट फिराय लागला... ह्या दिसात एवढा पैसा गोळा घालायचा म्हणजे काय काय करायचं...? हातउसण्यावर ह्ये काय भागंल असं दिसत न्हायी... थोरला आपल्याशीच पुटपुटत वाटंला लागला. प्रत्येक पायाबरोबर एकएक प्रश्न त्याला इंगळीगत डसू लागला...

घरात सगळी धावपळ चाललीती. कुणाला कुणाचा मेळ बसत नव्हता.

कल्लव्वा एक एक गठलं बांधून बाजूला करत होती. शेवन्ताक्का एका जाग्याला बसून सगळं बयाजवार सांगत होती. काय चुकलंमाकलं बघालीती. जाधवाची पारव्वा शेवन्ताक्काजवळ बसून जगातलं सामान घासून पुसून जगात लावालीती. पमी खोपड्याला उभा राहून सगळंच इपरीत बघितल्यागत बघालती. न्हाई न्हाई म्हणता तीन ताट गठली झाली. तरी सामान उराय लागलं. तसं कल्लव्वानं काळ्या पट्ट्याचं एक पोतंच माळ्यावरनं खाली घेतलं. दोन गठल्यांचं एक गठलं केलं. उरलेलं सामान एका सिमेंटच्या पिसवाटात कोंबलं. एवढ्यात दारातनं शिऊ-शिंदीन आराडली,

"आगऽ, भाईर पडा. सगळी माणसं देवळाला गेली." शिऊच्या आवाजानं सगळ्यांची तारांबळ उडाली. कल्लव्वाचा जीव खराशीला आला. शेवन्ताक्का काय ऱ्हायलंय का, ते परत परत अठवून बघलती.. पारव्वा जगाची चुंबळ घेऊन तिला शिवून घट्ट करालीती. शिऊ शिंदीन घरात घुसली. तशा सगळ्याजनी उठल्या. अजून कल्लव्वाचं लुगडं बदलायचं होतं. ती घस्सकन दांडीवरचं लुगडं घीवून खोपड्याकडं सरकली. तशी शिऊ शिंदीन खेकसली, "गडबडीच्या टायमाला जरा गडबड करावी."

"आमी काय बसलोय व्हय गं, काकू?" असं म्हणतच आक्काव्वानं दोन्ही पिसवाटास्नी दत्ताळ्या बांधल्या. गठली उचलून बघितली. शेवन्ताक्कानं पदर सरळ करतच तोंडावरनं हात फिरविला. एवढ्यात दारात बाळू म्हाराच्या हालगीवर ठोका पडला. थोरल्यानं आत येतच सगळ्यास्नी बजावलं,

"आता टायम व्हतोय. भाईर पडाच."

तशी शेवन्ताक्का उजदाराच्या दाराला आली. पारव्वानं- "उदं ग आई उदंऽऽ" म्हणतच जग उचलला. तिनं जग हालवतानं उदंऽऽ म्हणायला उघडलेलं तोंड बाहेर गल्लीत आल्यावरच मिटवलं. बाळू म्हाराच्या हालगीनं चांगलाच ठेका धरला आणि साबीसुबी असणारी तानू सुतारीण घुमाय लागली. बघता बघता गल्ली पोराटारांनी गच्च झाली. शेवन्ताक्कानं तायाप्पाला जवळ घेतलं. आतल्या सोप्याला देव्हाऱ्याजवळ नेलं. पुजलेल्या परडीजवळचा भंडारा त्याच्या कपाळाला लावतच "उदं ग आई उदंऽऽ." म्हणत परडी उचलली. तायाप्पाच्या हातात दिली. संगप्पानं गठलं उचलून डोक्यावर घेतलं. पाठोपाठ आक्कव्वा आणि थोरला गठली घेऊन बाहेर आली. दारात आल्यावर सगळ्यांनी तालात आवाज काढला-

"उदं ग आई उदंऽऽ"

गल्लीतल्या पोरांनीबी त्या आवाजात आवाज मिसळला. सगळी गल्ली आवाजानं भरून गेली. तेवढ्यात रामा मान्यानं बाळू म्हाराला ओरडत,"आता

जागा हालीव गाऽऽ.'' म्हणून सांगितलं. बाळू म्हारानं हालगीचा ठेका धरूनच पाय हालवलं.

तानू सुतारणीच्या जोडीला आता म्हाराची फुला आणि म्होयत्याची गंगव्वा ताल धरून नाचालत्या. त्यांच्या घुमण्याची गती वाढत गेली. सगळ्यांनी पाय हालवतच तोंडातनं आवाज काढला,

''उदंऽऽ गऽऽ आई उदंऽऽ.''

गल्लीच्या गल्ली पुढं सरकाय लागली. सगळ्यात म्होरं बाळू म्हाराची हालगी. मध्ये नाचणाऱ्या बायका आणि पाठीमागं माणसांचा घोळका.

घोळक्यात जग डोक्यावर घेतलेली पारव्वा सगळ्यात पुढं. बरोबर शेवन्ताक्का. गल्लातल्या आयाबाया घरातल्या पाण्याच्या घागरी पारव्वाच्या आणि शेवन्ताक्काच्या पायावर वतू लागल्या. दिसंल त्या मानसाला भंडारा लावत कोंडकरची लक्ष्मी पुढं झालती. एकेक माणूस घोळक्यामध्ये सामील होत होतं. चार पावलं तरी देवाबरोबर चालावं म्हणून पुढंपुढं सरकत होतं.

विठोबाच्या देवळाला सगळी गर्दी आली आणि बाळू म्हाराला भलताच ताव चढला. हालगीचा ठेका तापल्या उन्हाबरोबर वाढत गेला. हालगीच्या वाढत्या आवाजानं शेवन्ताक्का एकाएकी घुमाय लागली. घुमता घुमता तानू सुतारणीच्या जोडीला जाऊन नाचाय लागली. मान्याचं भीम्या सगळ्यास्नी बाजूला सारतच म्हणालं,

''आगाऽऽ, ह्या गतीनं गाव सरायला दिवस मावळंल... जरा लगबग हाला.''

बाळू म्हार मनात नसताना हालला. पोरांचा 'उदं गऽऽ आई उदं गऽऽ'चा ठेका चालूच होता. घोळक्याच्या मध्यभागी असणारा तायाप्पा मुंगीगत एक एक पाय पुढं रेटायला लागलाता.

लक्ष्मीच्या देवळाला देव आलं आणि गाव देवळाला जमा झालं. कोण भंडारा लावालंतं. कोण जाणाऱ्यांच्या पाया पडलंतं.

''जपून जावाऽऽ, जपून येवा.''

कायबाय सांगणं चाललंतं. नाचणाऱ्या बाया आता फेसाळल्यात्या. बाळू म्हाराच्या हालगीचा ठेका आता सवडी सवडीनं पडालता. देवळाच्या पायरीपास्नं ते लाकडीबाईच्या घरापर्यंत सगळी माणसं दाटीवाटीनं उभा राहिलीती. डोंगराला जाणाऱ्या बायका लक्ष्मीला कापूरसाखर जाळून पाया पडाय लागलात्या. एवढ्यातच घुमणारी शेवन्ताक्का आचकं घ्यायला लागली. सगळी माणसं गप्पगार झाली. कुणालाच काय समजेना. शेवन्ताक्का मोठ्यानं घुमाय लागली. तशी पारव्वा डोक्यावरचा जग सांभाळतच हातातली भंडाऱ्याची पिशवी

कंबरंला खोचून पुढं होतच म्हणाला,

"देवाऽऽ, गाडीला टायम व्हतोय. आवरा."

शेवन्ताक्का तिचं काय न ऐकल्यागत पुन्हा घुमाय लागली. घोळक्यात उभा राहिलेली घोरपाड्याची म्हातारी जाणत्यागत पुढं होतच म्हणाली,

"देवा, काय आसंल ते कोडं लवकर फोड."

तशी शेवन्ताक्का घुमता घुमताच म्हणाली,

"माझ्या जुन्या झाडाची आठवण कुणालाच कशी न्हाई... माझ्या जुन्या झाडाला बलवा."

घोरपाड्याची म्हातारी बुचकळ्यात पडली. गावातली म्हातारी जोगतीण कोण हे तिला बी आठवंना. एवढ्यात घोळक्यातनं कोणतरी आरडलं,

"लीकमाची म्हातारी म्हणत आसलं बगा."

घोरपाड्याच्या म्हातारीच्या डोक्यात उजेड पडला.

"देवा, तुझं झाड लई ठकलंय... त्येला आता कसं आणायचं..."

"म्हणूनच म्हणतोय, माझ्या झाडाला पाया पडून, भंडारा लावून येवा."

सगळी एकमेकांत कुजबुजाय लागली. थोरला पुढं झाला. शेवन्ताक्काजवळच्या भंडाऱ्याची पिशवीतील चिमट घेऊन लीकमाच्या घराकडं सुसाट सुटला. एवढीच संधी साधून बाळू म्हारानं पुन्हा आपल्या हालगीचा ठेका सुरू केला. थांबल्याल्या तानू सुतारणीनं पुन्हा ठेका धरून नाचाय सुरुवात केली. माणसं 'उदं ग आई उदंऽऽ' म्हणत भातेभोर झाली. सगळ्यांच्या मनात डोंगराच्या बाईचं म्हातमं शिजाय लागलं. बघणाऱ्याच्या डोक्यात बरंच कायबाय याय लागलं. मान्याचं भिमश्या मात्र ह्येचं कवा आटपायतंय म्हणतच चावडीच्या पारावर टेकलं. हालगी पुन्हा जोरदार वाजाय लागली. शेवन्ताक्का आपण बोलालतो, हे विसरून नाचाय लागली. थोरला धापा टाकतच देवळाला आला. तसा भीमा मान्या उठतच म्हणाला,

"झालं आसलं तर चलगा. कुंडाला तेवढं जावून वाटंला लागू या."

आजून काही काही माणसांचं लक्ष्मीला पाया पडायचं राहून गेलं होतं. ती गप्पकन देवळात घुसली. थोरल्यानं तायप्पाला देवळात जाऊन यायला सांगितलं. तसा तायाप्पा बारक्या पोरागत गडबडीनं देवळात घुसला. देवळासमोरची सगळी माणसं 'उदं ग आईऽऽ उदंऽऽ' म्हणत कुंडाकडं वळली.

मंडळी म्हारोड्याजवळ आली आणि इतका वेळ जांभया देत बसलेली फुला घुमाय लागली. निम्मा शिम्मा म्हारोडा घोळक्यात सामील झाला. म्हारोड्याच्या पाठीमागं कुंड. कुंडाकडं देवाला जाणारी तेवढीच पाच-पन्नास

माणसं गडबडीनं पुढं झाली. कुंडाची पूजा करून बाळू म्हाराच्या हालगीची वाट बघू लागली.

तायाप्पा घरापास्नं हालगीच्या ठेक्यावर नुस्ता मनातल्या मनात डुलालता. कुंडाजवळ आल्यावर त्याच्या डोक्यात काय शिरलं कुणास ठाऊक, तो बसल्या जागावरच हालगीचा ताल धरू लागला. जवळ उभा राहिलेली आक्कव्वा त्याच्याकडं डोळ फाडून बघू लागली. बाळू म्हारानं कुंडाला वळसा घालूनच हालगीचा ताल वाढवला, तसा तायाप्पा एकदम उभा राहिला. आक्कव्वा दचकली. तिनं तायाप्पाला घस्सकन मागं वडतंच विचारलं,

"आर, खरंच वाऱ्याची झुळुक, का उंगउगं घुमालास?"

आक्कव्वाच्या बोलण्यानं तायाप्पा एकदम माणसात आला. त्याचं त्यालाच मेल्यागत झालं. तो लांब बघत उभा राहिला. माणसं कुंडाची पूजा आवरून तिट्ट्याच्या बाजूला वळली. तायाप्पा तोडांत मारल्यागत चालाय लागला.

तिट्ट्यापर्यंत माणसांची गर्दी बरीच कमी झालती. देवाला जाणाऱ्या माणसांच्या घरातलीच मंडळी दिसाय लागलीती. तरी शंभर दीडशे माणूस तिट्याजवळ होतं. तिट्याजवळ आल्यावर बाळू म्हारानं हालगी थांबवली. नाचणारं एक एक झाड जाग्यालाच घुमाय लागलं. सगळ्यांच्या मध्ये घुमणारी शेवन्ताक्का घटकाभर घुमली आणि झाड सोडून मोकळी झाली. तिच्या डोळ्याला पाणी लावून पाया पडणाऱ्यांची गर्दी झाली. तायाप्पा सगळ्यांच्याबरोबर शेवन्ताक्काच्या पाया पडला तशी आक्कव्वा पुढं झाली. तिनं तायाप्पाला शेवन्ताक्काजवळ उभं केलं. हातातला पाण्याचा तांब्या दोघांच्या पायांवर वतला. हातानंच दोघांच्या डोळ्यांच्या पापण्या वल्ल्या केल्या आणि पाया पडून त्यांच्या हातावर गुळाचा खडा ठेवला. ज्यानं त्यानं आपापल्या माणसास्नी पाणी दिलं. सगळी बोजे उचलून हिंग्लजाकच्या बाजूला तोंड करून वाटंला लागली. पन्नास माणसांचा ताफा ओरडला,

"उदं गऽऽ आईऽऽ उदंऽऽ."

कल्लव्वा हातातला तांब्या सारवतंच त्या आवाजात आवाज मिळ्ळून राहिली.

सगळी 'जातो जातो' म्हणत हात हालवत वाटंला लागली. आक्कव्वाचा हात वर गेलाच नाही. ती फक्त घोळक्याच्या मधून चालत जात उदं गऽऽ आईऽऽ उदं म्हणणाऱ्या ताफ्याकडं बघत राहिली. माणसं डोळ्यांच्या आड झाली तरी आवाज येतच होता. आक्कव्वा भानावर आली तेव्हा माणसं नायकी ओलांडून गेलती. तिनं मनातल्या मनात डोंगराच्या बाईला हात जोडला. ओठ आपोआपच हाललं,

"उदं गऽऽ आई उदंऽऽ."

ती घराकडं वळली. तिचं पाय जड झालंतं.

...हिंग्लजच्या स्टॅण्डवर बघंल तिकडं डोंगराला जाणारी माणसंच दिसाय लागलीती. सगळ्यांची कपाळं भंडाऱ्यांनी माखलीती. प्रत्येक गावाचा घोळका वायला बसलाता. सगळं स्टॅण्ड भरून गेलतं. माणसाला उभा राहायला जागा नव्हती. असल्या गचडीतच कुठल्या कुठल्या गावच्या देववाल्या हालगीच्या तालावर जागा मिळंल तिथं नाचायला लागल्यात्या. जमलेली माणसं इपरीत बघितल्यागत बघाय लागलीती. कोण कोण भंडारा लावून घेवून नाचणाऱ्या बाईच्या पाया पडून पुढं जात होत!

तीनला गाडी स्टॅण्डवर आली आणि सगळ्यांची झुंबड उडाली...

सगळ्यांनी आपापली माणसं आली का नाही, सामान आणलं का नाही, बघत बघत सगळी गाडी डोक्यावर घेतली. यातच हारबा मान्याची पोरगी चळ धरून रडायला लागली. सगळी गाडी तिच्या रडण्याच्या आवाजानं भरून गेली. सगळ्या आपापल्या गोंधळात असल्यामुळं कुणाचंच तिच्याकडं लक्ष नव्हतं. गाडीत ड्रायव्हर बसायला चार वाजलं. भीमसुभान्यानं गाडीत चढता चढताच तोंडातला पानाचा चोथा खाली टाकला. तो जाग्याला आला आणि गाडी सुरू झाली. तसा सगळ्या बायकांनी सूर धरला-

"उदं गऽऽ आई उदंऽऽ."

गाडी हिंग्लज ओलांडून भाईर पडली. मोकळ्या हवेनं मोकळी झाली. मघापासनं गुदमरलेला तायाप्पा जरासा मोकळा झाला. बायकांचं कालबाल अजून चाललंतंच. पोरंटारं गाडीच्या भाईर बघीत गप्पगार बसलीती. बापयमाणसाचं आपलं आपलंच कायबाय चाललंत. गाडीच्या वेगाबरोबर तायाप्पाचं मन देखील धावाय लागलतं... एका एकातनं भाईर येतोय तर एक एक पाठीमागनं! च्यायला ह्या डोंगराच्या बाईला मीच कसा दिसाय लागलोय?

गाडी संकेश्वरच्या वळणावर वळली आणि बाकड्याच्या कडंला बसलेला तायाप्पा पडता पडता सावरला. शेवन्ताक्कानं त्याला हालवत विचारलं,

"का झोप यायला लागली व्हय रं?"

"न्हाई बाऽऽ." म्हणतच त्यानं एस.टी.च्या खिडकीतनं बाहेर बघायला सुरुवात केली. संकेश्वरच्या पुढं रान म्हशीच्या पाठीगत काळंभोर दिसालतं. बाभळीशिवाय कुठंच झाडाचा पत्ता नव्हता. शेताला बांध असा सापडतच नव्हता. सगळं काळंभोर लोण्यागत रान. तायाप्पा रानातच गुंतून गेला.

"व्हय रंऽऽ येतानं समोरची इंदी तुला काय म्हणालीती?"

तायाप्पाच्या कनाला लागतच मागच्या बाकावर बसलेली मोऱ्याची आक्कव्वा

म्हणाली, तसा तायाप्पा विचारात पडला. त्याला आक्कूकाक्कू काय विचाराय लागलीया हेच समजत नव्हतं. त्यानं कोरड्या तोंडानं पुन्हा समोर बघाय सुरुवात केली. तशी आक्कव्वा त्याला खोचरतच म्हणाली,

"आगाऽ मी काय विचारतोय?"

तायाप्पानं पुन्हा तिच्याकडं बघितलं तशी ती पुन्हा त्याच्या कानाला लागतच म्हणाली,

"आरं, ती काळी रांड काय काय लयी म्हणतली म्हणं?"

"कोण...?"

"तुझ्या दारासमोरची..."

"काय म्हणालती-"

"ह्येच की तुझ्याबद्दल..."

"म्हणू देत तिच्या आयलाऽऽ."

म्हणत तायाप्पानं तिच्याकडं लक्षच दिलं नाही. तो पुन्हा रानाकडं बघत बसला. गाडीच्या भिरभिरीत त्याला केव्हा डोळा लागला कळलंच नाही...

त्याला जाग आली तेव्हा अंधार गच्च झालता. गाडीचं दिवं भुईवर दूध सांडल्यागत पसाभर जाग्यातच लुकलुकालतं. त्यानं डोळं चोळतंच इकडं तिकडं बघितलं. कल्लव्वा त्याला हात लावून सांगालती,

"गोकाक गेलं- एऽऽ."

त्यानं किंचित हसतच आईकडं बघितलं. बायकांचं अजूनबी बडबडणं चालूच होतं. त्याला बायकांच्या तोंडाची गंमतच वाटाय लागली. भीमसुभान्या टाळा पगळून घरात झोपल्यागत घोरलता. त्याच्याकडं बघतच शेवंतामावशी म्हणत होती-

"काय बाई माणसांच्या झोपा तरी- घरात घोरल्यागत बापडा घोराय लागलाय. काय करायचं सांग...?"

"आसती खोड एकाएकाला." म्हणतच कल्लव्वानं शेवंताला गप्प केलं.

...गाडी मनोळीच्या नदीवर थांबली आणि सगळी अंग मोडत उभा राहिली. भीमसुभान्याला कुणीतरी उठवलं. हारबा मोऱ्या आपलं सामान घेऊन सगळ्यात आगोदर खाली आला. तायाप्पा पाठोपाठ उतरला. बघतो तर सगळ्या बाजूनं बैलगाड्या. बघंल तिकडं कंदिलाचा उजेड आणि बैलांच्या घुंगरांचा आवाज. माणसं मुंगीच्या रिवाणागत हिकडनं तिकडं फिरत असलेली. रस्त्याच्या दोन्ही बाजूला कसली बसली दुकानं. नदीच्या दोन्ही बाजूनं सगळं भरून गेलतं. अंधारातनं सगळं भुतोबाच्या जाळागत दिसत होतं.

गाडीतनं सगळी पोरंटोरं- सामानसुमान उतरत अर्धवट जागी झालेली सगळी उतरल्या उतरल्या खडी जागी झाली. हारबा मोऱ्या दादू कुपट्याजवळ जातच म्हणत होता,

"कुठंतरी जागा बघाऽऽ. सगळ्यास्नी नेऊन टाकूया एकदाऽऽ."

"आगा तूच हो की पुढं- ह्ये सगळं रान मोकळंच हाय. त्यातल्या त्यात बरी जागा बघ, जास्त लांबबी नको. घाण आसतीया..."

"मग हितं जवळ कुठं मिळणार- हे तर गाडीवाल्यांनी येरगटलंय..."

"आगा, कुठंबी गेलास तरी गाड्या दिसणारच. त्यातनंच जरा बघायचं..."

"मग तूच चल की..."

असं म्हणत हारबा मोऱ्यानं पाय मागं वडला. तसा भीमसुभान्या बसाप्पाला पुढं घालतच म्हणता,

"आगा तुमी जरा माहीतगार माणसं व्हा की पुढं."

"कशाचं म्हाईतगार? मी तर आवंदाच आलोय." म्हणत बसप्पा टेकलाच. एवढ्यात शेवन्ताक्का पुढं होतच हात नाचवत म्हणाली,

"आमच्या गावची माणसं उतरत्यात त्यो जागा दावतो, येवा."

शेवन्ताक्का पुढं होवून बैलगाडीतनं वाट काढत रस्त्यापासून चार कासरं आत गेली. नदीच्या काठानं बघंल तिकडं कंदीलच दिसाय लागते. तशी शेवन्ताक्का पुटपुटली,

"आवंदा जत्रा मोठी दिसतीया बाबाऽऽ."

"काय गाड्या मावंनात की गाऽऽ. आमच्या गावच्या गाड्याबी हितंच सोडल्या असतील की."

"किती आल्यात गाड्या?"

"तरी पाच आल्यात की."

असं म्हणतच भीमसुभान्या पुढं झाला. हिकडं तिकडं बघतच त्यानं जवळच्या गाडीवाल्याजवळ जातच हाक दिली,

"पावणं, कंदील जरा मिळंल काय?"

"कुठल्या गावचं पावणं...?"

असं म्हणत गाडीजवळ पंगतीत बसलेला पावणा उठून त्याच्याजवळ आला. शेवन्ताक्काला माणूस मराठी बोलतोय म्हटल्यावर बरं वाटलं. भीमसुभान्यानं त्याला कायबाय सांगतच गोड बोलून कंदील तेवढा पदरात पाडून घेतला. जवळपास सगळं उसाचं रान दिसाय लागलतं. भीमसुभान्या कंदील घेवून माघारी फिरला. आलेल्या वाटंच्या आजूबाजूला बघतच पुढं चालला. तशी शेवन्ताक्का मध्येच खळ्याएवढी जागा दाखवत म्हणाली,

"हितंच आणून टाकूया कीऽऽ."

"चालतंय."

म्हणतच भीमसुभान्या कंदील तिथंच ठेवून रस्त्याकडं निघाला. सगळ्यास्नी आपापली गठली उचलाय लावून आपलं गठलं घेवून पुढं झाला. सगळी पेंगुळल्यासारखी झालती. भीमसुभान्याच्या पाठीमागनं सगळी कंदील ठेवल्याल्या जाग्याला आली. तशी शेवन्ताक्का सगळ्यांना डाफरतच म्हणाली,

"लवकर लवकर काय आटपायचं ते आटपून झोपा. उद्या उजाडायला लिंब नेसून हालाय पायजे...!"

सगळ्यांची भाकरी सोडायची, पोरांना द्यायची गडबड सुरू झाली. भीमसुभान्या एवढीच संधी साधून मनोळी गावच्या दिशेनं चालला. त्याला अंग आज उगचच दुखत असल्यागत वाटत होतं...

...शेवन्ताक्कानं कोबडा आरवायच्या वक्तालाच कल्लव्वाला जागं केलं. पारव्वाला उठवून बसवलं. तशा सगळ्या बायका जागा झाल्या. मनोळीच्या नदीवर कोण कोण लिंब नेसणार त्यास्नी लवकर उठायला सांगून शेवन्ताक्का नदीच्या काठाकडं सरकली. रातभर सारख्या बैलगाड्या, एसट्या पेव फुटल्यागत यायला लागल्यात्या. त्यामुळं कसला तो डोळ्याला डोळा लागाय नव्हता. शेवन्ताक्काच्या मागनं पारव्वाबी नदीकडं वळली. दोघी मिळून वरसाच्या आंघोळीच्या जाग्याला आल्या. असल्या अंधारात सुद्धा कितीतरी बायका आंघोळी आटपून निवद शिजवायला लागल्यात्या. पारव्वाला नवीन नव्हतं. वरसाला बघून बघून सवयीचं झालतं. जाऊन अंग धुवून घेतलं. कल्लव्वा सगळं आवरून दोघी-चौघीस्नी घेवून काठावर येतच म्हणाली, "शेवन्ताक्का, ही माणसं राच्याला झोपलीती काय न्हाई गऽऽ?"

"देवाच्या वाटंला झोपायचं नसतंय बाई." पारव्वा लुगड्याच्या निऱ्या करीतच बोलली.

"तसं न्हवं गऽऽ आता ह्येंच्या पोळ्या सुरू झाल्या म्हणजे बघ की..." कल्लव्वा.

"खरं ह्येनी पुराण वाटलं कशावर?" मान्याची आक्कव्वा.

"हितली दगडंबी पाट्यागत होईत. जरा धुवून त्यांच्यावरच वाटायचं..."

"आई गऽऽ."

मिसाळाची बसव्वा एकदम आकासली, तशी शेवन्ताक्का तिची समजूत काढतच म्हणाली,

"त्यात काय वाटून घ्यायचं बाई... देवाच्या वाटंला समदं सारखंच

आसतंय...''

...सगळ्या बायकानी अंग धुवून घेतलं तसं शेवन्ताक्का सगळ्यास्नी घेवून ठिकाणाला आली. बापयमाणसातलं अजून कोणच उठाय नव्हतं. भीमसुभान्याच्या घोरण्याचा आवाज सगळीकडं भरून गेलता. बायकांनी मोठं मोठं दगड गोळा करून दोन-तीन चुली केल्या. हिकडं तिकडंच्या काटक्या गोळा करायला जिकडं-तिकडं गेल्या. शेवन्ताक्कानं काय काय करायचं ते कल्लव्वाला नीट समजून सांगितलं आणि आतातरी डोळा लागतोय का बघावं म्हणून आडवी पडली...

बायकांचं समदं आटपत आलतं. कल्लव्वानं शेवन्ताक्काला हाक मारली तर शेवन्ताक्का जागीच होती. शेवन्ताक्कानं सगळ्या बापयास्नी उठवलं. काहीजणं आगोदरच उठून नदीकडं गेलतं. तायाप्पा उठून केव्हाच सगळं आवरून आलता. शेवन्ताक्कानं त्याला जवळ बोलवून घेतलं.

''हे बघ आत्ता हितनं लिंब नेसून डोंगरापतोर जायाचं हाय.''

शेवन्ताक्का त्याला समदं समजून सांगू लागली. तायाप्पा मान हालवतच बसला. सगळ्या बायकांनी आपआपली गठली बांधली. बापयांनी सगळं आटपून घेतलं, तशी शेवन्ताक्का लिंब नेसणाऱ्या माणसास्नी घेवून नदीवर आली. पारव्वा, शेवन्ताक्का आणि तानू सुतारीण आपापल्या परड्या घेवून काठावर थांबल्या. बायकांच्यापैकी चौघीजणीच लिंब नेसणार होत्या. सराईत लिंब नेसणाऱ्या नदीत उतरल्या. अंगावर पाणी घेवून ओल्या अंगानंच काठावर येऊन उभ्या राहिल्या. पुरुषमाणसांत एकटा तायाप्पाच! तो नदीत उतरला. बुचकळी मारली आणि तिथंच अंग चोळत उभा राहिला. तशी कल्लव्वा ओरडली,

''आरं ही काय दिवाळीची आंघूळ नव्हं. आटीप लवकर.''

तसा तायाप्पा गडबडीत बाहेर पडला. बायकांच्या जवळ उघड्या अंगानं उभा राहिला. तशी मान्याची गंगव्वा त्याच्या उघड्या अंगाकडं बघतच म्हणाली,

''काय नुस्ती हाडंच उरल्यात बाईऽऽ''

तिच्या बोलण्याकडं लक्ष द्यायला कुणालाच सवडच नव्हती. पारव्वानं आपला 'जग' आणून समद्यांच्या मदी ठेवलता. भोत्यानं पाच परड्या मांडल्या. तायाप्पाला जगाजवळ बोलावून घेतच शेवन्ताक्कानं परड्या वाळल्या निवदानं भरल्या. उदकाडी लावली. जवळचा नारळ परडीजवळ पूजतच पारव्वानं कापराची वडी लावली आणि तानू सुतारणीनं 'उदं ग आई उदंऽऽ' म्हणतच हातातल्या लिंबाच्या काड्यांची पेंडी सोडली. उगवतीकडं तोंड करून तायाप्पाला उभं केलं. शेवन्ताक्कानं एकएक काडी धरून तायाप्पाला करदोड्यावरनं सुताचा

एक फेरा घेत लिंबाच्या काड्या त्याच्या कमरेच्या भोत्याभोर बांधल्या. लिंबाचा पाला अंगाला लागला, तसं तायाप्पाला गुदगुल्या झाल्यासारखं वाटाय लागलं. मध्येच एखादी काडी बोचल्यागत वाटाय लागलं. झाडावर चढल्यावर पानं अंगाला लागली की, त्याला गुबगुबीत हसू यायचं. पण आत्ता लिंब कमरेभोत्यानं असूनबी तो फक्त मख्खपणे पाहत उभा राहिला. त्याच्या डोक्यावर दोन मोठाल्या लिंबाच्या काड्या ठेवून दिल्या. शेवन्ताक्कानं बाकीच्या बायकांना लिंब नेसवायला सुरुवात केली. कल्लव्वा लिंबनेसल्या तायाप्पाला डोळं फाडून बघू लागली. तिचं तिलाच सगळं इपरीत वाटाय लागलं. सगळ्या बायकांना लिंब नेसल्यावर शेवन्ताक्कानं प्रत्येकाच्या तोंडात एक एक लिंबाच्या पाल्याची काडी दिली. तायाप्पाजवळ आल्यावर तिचा हात थांबला. तिनं हिकडं तिकडं बघतच स्वतःला सावरलं आणि तायाप्पाच्या तोंडात लिंबाची काडी देतच म्हणाली,

"जोगळभावीला जाईपतोर तोंडातल काडी सोडायची न्हाई." तायाप्पानं मान हलवली. शेवन्ताक्कानं भंडाऱ्याची पिशवी काढली. कपाळावरून भंडारा माखला. परड्यास्नी उदकाडी लावली आणि "उदं ग आईऽऽ उदंऽऽ," म्हणतच परड्या हालवल्या. सगळ्या बायका तालासुरात ओरडल्या,

"उदं ग आईऽऽ उदंऽऽ."

...सगळ्या नदीच्या काठावर घोळक्यानं लिंब नेसवणं चाललं होतं. प्रत्येक घोळक्यातनं 'उदं ग आई उदं' चा आवाज येत होता. थांबलेल्या गाड्या आता हळूहळू जुंपल्या जात होत्या. सगळ्यांनी आपापली गठली डोक्यावर घेतली. भीमसुभान्यानं काय राहिलंय काय बघितलं. सगळ्या माणसांच्या वरनं नजर फिरवली आणि 'चला गा' म्हणून ओरडून सांगितलं. समदी रस्त्याला लागली. तायाप्पा चालता चालताच, पुलाच्या कडेनं पाण्यात पैसे गोळा करणारी बायका-पोरं पारखून बघालता. माणसांची झुंबडच्या झुंबड. त्यात आपण नुसत्या लिंबावर. त्याला चोरल्यागत व्हायला लागलंतं. तो लिंब नेसलेल्या बायकांच्या आडून चालाय लागला.

सगळा रस्ता बैलगाड्यांनी भरून गेलता. सवारी बांधलेल्या गाड्या पिंजरानं आणि सामानानं भरलेल्या. एखादंदुसरं म्हातारं माणूस आणि पोरंबाळं तेवढीच गाडीत. बाकी सगळी माणसं रस्त्यालाच होती. एकएक रांग साठसत्तर बैलगाड्यांची. भोत्यानं माणसंच माणसं. गाड्याच्या समोर लिंब नसलेल्या बायका आणि पुरुष मंडळी. सगळी आपल्या तालात नुस्तं "उदं ग आईऽऽ उदंऽऽ" म्हणत पाय उचलत होती.

तायाप्पाला सगळीकडं बघत जरा जरा धीर येत गेला. त्याच्या पायांना गती येत गेली. बरोबरची गोडशाची लक्ष्मी आणि मस्करची रत्नी लिंब

नेसलोय हेही विसरल्या होत्या. सगळ्या माणसांच्या पुढं त्यांचं पाय पडत होतं. पारव्वा डोक्यावरचा जग सांभाळत तायाप्पाच्या मागनं मागनं चालत होती. आता कुठं दिवसाचं तोंड दिसाय लागलं होतं. चालणाऱ्यांच्या पायाला दिवसाच्या किरणाबरोबर गती येत होती...

घोळका पुढं गेला आणि तायाप्पा चालता चालताच मागं पडला. पारव्वाचा पायबी आता जड होवून पडालता. वाट काय आटपायला तयार नव्हती. बोलता बोलता वाट आटपती म्हणून पारव्वानं विषय काढला,

"मला देवाला सोडली तव्वा अर्धाभारा लिंब अंगभर बांधलाता."

"एवढा कशाला?"

तायाप्पा चालता चालताच बोलला.

"बाबा, तुमच्यासारखं नसतंय बायकांचं, ह्या बायका संसारी लिंब नेल्यागत नेसल्यात म्हणून अंगावर धडूत हाईत. आमचं तसं नसतंय. तुझ्यासारखा उघड्या अंगाचा लिंब नेसायचा. मग कंबरलाच अर्धा भारा... छातीचा येगळाच..."

"एवढं वझं घेवून चलायचं..."

तायाप्पाला आबजूक वाटलं.

"ह्या वाटंला आलं की कसलंबी वझं हालकं व्हतयं."

पारव्वा डोक्यावरचा जग सांभाळत लांब बघत म्हणाली तसा तायाप्पा आपल्यातच खोल बुडत गेला.

"ह्या देवाचं सगळंच इपरीत वाटातंय बाई. आत्ता ह्येच बघ की मी हितनं लिंब नेसून तिथंपतोर जायाचं. मग त्या देवाला काय मिळणार?" तायाप्पा बोलून गेला आणि पारव्वा एकदम त्याच्या तोडाला हात लावतच म्हणाली,

"आसलं काय ह्या वाटंला बोलायचं नसतंय बाबाऽऽ बोलणाऱ्यांचं काय व्हतंय बघशील तर भिरबाटशील..."

म्हणतच पारव्वानं आपल्या पायाची गती वाढवली. स्वतःच गुरफटत गेली. मग कायतरी आठवल्यागत म्हणाली,

"त्या गोपाळ जाधवाचं तुला म्हाईत हाय व्हव? कसला साबासुबा लोखंडागत गडी... चौघांचं काम एकटा करायचा, खरं नुस्त ह्या वाटंला कायतरी बरळला आणि बसला का न्हाई वाटूळं करून घेवून?"

"काय झालं?"

"व्हतंय काय? बायकोच्या अंगात याय लागलं. त्येच्या घरात नव्हता ह्यो देव... लागला शिव्या द्यायला, बडवायला... तसं बाईनं बघून घेतलं

की-आंग भरलं खांडकानी... पडला घर धरून!'' पारव्वा सांगत होती आणि तायाप्पाच्या अंगावर एकाएकी काटा आला. मध्येमध्ये आपण खुळ्यागतच विचार करत होतो. कोणबी कायबी सांगायचं, आपण खुळ्यागत त्येच्यातच गुतायचो. देवाचं काम त्यात आपण कुणाचं तरी काय आईकलं नाही, त्येच बरं केलं. नाहीतर आपल्याबी जगण्याचं काय खरं नव्हतं... भल्याचं कोणच नसतंय. सगळी आपापलीच...

तायाप्पा मनातल्या मनात वहावत गेला. त्यानं करकच्चून दात आवळलं तशी त्याच्या दाताතली लिंबाची ढाळी कंडका होवून पडली. तो एकदम भांबावला. खाली पडलेली ढाळी उचलून घेतंच पारव्वाकडं बघितलं.

''आसु दे. घेऽऽ असं व्हायचंच. चालतंय...''

पारव्वा त्याची अवस्था बघून पुटपुटली. तायाप्पाला धीर आला. त्यानं पुन्हा लिंबाची ढाळी तोंडात धरली. त्याचं पाय आता ढेपाळल्यागत झालतं. रस्तातर माणसांनी फुलून गेलाता. गावाची माणसं भलतीच पुढं गेलती. त्यांना गाठायचं म्हटलं तर पळतच जायला पायजे होतं. त्याला शेवन्ताक्काचं कौतुकच वाटलंत. बाई निम्मी झाल्याली खरं सगळ्यांच्या पुढं चाललती. त्याला अंतराचा अंदाज येत नव्हता.

''अजून किती लांब ऱ्हायलंयऽऽ?'' तायाप्पानं पारव्वाकडं बघितलं.

''का कंटाळलास?''

''न्हाईबाऽ खरं आजून किती लांब हाय बघावं म्हटलं...''

''आजून जोगळभाव यायला तासभर लागलं घे...''

म्हणतच पारव्वानं पायाचा वेग वाढवला. तायाप्पानंही पावलं झपाझप उचलायला सुरुवात केली. गाडीची रांग आता निम्मी शिम्मी संपत आलती. आजूबाजूच्या डोंगरांच्या रांगावरतीबी नुस्ती माणसंच दिसती. बायका तर नुस्त्या पळतच सुटल्यागत चालल्यात्या. गाड्या ओलांडून तायाप्पा पुढं आला. गाडीच्या समोर माणसांचा घोळकाच्या घोळका चाललाता. मध्ये हालगी वाजालती. गर्दीत काय चाललंय कळत नव्हतं. तायाप्पा गडबडीनं तसाच पुढं झाला तर घोळक्यात दोन तीन बायका आणि दोन बापय नाचायला लागलेलं. त्यानं पळतपळतच पारव्वाला गाठलं.

''आंगात येनारं बापय बी लय दिसत्यात की-''

''आरं बाबा, ही बया माणसाच्या तिड्यालाआनी घराच्या आढ्याला सोडत न्हाई.''

''तरी आपल्या गावात बापयांच्या अंगात कधी न्हाई आलं.''

''त्ये का रंऽऽ? सुताराच्या रामूमामाच्या अंगात येतंय की. अंगात

कुणाच्याबी येत न्हाई, त्येला लई म्हातम लागतंय.''

असं म्हणतच पारव्वानं जगाचा हात घट्ट केला.

''ह्यो जग वरसाला आणय लागतोय...''

''तर बाबा... आता एक एक गोष्ट तुला समजत जाईल.''

पारव्वा स्वतःशीच पुटपुटली. लागोपाठ तीनचार एसट्या आल्या. तायाप्पा बारक्या पोरागत गटाराकडंला जाऊन उभा राहिला.

''आरं बाबा, आता नुस्त्या गाड्याच गाड्या. असं थांबाय लागलास तर इथंच दिस मावळंल.''

पारव्वा मागं वळतच म्हणाली. तायाप्पाला चुकल्यागत वाटाय लागलं. पाठीमागनं पुन्हा गाडी आली आणि 'उदं ग आई उदंऽऽ'चा आवाज रस्त्यातल्या धुळीबरोबर पुढं गेला. तायाप्पानं देखील त्या आवाजात आवाज मिसळत आपल्या मनातल्या मनात हात जोडलं.

आता उन्हं जरा जरा दाट झालती. चणका जाणवाय लागलाता. तायाप्पाच्या उघड्या अंगावर घामाचं थेंब जमा व्हायला लागलंत. कमरंभोत्यानचा लिंब कोमाजल्यागत झालता. डोकीवरच्या ढाळ्या आता मात्र जाम्म झालत्या. रस्त्यावर माणसंच माणसं दिसालती. आजूबाजूच्या खडकाळ रानावर वाळून कोळ झालेलं गवत उन्हाच्या तिरपीनं वाकल्यागत दिसालतं. लांबपर्यंत नदार टाकली तरी कुठं म्हणून झाड दिसायला तयार नव्हतं. चालता चालता मध्येच जराशी वाऱ्याची झुळुक आली की बरं वाटत होतं. तायाप्पाच्या उघड्या अंगावर वाऱ्याच्या झुळकीबरोबर काटा उभा राहत होता. कपाळावरचा भंडारा घामामुळं वरंगाळून आता नाकाजवळ आलता. त्याचा मातकट हाळकुंड वास त्याच्या नाकाला नवानवा वाटाय लागलाता...

तायाप्पा जोगळं भावीच्या मुरग्याला आला आणि त्याच्या डोळ्यावर इसवासंच बसना. सगळीकडं मुंगीच्या रिवाणागत माणसंच माणसं. बघावं तिकडं पांढरं धोट... त्याचं डोळं फिरल्यागत झालं. एवढी माणसं आणि त्यात आपण उघडं जायचं? त्याला भिरंबाटल्यासारखं झालं. त्याच्या पायाची गती आपोआपच कमी झाली. माणसांचा कल्लोट त्याच्या कानावर येऊन आदळाय लागला. पारव्वाच्यात आणि त्याच्यात आता बरंच अंतर पडलं. तशी पारव्वा त्याची वाट बघतच थांबली. तायाप्पा चालता चालता भेलकांडल्यागत करालता. पारव्वा त्याच्या आवताराकडं बघतच राहिली. एकाएकी त्याला काय झालं कुणास ठाऊक, त्याच्या गळ्यात हुंदका आडकल्यागत झाला. त्याला अजूनबी माणसांचंच आप्रुप वाटालंतं.

''दरवर्षी एवढी मानसं असत्यातच?'' त्यानं पारव्ला विचारलं.

"खुळ्या, ही कायच न्हवं. आता वर डोंगरावर बघ, चल."

पारव्वा जराशी हालकी होत गेली.

तायाप्पा समोर पसरलेल्या आडव्या डोंगराकडं बघतच चालू लागला. उंचच्या उंच डोंगर. त्यावर चालणारी माणसं. बाजूला सर्व खोलगट शेतांचा भाग. त्याच्या डोळ्यांत सगळं मावंनासं झालं. तो चकारल्यागत चालूं लागला.

...जोगळ भावीजवळच्या झाडाखाली सगळीजन ह्या दोघांची वाट बघत बसलीती. चालून चालून फेसाळल्यागत बायकामाणसं पाय सोडून बसलीती. बापयमाणसांनी बूड टेकलतं. शेवन्ताक्का गुडघ्यावर मान टाकून बसलीती. तानू सुतारीण जवळजवळ आडवी झालंती. बारकीसारखी पोरं पेकाळून गेलती. सगळ्यांचीच तोंड सुकल्यागत झालती. पारव्वा आणि तायाप्पा त्यांच्याजवळ पोहचली. भीमसुभान्यानं तोंडातला पानाचा तोबरा थुंकतच विचारलं- "कसला गा तू तरणागडी? एवढा मागं राहिलास? ह्ये मस्करचं आण्या बघ... कडंवर चलत आलं."

"आता कुठं गड्याचं आंग भराय लागलंय की गाऽऽ"

"त्यात गडी आजारानं उठल्याला. चालायचंच!"

दादू कुपट्यानं री ओढली. तायाप्पा त्यांच्याजवळ बैठक मारतच कायबी बोलला नाही. कंबरला लिंब डसाय लागला, तसं त्याला पुन्हा गोड गोड वाटाय लागलं. तो घटकाभर दम टाकत तसाच बसला. कल्लव्वानं त्याच्या जवळ येतच सांगितलं-

"आत्ता पाण्याचा थेंबसुद्धा गिळायचा नाही. नाहीतर पाणीबीणी पिशील..." तायाप्पानं आज्ञाधारकपणे मान हलवली.

"चला, आता सोडा बघू जागाऽऽ" म्हणतच शेवन्ताक्का उठून उभी राहिली. सगळ्यांनीच जागा सोडला. 'उदं ग आई उदंऽऽ' म्हणतच सगळ्यांच्या पायांत जोर चढला.

"ज्येची तेनं पोरं संबाळा. चुकतील बिकतील." भीमसुभान्यानं समद्यांना दटावलं. बारकी पोरं आपापल्या आयांना बिलगली. आता तर जोगळभावीवर माणसांचा पूर आलता. वाट काढत सगळीजण पायऱ्या उतरली. सगळीकडं दुकानंच दुकानं. जोगळभावीजवळ बारीकसं देऊळ. देवळाच्या भोत्यान गुरुपद जोगत्यांचं जग पुजलेलं. दुकान मांडल्यागत जोगत्यांनी ताडपदऱ्या मारून तंबू तयार केलेलं. त्यात पुढच्या बाजूला जोगतं-जोगतिणी येणाऱ्या माणसांची वाट बघत. ह्या लोकांनी इथं का तंबू मारलेत हे तायाप्पाला कळंनाच. शेवन्ताक्का एका तंबूसमोर उभा राहिली. समोरची जोगतीण ओळख दाखवतच पुढं आली.

"किती जणींचा लिंबऽऽ"

"हाईत की पाच-सहाजणी. एक पुरुस. हितं नवीन चौघंजन नेसणार हाईतं..."

"उठा बाऽऽ ह्यास्नी एवढा लिंब नेसवून आणाऽऽ." म्हणतंच तिनं तंबूत बसलेल्या बाकीच्या जोगतिणींवर नजर बाकली. तशा सगळ्याजणी पटापट उठल्या. त्याच्यातल्या पुरुषानं चौंडक्याला हात घातला आणि 'टाँगऽऽटाँगऽऽ" असा आवाज सुरू झाला. त्यांच्यातल्या एकीनं सुती चौंडक्यावर ताल धरला. ती तिघं-चौघं म्होरं झाली. बाकी समदी पाठीमागं. तायाप्पा दातातली लिंबाची काडी न पडेल अशी धरून त्याच्या पाठीमागनं चालू लागला. माणसाच्या झुंबडीतनं पाय पुढं टाकणंही कठीण होतं. पोहचायला मात्र बकळ अर्धा तास लागला... भली मोठी डोळ्यांत न मावणारी माणसं. आत खोल तळाला गुडघाभर पाणी. त्यात माणसांचा ढीग. सगळं पाणी आंबलीगत खदुळ ख्यॉटऽऽ बघायसुद्धा मन होत नव्हतं. माणसं त्याच पाण्यात आंघोळ करीत होती. तायाप्पाला पायरीवरनं पायच खाली टाकवंना. शेवन्ताक्का आणि चौंडकंवाला तळाला पोहचलं. लिंब नेसलेल्या सगळ्यांनीच गडबड केली. शेवन्ताक्कानं एकट्या एकट्याला कायबाय सांगितलं आणि तायाप्पाजवळ आली.

"नुस्तं हात-पाय बुडवून यायचं. गुळी कर वाटलं तर... पण डोक्यावरचा लिंब पडू द्यायचा न्हाई... आटीप लौकर..."

तायाप्पा आत गेला. त्यानं वर बघितलं. भावीवर सगळी माणसंच. पायऱ्या कुठं दिसतच नव्हत्या. सगळ्या भावीत चौंडक्याचा आवाज गदमदाय लागलाता. त्यानं गडबडीनं गुळी केली. पाणी त्याला कसंकसं लागलं. तो विचू चावल्यासारखा वर आला. त्याच्या हातात पानविडा आणि लिंबाची काडी दिली. हात जोडाय लावलं. सगळी मंडळी वर आली आणि देवळाभोत्यानं फेऱ्या सुरू झाल्या. शेवन्ताक्का सुताचा फेरा घालाय लागलीती. चौंडक्या बाकीच्या चौंडक्यांपेक्षा आपल्या चौंडक्याचा आवाज उठून दिसावा म्हणून जीव तोडून वाजवालता. चौंडक्याच्या आवाजाच्या लईत तायाप्पाच्या पोटातलं कावळं वरडाय लागलंत...

जोगळी भावीवरचं सगळं आटपून डोंगराच्या वाटला लागायला दिवस डोक्यावर आला. सगळ्यांच्याच पोटात कलकल सुरू झाली. वाटंवरच्या दुकानातनं कायबाय मिळंल ते विकत घेवून बाकनायला सुरुवात झालती. तायाप्पाला पेकाळल्यागत झालतं. भूक लागून लागून आतडी आळलीती. चालायचं म्हणजे त्याच्या जीवावर आलतं. पण मध्येच कोणीतरी उदं गऽऽआई

उदंऽऽ म्हणायचं आणि त्या आवाजासरशी अंगातली मरगळ निघून जायची. चालायला हुरूप यायचा. शेवन्ताक्का आणि तानू सुतारीण सगळ्यांच्या पुढं पळायला लागल्यात्या. सगळ्या बायका त्यांच्याकडं टकामका बघाय लागल्या होत्या. काय म्हणायला पारव्याचा पाऊल तेवढाच मागंमागं रेंगाळाय लागलाता. या मिळपात आता अनेक गावची माणसं येऊन मिसळलीती. रस्त्याच्या ज्या बाजूनं वाट मिळंल त्या बाजूनं माणसं पुढं सरकत होती. दोन्ही बाजूला भिकाऱ्यांनी तर हैदोस घातला. कुणी पुरून घेवून मुंडकं वर ठेवलंतं, कुणी हात बाहेर ठेवलाता. कोण तसाच उपडा पडलाता. कुणी लुळ्या पोराला रस्त्यावरच झोपवलंतं. तायाप्पाच्या डोळ्यांना सगळंच इपरीत वाटाय लागलंतं.

सगळी डोंगरावर जाऊन पोहचली. त्यानं सगळीभर डोळं फिरवलं. ल्हायीचं पोतं फुटल्यागत माणसं! बापयबी तसंच. बायकाबी तशाच! त्यांची नदरच ठरंना. गाड्यातर पावलाला. एसट्यानी निम्मं माळ गिळलंतं. कुठं म्हणायला मोकळी जागा नव्हती. तायाप्पाला डोळं फिरल्यागत झालं. त्यानं हिकडं तिकडं वळतच देऊळ कुठं दिसतंय का बघितलं, पण माणसातनं देवळाचा पत्ताच लागत नव्हता. त्याला कळायचंच बंद झालं. त्यानं हळूच शेवन्ताक्काला गाठून विचारलं,

"देऊळ कुठं दिसंनाच झालंय कीऽऽ."

शेवन्ताक्काला क्षणभर हसूच आलं. नंतर ती तायाप्पाला जवळ घेतच म्हणाली-

"तो बघ तो सकोल दिसतोय का न्हाईऽऽ त्या सकलात देऊळ हायऽऽ."

तायाप्पा समोरच्या सकलाकडं बघतंच राहिला. सगळी माणसं, दुकान आसंच समदं दिसालतं. सकल फक्त नावालाच दिसालता. निम्म्या माळावर आल्यावर भीमसुभान्यानं सगळ्यास्नी गोळा करून थांबीवलं. शेवन्ताक्कानं पुढं होतच आपापली पोरं कडंवर घ्यायला लावली.

"कुठ थांबायचं ते ठरवा आगोदर." दादू कुपट्या तंबाखूची पिसवी काढतच बडबडला.

"त्यासाठी थांबीवलंय. कुठं थांबायचं हितंच बघा म्हणजे सामान ठेवून देवाकडं जायला बरंऽऽ" भीमसुभान्यानं शेवन्ताक्कावर समदं सोपवलं.

"तिनं खळग्याजवळचं चिंचंचं झाड दाखवलं. सगळी झाडाकडं निघाली. तायाप्पाला आता जराजरा देवळाचा कळस दिसाय लागला.

चिंचंच्या झाडाखाली दोन-तीन गावची माणसं बिस्तारा पसरून बसलीती. तिथंच जागा करून सगळ्यांनी आपापली गटली एकत्र टाकली. भीमसुभान्यानं ताडपदरी टाकून आपल्या पोरास्नी लवंडाय सांगितलं, तशी पोरं आडवी

झाली. शेवन्ताक्का लिंब नेसलेल्या माणसांना घेऊन देवळाकडं निघाली. तायाप्पाचं सगळं अंग आंबून गेलंत. सगळं कव्वा संपंल असं त्याला झालतं. गर्दीतनं वाट काढत शेवन्ताक्का देवळाकडं जाणाऱ्या पायऱ्या उतरत होती. तायाप्पा माणसं चुकवीत पुढं सरकत होता. त्यानं शेवन्ताक्काला काकुळतीला येतच विचारलं,

ह्ये कव्वा संपायचं आक्का?''

"आरं, आता वेणी कुंडाचं पाणी पायावर घ्यायचं म्हणजे संपलंच.''

शेवन्ताक्कानं त्याला धीर दिला. त्याच्या अंगात जरासा जोम आला. माणसातनं जाता जाता त्याची दमछाक व्हायला लागलीती. माणसांच्या गर्दीतनं जाता जाता अनेकांचं व्हडांगं बसायला लागलंतं. त्याची नजर कुठला वेणीकुंड कुठं हाय ह्येच्याकडंच लागलीती. त्याला शेवन्ताक्का चाललीती, त्या बाजूला भलतीच गर्दी दिसाय लागली. पाय राडीत घुसल्यागत व्हाय लागलं. समोरनं बायका लुगड्याचं पिळं घेवून तर, काही भिजल्या अंगानं तशाच येत होत्या. त्या गर्दीत तो शेवन्ताक्काबरोबर घुसला. आपल्या अंगाचाच पिळा होतोय का काय असं त्याला वाटाय लागलं... त्याला घुसमटून गेलं.

...तायाप्पा आणि शेवन्ताक्का वेणीकुंडाला गेली. पारव्वा गुरवाच्या घराकडं निघाली. बरोबर कोणतरी असावं म्हणून मान्याच्या गंगव्वाला घेतलंतं. गुरवाची दोनचारच घरं खरं, जत्रंच्या दिवसात माणसांनी भरलेलीच. गंगव्वा सरळ दत्तू गुरवाच्या घरात शिरली. गुरवाच्या घरात बसायलासुद्धा जागा नव्हती. दत्तू गुरवबी कुठं दिसत नव्हता. पारव्वा सरळ गुरवाच्या चुलीच्या सोप्याला गेली. गुरवीण ओळखीचीच झालती. पारव्वाला बघून गुरवीण जागा सोडून हालली.

"कधी आल्यासा गऽऽ'' म्हणतच पारव्वाला बसायला पोतं सरकून उभा राहिली.

"आजच आलाव. खरं आमचा नेसरीचा म्हादू जोग्या यायला न्हाई.''

"कालच आला की,'' म्हणत गुरवीण तिच्याजवळ टेकली.

"आता कुठं गावंल आमाला?''

"मघाधरनं हितंच बसून व्हता. त्येला का हुडकालीस?''

"त्ये आमच्या गावच्या एका पोराचं देवाचं करायचं हाय.''

"तव्वाच मला म्हणालता. शेवन्ताक्काबी येणार व्हती न्हवं?''

"आलीया की. लिंब घिऊन वेणीकुंडाला गेलीया.''

"मग ह्ये करणार कुठं? कुंडाजवळ, काय भाईर माळावर?''

"कुंडाजवळ कुठली जागा मिळंल? माळावरच कराय पायजे की! खरं

ह्यो आता कवासं गावायचा?''

''आला की लाऊन दीन. कुठं उतरल्यासा?''

''वरसाच्या जाग्यालाच. त्या मसण्याच्या चिंचंखाली.'' पारव्वा गुरवीणीजवळनं उठली. ''आल्या आल्या लाऊन देवाऽऽ'' म्हणतच बाहेर पडली. माणसांच्या गर्दीतनं यायला तिला राम आठवला.

...इकडं शेवन्ताक्का वेणीकुंडाचं पाणी घेवून कव्वाच आलती. तायाप्पा आता चांगलं ऐसपैस पाय सोडून बसलाता. आता त्याच्या अंगावरचा लिंब पुरता सुकलाता. बाकीच्या बायकांचं लिंब उरलतं. कल्लव्वानं गावकडनं मळून आणलेली कणीक लाटायला घेतलीती. भीमसुभान्यानं लाकडं विकत आणून चूल तयार ठेवलीती. शेवन्ताक्का गावाकडनं आणलेली पिशवीतलं वास घेवून बघालती. तिला ते नासल्यागत वाटाय लागलंत. पण आपणच नासलंय कसं म्हणायचं म्हणून तिनं हिकडं तिकडं बघितलं तर पारव्वा समोरच.

''म्हादू भेटला व्ह गंऽऽ?''

''कुठं जत्रंत गेलाय म्हणं. खरं आल्या बरुबर हिकडं लावून दे म्हणून गुरवीणीला सांगितलंय.''

पारव्वा शेवन्ताक्काजवळ टेकली.

''त्यो आणि जत्रंत कुठ गेला? गुरवाच्या घरातनं हालू नगंस म्हणून सांगितलंत की त्येला.''

'गेला आसंल बसून बसून कंटाळा आल्यावर ! इलकी आत्ता.''

''इवू देत. तवर हे पुराण नासलंय का बघ.'' असं म्हणत शेवन्ताक्कानं पुरणाचा गोळा पारव्वाच्या हातात ठेवला आणि दादू कुपट्याजवळ येतच म्हणाली,

''दादाऽऽखाली देवाजवळ जायाचं तिथं गुरवाच्या घरातनं आच्चरबर दूध इकत आणायचं.''

''मघाशीच पारव्वाला सांगायची न्हाईस. ती तिकडंच गेलती की.''

''गेलती खरं तव्वा तरकच झाली न्हाई. आणि हे बघ त्येच्यातनं एक चौरंगबी घिऊन ये. त्यो आणतोय का न्हाई कुणास धक्कल.''

''खरं मला देतील?''

दादू कुपट्यानं अंग काढण्याचा प्रयत्न केला.

''माजं नाव सांगितलास की देत्यात जाऽऽ'' म्हणतच शेवन्ताक्का विचारात पडली. पुन्हा आपल्याच तंद्रीत तानू सुतारणीकडं बघतच म्हणाली,

''तानाक्का, तूच जा बाईऽऽह्येला काय सुधरायचं न्हाई.''

तानू सुतारीण जागा सोडून उठली. तिच्या मागोमाग मस्करची आक्कव्वा उठली. दोघी गुरवाच्या घराकडं निघाल्या. शेवन्ताक्का पुन्हा चुलीकडं सरकली. तिनं नवीन पुरणाला डाळ शिजवायला घातली. बसाप्पाला गुळगुळीत चांगला मोठा दगड आनाय सांगितला. भीमसुभान्याला कायबाय बाजार आणाय धाडलं आणि शेवन्ताक्का तायाप्पाजवळ बसतच म्हणाली,

"तू दोन घटका आडवा व्हणार असलास तर होऽऽ" तायाप्पानं मानेनंच नाही म्हणून सांगितलं. त्यांचं लक्ष माळभर पसरलेल्या माणसांवर लागलंतं. दिवस कलला तरी अजून काय पोळीचा निवद तयार व्हायला नव्हता. म्हादू जोग्याचाबी अजून पत्ता नव्हता. सगळी माणसं हिकडं तिकडं फिरून पुन्हा येऊन टेकत होती. शेवन्ताक्काची सारखी घालमेल चाललीती. पारव्वानं शेजारपाजारच्या गावच्या दोनतीन जोगजोगतीणी गोळा घातल्यात्या. तानू सुतारीण आणलेला चौरंग धुवून पुसून सजवण्यात गुंतलीती. एवढ्यात म्हादूजोग्या शेवन्ताक्काचा दूम काढतच एकदासा येवून पोहचला.

"काय बाबा, तुझं काम ह्येऽ दुपारधरनं वाट बघताव हाय. आत्ता येशील, मग येशील? कुठं मेलतास," शेवन्ताक्कानं त्याचं स्वागत केलं.

"आत्ताच सांगितलं की मलाऽऽह्ये काय आलो," म्हणतच दादू मुरकला.

"बरं केलास. न्हाईतर आमाला रातीचं बराच वाजलं असतं." पारव्वानं मध्येच तोंड घातलं.

"तुझं काय बाईऽऽआलीस ते टेकलीसऽ माझं तसं हाय व्हय ग?"

म्हादू पारव्वाजवळ टेकतच बडबडला. त्यानं हातातलं सगळं सामान शेवन्ताक्काच्या हवाली केलं. शेवन्ताक्काची आता मात्र धावपळ उडाली.

शेवन्ताक्कानं चौरंगाजवळ तायाप्पाला बोलवून घेतलं. कमरंभोत्यानचा लिंब सोडाय लावला. म्हादू जोग्यानं तायाप्पाला पारखून बघायला सुरुवात केली. तायाप्पाला म्हादूची नजर चुकवून वैताग आला. म्हादू तायाप्पाच्या अंगावरनं हात फिरवत म्हणाला,

"लाजतीया की गऽऽ"

त्याचा स्पर्श तायाप्पाला कसातरीच वाटला. त्याच्या अंगावर काटा आला.

"आरं, ह्येला कसला भ्यालास. ह्यो तुझा गुरू म्हणायचा."

शेवन्ताक्कानं तायाप्पाची समजूत काढली. तायाप्पाला मेल्यागत वाटाय लागलं.

पारव्वा गठलं सोडून तसंच गठलं घेऊन चौरंगाजवळ आली. शेवन्ताक्कानं तायाप्पाला उभं केलं तशी पारव्वा नव्या कोऱ्या लुगड्याची हिरवीगार धडी

तिच्या हातात देवून तिथंच उभा राहिली. शेवन्ताक्कानं पदर उलटापालटा करून बघितला. जरासा झाडला. कळसाकडं बघून हात जोडतच ती पुटपुटली.

"उदं ग आई उदंऽ"

तसा म्हादू बायकी आवाजात चिरकला,

"उदंऽऽ उदंऽऽ उदंऽऽ"

त्यानं लुगड्याच्या घडीला हात लावला. शेवन्ताक्कानं पदर तायाप्पाच्या खांद्यावरनं डोक्यावर टाकला. तायाप्पाला नव्याकोऱ्या लुगड्याचा स्पर्श पहिल्यांदा भलताच हवा हवा मऊसूत वाटला. शेवन्ताक्कानं त्याला गोल फिरवतच कमरेभोवती लुगडं घेऊन निऱ्या केल्या. चांगलं आटोपशीर क्याळ केलं आणि त्याच्या कमरेला लुगडं जाम्म बसवलं. तायाप्पाच्या अंगाचं पाणी पाणी झालं. त्याच्या अंगात थरथर भरली. त्याच्या हाताला भरलेला कापरा बघून शेवन्ताक्का पुटपुटली,

"नवं नवं असंच व्हतंय."

तिचं बोलणं ऐकून तायाप्पा अधिकच घाबराघुबरा झाला. त्याला घसा कोरडा पडल्यागत वाटाय लागला. एवढ्यात पारव्वानं हिरवंगार झंपर त्याच्या हातात दिलं. त्यानं डोळं गच्च मिटतच झंपरमध्ये हात घातलं. पुढं त्याचं त्यालाच काय कळायचं बंद झालं. शेवन्ताक्कानं झंपरची बटनं लावली, त्याच्या अंगावरचा पदर नीट करतच पुन्हा जोरानं तालात ओरडली,

"उदंऽऽ ग आई उदंऽऽ"

बसाप्पानं लांबनंच लुगडं नेसलेल्या तायाप्पाकडं बघितलं आणि त्याच्या डोळ्यांला पाण्याची धार लागली. त्यानं मान गुडघ्यात घालतच पटक्याचा शेव तोंडात कोबला. शेजारी बसलेल्या मान्याच्या गंगव्वाचा हुंदका एकाएकी बाहेर पडला तशी शेवन्ताक्का रागानं लाल होतच ओरडली,

"देवाच्या कामात आसलं काय करू नगंसा. न्हाईतर काय सरळ व्हायचं न्हाई...!"

शेवन्ताक्काच्या आवाजानं सगळी दबली. चुलीजवळची कल्लव्वा पदर डोळ्याला लावून देखील मनातल्या मनात हात जोडू लागली. भीमसुभान्या उठला ते सरळ माणसात कुठं दिसेनासा झाला...

म्हादू जोग्या आपलं लुगडं सावरत चौरंगावर बसला. त्यानं तायाप्पाला जवळ घेतच पारव्वाला बाशिंग काढायला सांगितलं. शेवन्ताक्कानं गठल्यातलं कट्यार काढलं. दादू कुपट्यानं कट्यारीला पटका बांधून घेतला आणि कट्यारीवर मंडोळ्या, बाशिंग बांधलं. तायाप्पाला मंडोळ्या बांधतच म्हादूनं हळदीची पाच बोट पुसली. पारव्वाला बाशिंग बांधाय लावलं. गालावर काळं

लावलं. पांढरा धोट अंतरपाट घेवून म्हादूनं ओल्या हळदीनं स्वस्तिक काढलं. मूठभर तांदूळ भंडाऱ्यात घोळवलं. दोघाचौघांच्या हातात दोन दोन दाणं दिलं आणि तो शांत बसून राहिला. त्याचा एक हात तायाप्पाच्या खांद्यावर होता.

शेवन्ताक्कानं पिसवीतला चुडा हातात घेतला. तायाप्पा भांबावला. शेवन्तानं त्याचा हात हातात घेतच चुडा हळूहळू त्याच्या हातात सरकावायला सुरवात केली. तायाप्पाची दातकुडी बसल्यागत झाली.

शेवन्ताक्कानं बलवून आणलेल्या जोगतिणींना पुढं घेतलं. त्यांच्या परड्या चौरंगाजवळ ठेवल्या. पारव्वानं पाच परड्या ओळीत पुजल्या. परड्याच्या जवळच पाच नारळ, पाच कपडं आणि पाच तांबे पुजायला ती विसरली नाही. प्रत्येक तांब्यात एकएक खारीक टाकली. परडीत ओला, सुका निवद भरला. दहीभाताचा निवद शेजारीच केळीच्या पानावर ठेवला आणि ती म्हादू जोग्याजवळ येऊन उभी राहिली. सगळी माणसं धुपळा होऊन उपडी पडून सगळं बघालती. सगळ्यास्नी बाशिंगातला तायाप्पा बघून कालावल्यागत व्हयालतं. सगळं आटपल्यावर म्हादू जोग्याला शेवन्ताक्कानं चौरंगावर नीट मांडी घालून बसवला त्याच्या खांद्यावर पडलेला पदर डोक्यावर घ्यायला लावला. तायाप्पाला उगवतीकडं पुढा करून बसवलं. भंडारा, कुंकू लावलं. तायाप्पाचं डोकं बरोबर म्हादूच्या मांडीवर आणलं. समोर कट्यार धरली. कट्यारीवरचा बाशिंग बांधलेला पटका लडबडत होता. अंतरपाटाचं फडकं मध्ये टाकलं. म्हादू जोग्याच्या हातात दुधाची वाटी दिली. सगळं झाल्यावर शेवन्ताक्का देवाच्या कळसाकडं हात जोडून उभा राहिली. पाच जोगतीणी तिच्याजवळ आल्या. त्यांनी परडीला हात लावला. सगळ्यांनी मिळून "उदं गऽ आईऽऽ उदंऽऽ" म्हणत पाच वेळा परड्या हालवल्या. हातातली खारीक, खोबरं तायाप्पावर टाकलं. म्हादू जोग्यानं आवाज थांबल्यावर वाटीतलं दूध तायाप्पावर तोंडाला लावलं. तायाप्पाच्या तोंडाच्या दोन्ही बाजूनं वरंगाळत दूध नव्या लुगड्याच्या पदरावर सांडलं...

शेवन्ताक्का पुन्हा "उदं उदंऽऽ उदंऽऽ" म्हणत तायाप्पाजवळ गेली. तायाप्पाला उठवलं. चौरंगाभोत्यानं फिरवलं. तायाप्पाला भोवळ आल्यागत झालं. तो कसाबसा खाली बसला. त्याला म्हादू जोग्या दात विचकत असल्याचा भास झाला. त्यानं डोळ्यांवर गच्च हात धरला. कपाळावरच्या बाशिंगाचा स्पर्श त्याला कसातरीच वाटू लागला...

... दिवस मावळायच्या टायमाला तायाप्पाचं बाशिंग सोडलं. शेवन्ताक्कानं त्याच्या हातात दहीभाताचा निवद दिला. बसाप्पाच्या आणि कल्लव्वाच्या हातात एक एक लिंबाची काडी दिली. वेणीकुंडाला जायला ती आणि

पारव्वा पुढं झाली. तायाप्पाचा पाय चालता चालता लुगड्यात अडकाय लागला. अंगातलं झंप्पर कच्चू लागलं. हातातला दहीभाताचा निवद हाताततनं पडतोय का काय असं वाटाय लागलं. गर्दीतली माणसं त्याच्याकडं वळून वळून बघत होती. म्हादू जोग्या त्याला धरून चाललाता. तायाप्पाला त्याचा हात जड जड घाण घाण बुळबुटश्याट वाटत होता.

वेणीकुंडाला आल्यावर शेवन्ताक्कानं त्याच्या हातातला दहीभाताचा निवद घेतला. आईबापाच्या मध्ये उभा करून त्याच्यावरनं उतरला. कुंडाच्या दोन्ही बाजूला टाकला. पारव्वानं तांब्याभर पाणी आणून तिघांच्या डोळ्याला लावलं. त्याच्या तोंडात घातलं. म्हादूनं आपल्या हातानं तायाप्पाच्या तोंडात पाण्याचा थेंब टाकला. कल्लव्वानं मागं वळतच आईचं 'उदंऽऽ' म्हटलं. सगळी मिळून देवळाकडं सरकली. माणसं दाटीवाटीनं पाळीला लागलीती. सगळ्या देवळाच्या भोत्यानं माणसांचं दहा-बारा येडं पडलंतं. तायाप्पाला देवीच्या दारासमोर आणून शेवन्ताक्कानं पायरीवरचा भंडारा त्याच्या कपाळाला माखला.

"उदंऽऽ उदंऽऽ"

म्हणतच त्याला हात जोडाय लावलं. बसाप्पा आणि कल्लव्वा किती तरी वेळ हात जोडून उभा राहिले.

"चलाऽऽ झालं बाई एकदाचंऽऽ"

म्हणतच म्हादूनं सगळ्यास्नी देवळासमोरनं हालवलं. माणसांच्या गचडीतनं वाट काढत बाजूला आणलं. एक एक पायरी चढत शेवन्ताक्काला मोकळं मोकळं वाटाय लागलं. तायाप्पाला लुगड्याची निरी धरून पायरी चढतानं पेंडरीतनं गळाटल्यागत वाटाय लागलं...!

■

२

तायाप्पानं उंबरा ओलांडला. गल्लीत आल्यावर क्षणभर थांबला. सगळी गल्ली आपल्याकडं डोळं फाडून बघतीय असं वाटून तो गर्रकन वळला. त्याचा पदर एकदम हालला. पाय वळवळलं. पुन्हा त्याच्या मनात काय आलं कुणास ठाऊक, तो यरंगुड्याच्या घराकडं पुढा करून चालू लागला. मान एकदम खाली घातली. त्याला फक्त पायापुरतंच दिसू लागलं... तो दिवाणाच्या चिंचंखाली आला. मान दुखतीय असं वाटून त्यानं वर बघितलं. ऱ्हाटाच्या भावीकडनं पाच- सहा बायका पाण्याच्या घागरी घेवून येत असलेल्या. त्यानं सरळ रामाण्णाच्या खोपीकडं पाय वळवलं. तो गावंदरीच्या वाटंला लागला आणि त्याचं त्यालाच मोकळं मोकळं वाटाय लागलं.

चांगलं शिंद्याच्या मळवीपर्यंत चालल्यावर त्याला गावापास्नं लांब आल्यागत वाटाय लागलं. आत्ता चौमाळ बघाय हरकत नाही. म्हणून त्यानं लांब आरजीच्या माळापर्यंत नजर टाकली. रानात माणसांचं ठीबूससुद्धा नव्हतं. त्याला धीर आला. सरोकरच्या बांधावर आल्यावर तो घटकाभर तसाच उभा राहिला. ऊन भलतंच चणकालंतं. रानात कुठं हिरवं ठीबूस नव्हतं. पाटलाच्या शेतातलं आंब्याचं झाड तेवढंच अंगावर चट्टा पडल्यागत हिरवं हिरवं दिसालतं. त्यानं उगाचच हात हवेत फिरवलं. त्याच्या खांद्यावरचा पदर खाली पडला. क्षणभर त्याला तो पुन्हा उचलावा असंही वाटलं नाही. तो तसाच हवेत हात उचलत, फिरवत राहिला. हात पुन्हा स्थिर झाल्यावर आपोआपच पदराकडं वळला. त्यानं पदर खांद्यावर घेतला. जरासा हिकडं तिकडं केला. समोरच्या बांधावर नजर टाकली. वाळलेल्या गवताचा पाला वाऱ्याबरबर हालत होता.

त्याला जास्त वेळ थांबवेना. त्यानं पाय हालवलं, आणि एका दमात आरजीची मळवी ओलांडली. आता त्याला मळवीच्या वड्यावरची दाट झाडांची रांग जवळ आल्यागत वाटाय लागली. त्याच्या पायाची गती वाढली. उन्हाचा चणका जाणवायचा बंद झाला. आपण घामाळलोय हेही तो विसरून गेला. पवाराच्या धावंवर आल्यावर त्यानं सुस्कारा सोडला. धावंवर आता कशाचीच खूण नव्हती. धावंजवळच्या मेसकाटीच्या बेटात एक कुकुडकोंबडा फक्त

वळवळत होता. त्यानं धावंवरच्या उंबराखाली बैठक मारली. कुकुट कोंबडा एका मेसकाठीवरनं दुसऱ्या मेसकाठीवर उगचच उड्या मारत होता. त्याच्या पंखावरचा लाल रंग उन्हात एकदम गडद झालता. तायाप्पाला कुकुड कोंबड्याची गम्मत वाटाय लागली. त्यानं जवळचा खडा उचलला अणि बेटात हाणला. कुकुडकोंबा बिथरला. बेटातला वाळलेला पाला खड्डयानं खळखळला. कुकुडकोंबा बेटातनं उडून वड्याकाठच्या सडीवर जाऊन बसला. त्याचा लाल डोळा तायाप्पाला एकदम झक्कास वाटू लागला. कुकुडकोंब्यानं एकदम तोंड फिरवलं. तायाप्पा जागा सोडून उठला. हळूहळू सरकत वड्याकाठच्या गवताच्या सडीवर आला. कुकुडकोबा भर्रकन उडाला. लांब दिसेनासा झाला... तायाप्पानं रागानं सडीत इकडं तिकडं बघितलं. त्याच्या हाताला काहीच गावलं नाही. त्यानं फक्त हवेत जोरात हात फिरवला... त्याचं त्यालाच हसू आलं. तो पुन्हा धावंवरच्या उंबराच्या झाडाखाली येऊन बसला. समोरच्या मातीतलं दोन-तीन खडं उचलून एकटाच खेळू लागला.

शिंद्याच्या मळवीकडनं दोघा-तिघांच्या बोलण्याचा आवाज आला. तो एकदम भांबावला. हातातलं खंड टाकतच वळला. नायकाच्या गल्लीची कुपट्याची पोरं हातात नुकतंच काढल्यालं म्हऊ घेऊन जवळजवळ धावंवरच आलती. तो गदबळला. बसता येईल तेवढं आकसून बसला. पोरं धावंवर येताच थांबली.

"आयलाऽऽ कोण रं बाई बसलीया..." त्यांच्यातलं एकजण बडबडलं. तायाप्पा डोक्यावरचा पदर अधिकच तोंडावर वडून बसला.

"हाळी मारून बघ रंऽऽ आमच्या गावातली तर दिसत न्हाई..." दुसरा.

"आयलाऽ कोणतरी आसंना. चल की..." म्हणतच तिसऱ्यानं सगळ्यांना डाफरलं, पोरं उंबराच्या झाडाजवळ आली आणि तायाप्पाला वर बघणं भागच पडलं, तसं त्यातलं अन्तुकुपट्याचं सद्या तायाप्पाला बघून गडबाडलंच.

"तायाप्पा, तूऽऽ आणि असा काय गाऽऽ" त्या पोराला काय बोलायचं सुचंनाच. बाकीची पोरं त्याच्या तोंडाकडंच बघत उभा राहिली. तायाप्पा न बोलताच उठला. लुगडं झाडून पुन्हा वाटंला लागला. तो वळला तसं त्याच्यातलंच एक पोरगं समद्यांना समजून सांगू लागलं,

"लेका हो, मागच्या म्हयन्यापासून ते लुगडं नेसतंय. त्येला कायतरी देवाचं झालतं म्हणं..."

"आयला, आता हेनं कायम लुगडं नेसायचं...?" दुसऱ्यानं शंका काढली आणि तायाप्पाला पळत सुटावं असं वाटाय लागलं,

"व्हय. ह्येनं खायमच लुगडं नेसायचं."

“आयला, खरं जितनित बाईवाणी दिसतय रंऽऽ”

“आरं आता तो आर्धी बाईच म्हणायचा...”

“ह्ये लेकाऽऽ” दुसरं पोरगं ओरडतच म्हणालं. तायाप्पानं कानावर गच्च पदर आवळून घेतला. तो जवळजवळ पळतच सुटला. त्याचं पळणं बघत पोरं उंबराच्या झाडाखाली उभी होती. तायाप्पानं मागंसुद्धा बघितलं नाही. तो सुसाट शिंद्याच्या भावीवर आला. त्याला घशाला कोरड पडल्यागत झालं. त्यानं इकडं तिकडं बघितलं. कोणच दिसत नव्हतं. तो भावीच्या कडंला उभा राहिला. पाणी कावळ्याच्या डोळ्यावाणी दिसालतं. त्यानं लुगड्याचा पायघोळ हातात धरला. एक एक पायरी उतरत तो पाण्याजवळ आला. पाण्यात पाय टाकला. त्याच्या अंगावर सर्रकन काटा आला. एकदम शांत शांत वाटाय लागलं. तो पाय पाण्यात ठेवून पायरीवर कसा बसला त्याचं त्यालाही कळलं नाही. त्यानं उजवा हात पाण्यात हळूच बुडवला. पुन्हा सगळं गार गार वाटू लागलं. त्यानं हात वर उचलला. हातावर नजर रुतवून तो बसून राहिला. त्याला आपल्या हाताची गंमत वाटू लागली. पांढरा फटफटीत पडलेल्या हाताचं चमडंही पातळ झाल्याचा भास झाला. त्यानं हात झटकला. खळखळून चूळ भरली. डोळ्याला पाणी लावलं. शांत शांत वाटाय लागलं. तो किती तरी वेळ डोळ्यांवर हात ठेवून बसला. त्यानं डोळ्यावरचा हात काढला. पाणी शांत झालं होतं. लुगडं नसलेला आपला चेहरा पाण्यात दिसला आणि तो गडबडला. त्याचं त्यालाच तोंड ओळखंनासं झालं. तोंड निरखून बघता बघता त्यानं आपल्या पाण्यातल्या डोळ्यांच्या प्रतिबिंबात डोळे रुतविले. त्याची त्यालाच भीती वाटू लागली. त्यानं सपासप तोंडावर पाणी मारून घेतलं. घटाघट पाणी पिलं. पदरानं तोंड पुसतच तो भावीच्या काठावर आला तर त्याची गंमत शिंद्यांच्या घरातील दोन पोरं अंग चोरून बघत बसलीती. तो समोरून आलेला बघून पोरं दचकली. पोरांना धरून बडवावं असं त्याला वाटाय लागलं. पण पोरांच्याकडं न बघताच तो चालायला लागला. पाठीमागं बघायचंही त्याला धाडस झालं नाही. पोरं मात्र त्याला लांब जाईपर्यंत पाठमोरं बघत राहिली.

निम्मी वाट संपली. त्याला उगचच धडकी भरल्यागत वाटालतं. त्यानं किंचित मान वळवून मागं बघितलं. शिंद्यांची भाव कितीतरी मागं गेलती. त्याचं त्यालाच सगळं चकारल्यागत वाटाय लागलं... किती दिवस सगळ्यास्नी चुकवत ऱ्हायचं? सारखं सारखं घरात तरी किती लपून ऱ्हायाचं। ह्याच्या परास परत इचलकरंजी गाठली तर...? खरं तिथंबी वळखीची हायीतच की, त्यातनंबी जायाचंच ठरीवलं तर मागावर ह्या लुगड्यात कोण घील? घेतलंच

तर मागावर काम करणं जमंल? अनेक प्रश्नांचं वादळ त्याच्या मनात उठत गेलं. गाव कव्वा सुरू झालं त्याचं त्यालाच कळलं नाही. त्यानं पुन्हा मान खाली घातली. दिवाणाची चिंच गडबडीनं ओलांडली. यरगुड्याच्या दारात आला. त्यानं तिकडं बघितलंही नाही.

"बोलाय काय झालं गऽ ह्येलाऽऽ?" म्हणतच जना गल्लीत आली तर तायाप्पानं चार ढेंगतच घर गाठलं. जनाक्का त्याच्या पाठनंच दारात आली. कल्लव्वा भाताचा ढीग पाकडत पुढच्या सोप्यातच बसलीती.

"आगऽ ह्यो एवढा का फुगला गऽऽ हाळी मारली तर बी बोलाय न्हायी-" म्हणतच जना आत आली. कल्लव्वानं हातातलं सूप खाली ठेवत विचारलं.

"कोणऽऽ ग?"

"आनी कोण-ह्योच की तायाप्पा...!"

"आता तूच बघ बाई... घरात बी आसंच कराय लागलाय. आता देवासनं येऊन दोन म्हने झालं. आता ह्येच्या सगळं अंगवळणी पडाय पायजे का नको...? घरातनं भाईरच पडत नाही. नुस्तं कोपरा धरून बसून असतोय. कुणाबरबर बोलत न्हाई का काय नाही. नुस्ता आपल्याच तालात असतोय. काय झालंय कुणास धक्कलं..."

"मलाबी तेच समजंना म्हणून दारातनं तशीच पुढं झालो..."

"बाई, दोन म्हयन्यांत आज घरातनं भाईर पाय ठेवल्यानं ह्ये काय कमी झालं?

"न्हाई बोलनना तिकडं, खरं जरा जरा घरातनं भाईर पडत गेला तर हवा खेळल अंगातनं. अंग भरंल. न्हायीतर ह्यो बाळतीनी सारखा आसाच ऱ्हायाचा."

"आस्ते आस्ते सुधारंल घे आता..." जना पुटपुटली.

"शेवन्ताक्का बी तसंच म्हनालीती. बघू या आता-"

म्हणत कल्लव्वानं पुन्हा सूप हातात घेतलं. भात पाकडायला सुरवात केली. तिच्या सुपाचा आवाज घरभर भरला. तायाप्पा मधल्या सोप्यात नेहमीच्या खोपड्याला पाय सोडून बसलाता. त्याला मोकळं मोकळं वाटत होतं. सुपाचा आवाज वाढतच गेला, बोलण्याचाच आवाज बाहेरच्या सोप्यातनं येईनासा झाला. तायाप्पा एवढंच साधून बाहेरच्या चौकटीला आला. त्यानं तिथंच हात लांब करून खुट्टीला आडकलेली आपली पिसवी घेतली. आणि परत आपल्या सोप्याला वळला. पिसवी पालथी घातली. कायबाय ठेवलेलं विस्कटलं. जनाकाकू त्याच्या जवळ येऊन बसतच म्हणाली-

“आता आजाराचं काय न्हाई नव्हं...?”

“न्हाई... ऽऽ” तो कसाबसा बोलला. ही बया आत आणि कशाला आली. हेच त्याला समजना.

“आता जरा जरा शेताकडनं बी चक्कर मारीत जा ऽ अंग हलकं व्हतंय...”

तो फक्त हुंकारला.

“माणसा बरबरनी बोलुने आसं वाटतंय व्हयं रंऽऽ” जनाकाकू बोलतच राहिली. त्याला बोलावं असंच वाटंना. त्यानं पुन्हा पिसवीतलं काढल्यालं सामान पिसवीत भरलं.

“आरंऽऽ असं घुम्यागत बसून काय व्हणार हाय. काय आसंल त्ये भडाभडा बोलून मोकळा व्हईत जाऽऽ माणसानं लई बी मनातल्या मनात कुजुने. उगच दुसऱ्याच्या जिवाला घोर लागतोय...” जनाकाकूनं तोंडाचा पट्टा सोडला. बाहेरच्या सोप्यातला सुपाचा आवाज बंद झाला. कल्लव्वा बी आतल्या सोप्यात आली. जनाकाकूच्या सुरात सूर मिसळत म्हणाली,

“आसा मुक्यागत ऱ्हावून काय बरं व्हायचं न्हाई बाबाऽऽ उगच आमच्या जिवाला किरकात लाऊ नगंऽऽ”

“मग काय करू? नाचू का बोंबलूऽऽ” त्याच्या मनावरचा तोल सुटला.

“बोंबलायला का तुझी आई मेली...” कल्लव्वा बिथरली.

“उगच माझं डोस्कं फिरवू नगोसा... मला काय वाटंल तसं मी करणार हाय... माझ्या नादाला लागून डोस्क्यात राक्का घालून घीवू नगंस. तुझं तू काम बघ जाऽ” म्हणतच तायाप्पा उठला आणि सरळ मागच्या दारानं परड्यांगाला गेला.

जनाकाकू कल्लव्वाकडं बघतच राहिली.

“नसीब म्हणायचं माझं...!” म्हणतच कल्लव्वा जागची उठली. बाहेरच्या सोप्याला आली. तिला भाताचं सूपसुद्धा धोंड्यागत वाटाय लागलं...

...संगाप्पानं गुडघ्याचं मुटकुळं सोडवलं आणि हाळी मारतच गुरवाला औत सोडाय सांगितलं. दिवस मावळून कवाच गेलता. घराकडं जायाला नाही म्हटलं तरी अंधार पडणार. अजून बैलं पाण्याला घालायची. मग खंदाडी जुपुन जायाचं, म्हणजे बक्कळ रात व्हईल, म्हणून तो अंग झटकून उठला. शेवटचं तास म्हणत म्हणत गुरवानं आडास मारून घेतलं. आता पुन्हा वरच्या टपण्याला यायला नको म्हणतच त्यानं कुळवाचं वालं सोडलं आणि संगाप्पाला जवळ बोलावतच विचारलं-

“पाणी कुणाच्या भावीला पाजायचं गाऽऽ?”

"पाजूयाकी म्होयत्याच्या! म्हणजे तसंच मार्गातनं वर गावाकडं सरकाय बरं," म्हणत जेवणाची बांधलेली भांडी उचलून तो औताजवळ आला. गुरवानं कुळव जुवावर उलटा करून खंदाडी बांधली, आणि हिकडं तिकडं बघतच बैलांना दाऽऽ म्हटलं.

"आयला ऽऽ औंदा काय वळीव पडलं आसं वाटत न्हाई गाऽऽ"

"पडाय पायजे व्हता गाऽऽ म्हणजे औतकामतरी डोळं झाकून झालं असतं."

"काय व्हतंय? कुळव ह्येंड्याला उसाय तयार न्हाई. बैलं तर खरसून गेली..."

म्हणतच गुरवानं खंदाडी म्होयत्याच्या भावीकडं वळवली. अंधार गळक्या गाडग्यातनं पाणी झिरपल्यागत झिरपालता. रानात माणसांचा आवाजबी येत नव्हता. गुरवाला आता जरा गडबड लागली. त्यानं हवेतच चाबूक वाजवला आणि दमलेली बैलं दोन पायांवर उड्या टाकत सुटली. संगाप्पाला त्याच्याबरोबर पळता पळता पुरवाट झाली. म्होयत्याच्या भावीवर आल्यावर संगाप्पानं खोपीतली बादली आणली आणि झपाझप पायऱ्या उतरला. भावीत नुसता आंधारच दिसालता. त्यानं गडबडीत बादली काठावर भरून आणली तसा गुरव बैलाच्या पुढ्यात ठेवतच म्हणाला- "आता थोरल्यानं शेताकडं फिरायचंच बंद केलं व्हय गाऽऽ?"

"त्ये का, फिरतोय की-"

"न्हाई; पैल्यासारखा कुठं दिसत न्हाई तवा म्हंटलं..."

"काय बोलून उपेग न्हाई गड्या! सगळंच बिघाडलयं... घराला काय झालंय काय कळाय तयार न्हाई... समदीच भट्टी बिघडलीया... थोरला आसा झुरल्यासारखा करालाय. वयनी डोकं बिघडल्यागत ठिसकाय लागलीया. समदंच गुडारत झालंय..."

"देवाचं बी समदं केल्यासा न्हवं...? मग आसं का व्हावं...?" गुरवानं बैलाच्या पुढ्यातली बादली उचलून दुसऱ्या बैलाकडं सरकवली. संगप्पा आपल्याच विचारात गढला. त्याला गुरव्वानं काय म्हटल्यालं बी ध्येनात राहिलं नाही. बारडी रिकामी झाली तसा तो पायऱ्या उतरत पुन्हा खाली गेला. गुरव्वाला त्याच्या न बोलण्याचं सगळंच गूढ वाटाय लागलं. संगाप्पा शेवटच्या पायरीवर आला अणि भेलकांडल्यागत त्याचा तोल जायला लागला.

"आगाऽऽ आता भावीतनं बारडी वर ईना व्हय गाऽऽ"

"व्हयाचंच..." म्हणत संगाप्पानं कशीबशी बैलासमोर बारडी ठेवली. त्यानं खिशातली तंबाखूची पिसवी काढली आणि खाली बसला.

"आयला लय सतावलं त्या पोरानं. आगा देवाचं म्हणून देवाचं केलं. आता मला सांग किती म्हैनं उलाटलं? अजून पोरग भिन बडवल्यागत घुम्म व्हवून बसतंय आनी ही दोघं त्येच्या काळजीत खंगल्यात..."

"आगा बसून कसं जमलं. कायतरी बघाय नको. परत त्या बाईकडं तरी बघून आल्यानी?"

"आता दोन दिसाला सारखं त्येच चाललंय..." म्हणतच संगाप्पानं बादली म्होयत्याच्या खोपीत ठेवली. गुरवानं बैलास्नी गावाकडं वळवलं. संगाप्पा न बोलताच पाठीमागनं फरफटत चालला.

"आयलाऽ खरं ही सगळी लटांबळ तुझ्या उरावर का गाऽऽ" गुरवानं विषय काढला.

"मला बी आता तसंच वाटायलंय. समद्यातनंच रिकामं व्हवावं म्हणतोय. लई झालं ह्येचं द्याव-धरम. करत बसू देत त्येंच त्येनी. तुला कसं वाटतंय?"

"मी बी त्येच म्हणणार व्हतो. खरं कसं बोलायचं? आता त्ये पोरगं काय हाताच्या भाईर गेलं. मला सांग की, त्ये करून करून काय करंल? लई तर जोगवा मागून खाईत बसंल. ह्येच्यापरास त्येच्याकडनं काय झेपंल..."

"आगाऽ बसून खावू देऽऽ खरं सरळं खाऊ देऽऽ त्येचा देव सारखा सारखा उठून जर मानगुट्यावर बसाय लागला तर मला निबवंल काय...? आता मागचंच घ्ये. सगळी मिळून देवाला गेल्यानी किती खरच आला म्हाईत हाय? किती आला आसंल सांग बघू...?"

"आला आसंल पा-सासे..."

"ह्ये खुळ्या! हाजारावर सहाशे गेलं. मी म्हणतो जाऊ दे. देवाचं कामं व्हतं गेलं. खरं आता तरी सरळ व्हईल तर त्येचबी काय वाटलं नसतं. आता काय निघतंय कुणास धक्कल..." संगाप्पा आपल्यातच कायबाय पुटपुटला. गाव जवळ येईल तसं गुरवाचं लक्ष संगाप्पाच्या बोलण्यावरनं उडालं. गावच्या पांदीत खंदाडी आली. संगाप्पा आपल्याच तंद्रीत चाललाता.

"उद्या काय करू या गाऽऽ?"

"कराचं काय? उरल्याली टपणी मारू या की..."

संगाप्पा भानावर येत म्हणाला, आन गावदरीनं घराकडं वळला. त्याच्या डोक्यातली वळवळ अजूनही थांबायला तयार नव्हती. तो त्यातच गुतपळून गेला.

...आमी दोघांनीच किती मरायचं? ह्येनी काय आपलं घरात टेकून खातील सुखात ऱ्हातील. पर माझ्या पोरीचं कसं व्हायचं? ह्येच्या परास आत्ताच चूल फोडल्याली काय वाईट? म्हणतील शेजारीपाजारी आसं झालं

म्हणून आसं केलं. म्हणणात. कोण काय पोटाला आनून घालणार हाय? काय उसनं पासनं बघणार हाय. ज्यो तो आपला आपला. ह्येंच्यात ऱ्हावून हाडं काशीला जातील आणि पोरं माळावर पडतील... एकदा काय तो कंडका पाडायलाच पायजे...

संगाप्पा डोक्यातल्या वळवळीसरसा झपाझप चालत गेला. त्याला दिवाणाची चिंच कवा आली समजलीच नाही. यरगुंड्याच्या दारात आल्यावर तो एकदम भानावर आला आणि हातात तांब्या घिऊन जाणारा तायाप्पा त्याच्या समोर आला... तो दचकला. त्याच्या डोक्यातली वळवळ एकदम थांबली. त्याला तायाप्पा आता जितनित बाईगत वाटू लागला...

जेवनवक्ताला थोरला घरात आला. उजदारच्या सोप्यात दंगा करत बसलेली सुमी, पमी, बबन्या, किन्या एकाएकी गप्प झाली. दिवळीतली आपापली पुस्तकं घेऊन दिव्याभोत्यानं बसली. थोरल्यानं खांद्यावरचा टावेल दांडीवर टाकतच किसन्याला फैलावर घेतलं-

"गाढवाएवढा झालास, नव्वी शाळा शिकलास, आनी ह्या बारक्या पोरीतनी दंगामस्ती करतोस. मास्तरानं ह्येच शिकवलंय व्हय रंऽऽ रांडोळ्या..."

किसन्यानं वरसुद्धा बघितलं नाही. त्याच्या पुस्तकाच्या अक्षरात थोरला बाबाच दिसाय लागला. आता भट्टी सरळ बसली तर बरं, न्हाईतर पेट्ट बसत्यात. त्यातनंही तिरकी पापणी करून बबन्याकडं बघितलं. बबन्या काहीच न घडल्यासारखं वाचण्यात गुतपळलंतं.

"सुमी, तांब्याभर पाणी आण जाऽऽ" म्हणत थोरला दिव्याजवळच भित्तीला टेकून बसला. पोरास्नी अवघडल्यासारखं झालं. सुमी तांब्याभर पाणी घिवून आली. तसा थोरला दारात गेला. पोरांना एवढंच पायजे होतं. बबन्यानं डोळं मिचकतच किसन्याकडं बघितलं. किसन्याची तळपायाची आग मस्तकाला गेली. त्यानं हात उगारला, एवढ्यात थोरला आत आला. तांब्या ठेवतच तो स्वतःशीच काय तरी पुटपुटला. मग पोरांच्या जवळ येतच म्हणाला,

"जेवल्यासा का न्हाई रंऽऽ"

"न्हाई..." बबन्यानं पुस्तक मिटवतच सांगितलं. त्याला एवढचं पायजे होतं.

"दहा वाजाय आलं तरी अजून जेवाण व्हायला न्हाई... घालकाड्या घरात बसून काय करत्यात रंऽऽ" म्हणतच थोरला आतल्या सोप्यात सरकला. आक्कव्वा भाकरीचं पीठ मळायला लागलीती. कल्लव्वा ताटल्या धुवून घ्यायला लागलीती.

संगाप्पा तंबाखूचा बार भरून भित्तीला टेकून बसलाता. थोरला चुलीजवळ येतच खेकसला,

"पोरास्नी वाढून काढायचं न्हाई...!"

"काढाल्यात की. खेकसाय काय झालं. काय रात सपली..."

"आयला, घरं ववसायची जरा कमी करायची. यरवाळी चूल पेटवायची म्हणं रात संपली काय...? खाऊन खाऊन मस्ती आलीया...?"

"उगच कशाला डोक्यात इंगाळ घालून घ्यालासा. बसा की गप्प..." कल्लव्वानं त्याला नेहमीसारखं दटावण्याचा प्रयत्न केला, तसा गडी एकदम उसळला.

"आशानंच सगळ्या घराचं वाटुळं झालं... कुणाचा कुणाला पायपोस न्हाई... एकदा डोक्यात रक्का घालून लावून देवा म्हणजे रिकाम्या व्हशीला..."

"कोण कुणाच्या डोस्कीत रक्का घालालंय जरा तुझा तूच इच्चार कर आणि मग बोल..." इतक्या वेळ गप्प बसलेल्या संगाप्पानं मध्येच तोंड घातलं.

"व्हय, मीच रक्का घातली. सगळ्यांच्या डोस्क्यात. मीच वाटुळं लावलं... सगळ्यास्नी सांभाळलं त्येच चुकलं..."

थोरला डोकं फिरल्यागत बडबडाय लागला आणि संगाप्पानं ओळखलं, आज गडी जरा लोड दिसतोय. नादाला न लागलेलं बरं म्हणून तो उठून बाहेरच्या सोप्यात गेला. कल्लव्वानं सगळ्यास्नी हाळी मारली. खोपड्याला बसलेला तायाप्पा वळवळला आणि भांडण आपल्याकडं सरकाय नको म्हणून चुलीच्या सोप्याला येऊन बसला. कल्लव्वानं पोरांच्या बरबर त्यालाबी ताट केलं आणि तायाप्पाकडं सरकवलं. थोरला अजूनही बडबडतच होता. तशी कल्लव्वा न राहून म्हणाली- "आता झालं की, पोरास्नी गप्प जेवून तर द्या..."

"आता मी काय त्येच्या पुढ्यातलं वडून घ्यालोय? काय, तुझ्या पुढ्यातनं वडून घ्यालोय...? एवढं कडू कशानं लागलं आणि तुला..." थोरल्यानं पुन्हा आवाज वाढवला.

"मला न्हवं. घरात प्वॉर आजारी हाय त्येच्यासाठी तरी गप्प ऱ्हावाऽऽ न्हाई-तर घाला त्येला न्हावून मातीत..."

"घाला जा की तूच मातीत. माप बसून खाईल वळू! आता आनी लुगडं नेसलाय. राबजा म्हण्वं घसा साऽऽ आता काय धाड भरत न्हाई..."

थोरल्याचा तोलच सुटला आणि तो तायाप्पावर घसरला. कल्लव्वाची आता मात्र तळपायाची आग मस्तकात गेली. तिनं हानून बडवून घेतच तोंड

सोडलं- "भाड्या, पोराला मातीत घालण्यापरास तूच जाईनासऽऽ आनी पोराला मी लुगडं नेसवलं का तू रं?" म्हणून जोरानं आरडली. तायाप्पाच्या हातातला घास हातातच राहिला शाळंची पोरं गदबाळला. थोरला तोंडात मारल्यासारखा गप्प बसला. कल्लव्वाचं हात बडवनं वाढत गेलं. तायाप्पा ताट अर्ध्यावर सोडून तसाच उठला. त्याला पेंडरीतनं समदंच गळटून गेल्यागत वाटाय लागलं...

...तानू सुतारीण गडबडीनं भुईला वडायला लागलीती. अजून कामाचा ढीग पडलाता. त्यात ही सगळी कामं आटपून गावात चार घरं फिरायची म्हणजे तिला सगळंच अवघड वाटाय लागलं. दोनची पोरं हिकडं तिकडं तासाभरात येतील. त्यास्नी आणि वाढून घरातनं बाहेर काढेपर्यंत सांज हितंच व्हणार; तिनं काला भलताच पातळ केला. नुस्ता वरनं वरनं हात फिरवायला सुरवात केली. तरीबी अजून एक आख्खा सोपा तसाच होता. सारवायलाच बारा वाजणार असं तिला वाटाय लागलं. तिनं व्हता व्हईल तेवढी गडबड करायला सुरवात केली. तिचा हात गिरणीच्या पट्ट्यासारखा फिरलाता...

दारात कुणाचं तरी पाऊल वाजलं आणि तानू सुतारणीच्या कपाळाला आटी पडली. 'कोण बया आली आणि मोडता घालायला,' असं मनातल्या मनात म्हणतच तिनं सारवता सारवताच माघारी वळून बघितलं तर कल्लव्वा दारात दत्त. कल्लव्वाला बघून तानू सुतारीण जराशी वरमली.

"ये की गऽऽ अशी दारातच का उभा..."

"काय काय चाललंय तुझं बघावं म्हटलं...?" कल्लव्वा दारातनं आत येतच म्हणाली.

"काय चालतंय बाईऽऽ आता भुईकाला घातलेय. आजून भांडीकुंडी काडायची हाईत. आंघोळ करायची हाय. देवपूजा हाय. जोगवा मागायचा काय अजून पत्ताच न्हाई... तू काय देवबीव तायाप्पाला पुजाय लावून आली असशील...?"

"सकाळीच पुजल्यान..."

"कशी काय उन्हाचंच फिरलीस?"

"आलो आपलं पाऊस पडतोय का न्हाई इच्चारायला..."

"ईल की! आता काय दीस गेलं..." म्हणतच तानू सुतारणीनं काला वढतच उंबरा गाठला. उजदाराच्या सोप्यात काला घेतच ती म्हणाली,

"काय म्हणतोय तायाप्पा? आता तरी माणसात बसतोय उठतोय का

न्हाई... कव्वा मागच्या म्हैन्यात तुझ्या घरला आलतो. तवा जरा समजून सांगितलंत त्यावर काय भेट न्हाई... लावून दित जा की जरा घराकडं.'' तानू सुतारीण काल्यात पाणी वततच बोलली, आणि कल्लव्वा ढीम्म बसली. तानू सुतारीण निम्मा सोपा सपवत आली तरीबी कल्लव्वाला शब्द फुटंना. तानू सुतारीणीनं काय वळकायचं ते वळीखलं.

''आता मलाच तुझ्याकडं फिरटी मारायला पायजे म्हण तर.''

''कसली फिरटी आनी काय घेऊन बसलीस, तान्नाक्का समदंच बिघडलंय. प्वार तवाच मेलं आसतं तर बरं झालं असतं असं वाटाय लागलं...'' कल्लव्वा पुटपुटली आणि तानू सुतारणीचा हात जिथल्या तिथंच थांबला. तिला मामला काय तरी वेगळाच वाटाय लागला. ती काला तसाच सोडून कल्लव्वासमोर येवून बसतच म्हणाली-

''काय झालं गऽऽ? आनी काय त्येला तरास सुरू झाला?''

''त्येला काय व्हतंय खरं. सगळ्या घराला तरास सुरू झालाय. मागच्या आठवड्यापास्नं रोज रातीला भांडण हायंच. आठवडाभर घरातल्या घरातच धुमसलं. आता गल्लीला आलय.. काय करायचं सांग..'' कल्लव्वा बडबडत गेली पण तानू सुतारणीला कायच कळंना.

''कोण, तायाप्पा भांडलाय?''

''त्ये न्हवं बाई? मालक आता रोज पिऊन यायला लागलाय. त्यो पिऊन आला की सगळ्यांच्या बरबर वाद मारत बसतोय. पयलं दोनतीन दिवस धाकट्यानं सोसलं. गप्प ऱ्हायला. खरं आता त्यानं तर छत्तीसच मांडलंय. कायतरीच धरून बसलाय. माझा जीव तर आता नुस्ता गुदमरल्यागत झालाय...''

''खरं ह्ये मदीच काय उठलं गऽऽ?''

''त्येच काय समजायला तयार न्हाई. एकसारखं तायाप्पाला मदी घालून दोघं हातघाईवर यायला लागल्यात. कुणाला काय समजून द्यायचं ह्येच काय कळनासं झालंय. आनी ह्ये सारं बघून त्या बाबानं तर आन सोडलंय. आता कुणा कुणाला टक्कर द्यायची ती तूच सांग...''

कल्लव्वाचा आवाज घोगरा झाला. तानू सुतारणीची वाचाच गेल्यागत झाली. ह्ये आनी काय नवीन उपटलं. ती आपल्याच तंद्रीत शेणाचा हात तसाच घेऊन बसली, तशी कल्लव्वा आपला हुंदका आवरतच म्हणाली-

''जा बाई, तेवढा सोपातरी भुईकाला वडून घेऽऽ आमचं ह्ये काय सरळ लागंल असं वाटत न्हाई.''

''खरं थोरल्याचा एकदम आसा तोल जाईल असं वाटत न्हवतं गऽऽ!''

"वाटत नव्हतं खरं काय करायचं? लोकं काय धड असल्यात? त्यास्नी देवाधरमाचं काय समाजतंय... त्यास्नी सगळीच गम्मत वाटतीया. मागच्या आठवड्यात कव्वा म्हणं थोरला गिरणीजवळ बसलाता तवा ह्यो लकडीबाईचा भाड्या आणि मिसाळाचा गणप्या तिथं आल्याली. बोलता बोलता कायतरी निघालं आसंल!" कल्लव्वा थांबली.

"मग काय झालं?"

तानू सुतारणीची उत्सुकता वाढली.

"व्हतंय काय? लाकडीबाईचा भाड्या म्हणाला, 'पोरगं देवाला सोडलास तेच बरं केलासं. न्हाईतर ते पोरगं काय कामाचं व्हतं काय गाऽऽ? आदीच कामातनं गेलतं. तुला देव बाकी कुठला चांगला भेटला. पोराचं कल्याण केलास...'

...तसं त्या मिसाळाच्या भाड्यानं गप्प बसावं का न्हाई. त्येचं वय काय? मालकांचं वय काय? भाड्या म्हणाला, 'गावातल्या माणसांची सोय केलास बेस झालं घेऽऽ आणि त्यातनंच ह्येच्या डोस्क्यात काय बिघाड झालाय कुणास ठावं...

सगळंच बिघाडलंय... तिथल्या तिथं आईभणीवरनं भांडणं झाली. तावापास्नं ह्येनं पिऊन घरात पाय टाकला. मीबी ह्ये दुसऱ्याच्या कानात ऐकल्यालं. खरं तानाक्का, आता काय सरळ लागलं असं वाटत न्हाई. त्या पोरानं तर आता हे सगळं बघून हाय खाल्लीया, आदीच खोपडा धरलाय. त्यात ह्ये भरीला भर. आता पोरगं काय घर सोडतंय गऽऽ?"

कल्लव्वानं बोलता बोलता दम टाकला. ती बोलायची थांबली. तानू सुतारणीचं तोंड पांढरं फटफटीत पडलं. ती उठून दाराकडं गेली. तिनं पुन्हा काला पातळ केला आणि हात वडायला सुरुवात केली. दोनं तीन फराटं मारून झाल्यावर ती कल्लव्वाला समजून सांगतच म्हणाली-

"ह्ये आसलं चालायचंच घे गऽऽ हे सगळं बघून घ्यायला ती बाई डोंगरावर बसलीया की, तू कायबी काळजी करू नगंस..."

कल्लव्वा तानू सुतारणीचं बोलणं ऐकता ऐकताच भारावली. तिनं मनोमनच डोंगरच्या बाईचं पाय धरलं. तिचं हात आपोआपच जुळत गेलं...

पारव्वा वाकडी वाट करुन घोलप्याच्या घराकडं वळली आणि तिला आठवलं, म्हयन्याभरात कुठंच तायाप्पा दिसला नाही. काय कमी- जास्त चाललंय तेबी समजलं नाही. म्हणून जाता जाताच ती यरगुंड्याच्या खोपड्याला वळली. कोंडकरच्या दारात व्हगाड्याची म्हातारी वाकाळ शिवीत बसलीती.

गल्लीतल्या पारव्वाला घटकाभर निरखून बघून सुद्धा तिला वळख पटली नाही. तशी पारव्वाच लाजंखातर म्हणाली,

"आजी, काय करालीसऽऽ?"

"करतीय काय बाई! म्हातारं माणूस खादीला कार धरणीला भार..."

"असं कसं आजी! म्हातारी माणसं हाईत तर सगळं हाय! मला वळीखलीस?"

पारव्वानं जवळ जातच विचारलं. म्हातारी आपल्या किलकिल्या डोळ्यानं अजूनबी पारव्वाला निरखून बघालती.

"काय सांगू बाई, नदार लईच कमी आलीया..."

"मी जाधवाची पारव्वा!"

"थु- माझ्या नसिबा. तू काशीची पोरगी न्हवं देववाली. आता वळख लागली बघ... हिकडं कुठं फिरलीस गऽऽ?"

"आलो जरा पवाराच्याकडं जावं म्हणून. बरं हाय न्हवंऽऽ."

"हाय की" म्हणत म्हातारीनं परत वाकळंला टाका घालायला सुरुवात केली. पारव्वानं जागा सोडला. ती तायाप्पाच्या दारात आली. पुढच्या सोप्यात कोणच दिसत न्हवतं. परड्यांगाचं दार उघडचं होतं, पण माणसाचा दूम लागत नव्हता.

पारव्वा हिकडं-तिकडं बघतच चौकटीला हात रेटून उभा रहिली. आतनं कुणाचाच आवाज येईना. तशी ती उंबऱ्याच्या आत येत म्हणाली,

"मामी, कोण हाईसा का न्हाई घरातऽ" बराच वेळ कुणाचाच आवाज आला नाही. पारव्वा गदबाळली. ही सगळी माणसं दारं उघडं सोडून गेली कुठं? म्हणतच घुटमळली. एवढ्यात मधल्या सोप्यातनं बाहेर बघतच कोण हायऽऽ?' म्हणून तायाप्पानं आवाज दिला तसा पारव्वाला धीर आला.

"एकटाच काय करलासं रंऽऽ? आनी सगळी कुठं गेली?" म्हणतच पारव्वा आत गेली. बघती तर तायाप्पा दांडीवरची आपली सगळी जुनी कपडं काढून बसलाता-

"आईत्येनं येचायला गेल्यात. पोरं शाळंला. मी आपला एकटा-" म्हणत तायाप्पानं आपल्या जुन्या शर्टाच्या बाह्या दोन्ही हातांत धरल्या आणि शर्ट झाडला.

"ह्ये काय करालास रंऽऽ?"

"करतोय काय मसाण? जुनी कापडं काढून बघतोय..."

तायाप्पानं हातातली शर्ट अंगाला लावून बघितला. पारव्वा एकदम दचकली.

"आता ती सगळी कापडं माळ्यावर फेकून दे तिकडंऽऽ ह्या बायकांनी

ती खाली कशी ठेवली रंऽऽ?''

म्हणतच पारव्वा त्याच्याजवळ टेकली. त्यानं शर्टचा गोळा केला आणि हातात धरून तसाच बसला. त्याला पारव्वला कायतरी सांगावं असं वाटाय लागलं. घटकाभर त्या विचारातच तो बसून राहिला. आणि त्याच्या मनात काय आलं कुणास ठाऊक त्यानं हातात गोळा केलेला शर्ट रागानं खाली टाकला.

''कसल्या इच्यारात हाईस रंऽऽ?''

''आनी कसल्या ह्याच की-''

तो बोलता बोलता दचकला. त्यानं तोंडातला शब्द तोंडातच दाबला. त्याला काय बोलावं ह्येच समजंना.

''आता जरासं भाईर पडतोस का न्हाई?''

पारव्वानं कायतरी विचारायचं म्हणून विचारलं.

''पडतोय की कव्वा कव्वा तरी. खरं पारव्वा-''

त्याला एकदम सगळं भडाभडा बोलून टाकावं असं वाटाय लागलं. पण तोंडातनं शब्दच फुटेना. तो उगचच डोकं खाजवत बसला. तशी पारव्वा त्याच्या विस्कटलेल्या केसाकडं बघतच म्हणाली,

''आता न्हाव्याकडं आनी जाशील कव्वातरी... आता केसाला कात्री लावायची न्हाई. शेवन्ताक्कानं सांगितलंय न्हवं...''

त्यानं फक्त मान हलवली. समोर पडलेल्या कपड्याकडं बघता बघता त्याला विचित्र वाटाय लागलं. त्याला एकदम कसली तरी सणक आली. त्यानं तोंड उघडलं.

''पाराक्का, मी परत आता माझी कापडं घातली तर?''

''अय्यो देवाऽऽ'' पारव्वाचा जीव झारऽऽ झार झाला.

''बाबा, असला विचार मनात सुद्धा आणू नग. बरं व्हणार न्हाई. ती डोंगरची बाई हाय. सादी सुदी न्हाई. व्हत्याचं न्हवतं करती. तुझं सोडच, घराचं सुद्धा मातरं करंल...'' पारव्वा कळवळून बोलली.

''आता व्हयाचं काय ऱ्हायलंय. बघतीस न्हवं काय काय व्हयाय लागलंय त्ये... घरातली सगळीच घडी इस्काटलीया. त्यात मला तरी काय घरातनं पाय भाईर टाकाय व्हईत न्हाई- जीव झाऽऽ झार व्हतोय. माणसात गेलं की-'' तो बोलता बालताच थांबला.

''आरं आता किती दीस झालं आणि तू आजून झुरतोस आसा? जरा पड की माणसात. सगळं इसराय व्हतंय. तू घरात ऱ्हातोस म्हणून ह्ये सगळं आसं व्हयाला लागलंय... तूच मन घट्ट केलासं तर सगळं. न्हाई तर काय

खरं न्हाई बाबाऽऽ'' पारव्वाच्या बोलण्यानं तायाप्पाला जरा जरा धीर आला.

''जायचं माप येवजतोय खरं उंबरा वलांडून गल्लीत गेलं की, अंगाचं पाणी पाणी व्हतंय. पेंडरीतनं गळाटल्यागत व्हतंय. समोरनं माणूस आलं की, सगळं संपल्यागत वाटतंय- ह्यातनं कसं तरायचं ह्येच कळत हाई.''

''मग काय जलमभर असाच घरात बसणार?''

पारव्वानं एकदम त्याच्या काळजालाच हात घातला. त्याचं तोंड बंद झालं पारव्वा म्हणती त्यात काय खोटं हाय' तो मनातल्या मनातच पुटपुटला. पारव्वा त्याला विश्वासात घेतच म्हणाली,

''तुला जर लईच माणसाचं भ्या वाटत आसलं तर आमच्या घरात यीऊन बसत जाऽऽ तानाक्काच्या घराला जाईत जाऽऽ तुला तिथं तरी कोण काय म्हणायचं भ्या न्हाई.. तू असा बसतोस आणि माणसं झुरणीला लागल्यात. आजून लई भोगायचं हाय बाबा. त्येंच्या जिवाला कीरीकात लावून कसं जमलं. ह्ये आसलं देवाचं जगणं सगळंच इपरीत हाय...''

''मलाबी तसंच वाटाय लागलंय. लई इच्चार करून बघितलं, घर सोडून पळून जायाचं म्हटलं. खरं माझ्यामुळं आणि घरची गोत्यात येतील... माणसात जावावं तर ह्या लुगड्यात माणसं काय म्हणतील. एक न्हवं हजार डोक्यात येतंय आनी मग हितंच मुरगुळून पडतोय.''

''तुझ्यासारख्या पोराचं आसं आनी मग दुसऱ्याचं कसं रंऽऽ?

आरं कोण तुला काय म्हणतंय? बघायला डोंगरावरची बाई हाय की, तुझी कळ काढायं घरादारावर कुळव फिरावाय पायजे... एवढं सलंप न्हाई बाबाऽऽ काय तरी डोस्क्यात घीवू नंग... जरा घरातल्यास्नी सुखात जगू देऽऽ''

पारव्वा बोलत गेली. आणि तायाप्पा आतल्या आत सांधत गेला. कधी नाही ते त्याला खरंच काय बाय वाटाय लागलं. त्यानं मनातल्या मनात बरंच काय बाय ठरवायला सुरुवात केली. समोरच्या कपड्याचं बोचकं त्यानं भरा भरा पिसवीत भरलं. पारव्वा उठतच त्या 'जातो' म्हणून बाहेर पडली. त्यानं हातात कपड्याचं गठलं दोन-तीन वेळा खेळवलं. खेळवता खेळवता त्याला कसली तरी सणक आली. त्यानं गटलं लांब माळ्यावर भिरकावलं. माळ्यावर धाबदिशी आवाज झाला. तायाप्पा दमल्यागत खाली बसला...

गुंडपाच्या दारात यळवाचं चार खुंट रवून मेसकाट्या टाकून झक्कास मांडव उभारलाता. त्यावर आंब्याच्या ढाळ्या सरीनं आडकल्यात्या. मध्येच संकेश्वराची, दासळीची फुलं टांगलीती. खुटा खुटाला केळीचा कापून आणलेला

एक-एक मोना बांधलाता. दासळीची रोपं तशीच उपटून आणून उभा केलती. गल्लीतनं जाणारं येणारं माणूस घटकाभर थांबून काय चाललंय ते बघून पुढं जात होतं. गुंडपाची म्हातारी पायाला भिंगरी बांधल्यागत हिकडनं तिकडनं फिराय लागलीती. पोरं-टोरं मांडवातनं नुस्ती झुंबड करायला लागलीती. गुंडप्पाच्या घरात जवळ जवळ आख्खी गल्ली गोळा झालती. गुंडपाचा आप्पाण्णा सारखा खूळ लागल्यागत फिरालता. त्यानं आज ठेवणीतला कोशा पटका काढलाता. कधी नाही ते गडी दाढी गुळगुळीत करून आलता. त्यामुळं त्याच्या छपऱ्या मिशा तोंडावर भलत्याच उठून दिसलत्या. अंगातला शर्ट झाकपाक दिसालता. त्याचा पाय कसला तो जमिनीला ठरत नव्हता. सारखं हिकडं-तिकडं चालू होतं. त्याच्या बायकोची तर भलतीच तारांबळ उडालती. बिचारीचा जीव शिणपाटून गेलता. त्यातनं पोरं मध्येच तिच्या अंगाला झोंबत होती. गुंडपाची म्हातारी आपल्या अनुभवी डोळ्यांखालनं प्रत्येक गोष्ट घालतली.

शाळांची घंटा झाली आणि शाळंच्या पोरांचा लोंढा तळं फुटल्यागत गल्लीगल्लीतनं सुटला तशी गुंडपाची म्हातारी आत जातच सुनेला म्हणाली,

"आगं ऽ पाच वाजलं तरी आजून कशी पारव्वा आणि तानाकाकू आल्या न्हाईत, जरा बघ की..."

"आता बघाय मोकळं कोण हाय... तुम्हीच व्हा की जरा पुढं!"

"व्हय, मीच मोकळी हाय. तुमा सगळ्यांच्या डोळ्यांत मीच खुपतोय..."

नेहमीगत म्हातारीचं बडबडणं सुरू झालं तसा आप्पाण्णा म्हातारीजवळ येतच म्हणाला,

"तू हितल्या हिथं तानूकडनं जाऊन ये. मी पारव्वाकडं जातो!"

म्हातारीला जरासं बरं वाटलं. म्हातारी तरातरा जकात्याच्या घरास्नं वरच्या बाजूला सराकली. आप्पाण्णानं पारव्वाच्या घराकडं रस्ता कातरायला सुरवात केली. शाळंची पोरं गल्लीगल्लीतनं सुटली आणि गुंडपाचा मांडव भरून गेला. पोरांचा कालवा वाढतच गेला तशी गुंडपिणीची थोरली सून बाहेर येत खेकसली...

"जावा की भाड्यानु आपापल्या घरला. हितं काय राधा नाचालीया?"

"त्येच बघालाव..." घोळक्यातनं कंच्चतरी पोरगं आरडलं आणि सगळी पोरं चेकाळली. मल्लवा हिकडं तिकडं बघतच हातात कडब्याचं धाट घेऊन घोळक्याकडं आली. तशी सगळी पोरं गल्लीतनं चौमाळ झाली. तिनं आपल्या घरच्या पोरास्नी आत न्हेलं आणि गल्लीत लांबपर्यंत बघितलं. आयाबाया गल्लीत लांबपर्यंत उभा राहून तिच्याकडं बघालत्या. तिला मूठभर मांस

चढल्यागत वाटाय लागलं. ती तशीच तोऱ्यात आतल्या बाजूला वळली. एवढ्यात पाठीमागनं कुणीतरी तिला हाळी मारली. ती तशीच मागं वळली. दरवाजातली शेवंता तिच्याकडं येतच म्हणाली, "आगं पोरं म्हटल्यावर जमणारच की!"

"व्हय, आत्तीसाब! खरं ह्येंच्या गोंधळात घरात काय सुधरनाकी. म्हणून जरा उसकलंली."

"ह्ये आदीन मदीच काय काढलीस?"

"काढलं आपलं, तुमच्यासारख्या माणसानं सांगितल्यावर कराय नको? येवा की..." म्हणतच मल्लवा तिला घेवूनच घरात गेली. आत आता पाट्यावर कणीक चेचण्याचा आवाज सगळ्या घरभर घुमालता. पुराण वाटायला तीन-चार बायकास्नी बसवलंतं. आमटीचं आदाण बघत मोऱ्याची गंगव्वा चुलीम्होरं बसलीती. बारकी-सारकी पोरं आपापल्या आयास्नी ढुसन्या द्यायला लागलीती. सगळं घर नुस्त भरून गेलतं. कुणाचा आवाज येत नव्हता.

...तानू सुतारीण हातातली परडी सांभाळत म्हातारीबरोबर घरात आली आणि सगळी धांदल उडाली. तानू सुतारणीनं आल्या आल्या समद्या घराचा कब्जा घेतला. काय काय झालंय, काय काय व्हयाचं हाय बघितलं. आंबील-घुगऱ्याचा निवद पहिल्यांदा डोळ्यांखालनं घातला. देव्हाऱ्यावर जाऊन काय काय केलंय बघितलं आणि मल्लवाला जवळ बलवतच विचारलं,

"कुणाकुणाच्या परड्या यायला सांगितल्यात?"

"गावातल्या तेवड्या तीनच सांगितल्यात. रानातल्या काय सांगाय न्हाईत!"

"आसं कसं व्हईल बाई... पाच तरी परड्या व्हायला नकोत?"

"आमाला एकीवर बी चालतंय म्हणाली की शेवन्ताक्का!"

"आगं खरं गावात असताना आसं का? आता ते जाऊ दे कोण तरी बापय माणसाला बलीव आणि मिसाळाच्या रकमाला तेवढं बलवून आनाय सांग."

"खरं मग चारच झाल्या..."

"मी सांगतोय तेवढं कर गं, पाचवीचं माझं मी बघतो." म्हणत ती देव्हाऱ्याजवळनं हालली. बाजूच्या सोप्यात आली तवर पारव्वा आपला जग घीऊन हजर झाली. तिला बघून तानू सुतारणीला आपलं काम सोपं झालं असं वाटाय लागलं. तिला गडबडीनं देव्हाऱ्याजवळ जग ठेवून यायला लावलं. पारव्वा जग ठेवून तिच्या समोर येऊन उभा राहिली. तानू सुतारणीनं मल्लव्वाला बरंच काय बाय बयवार सांगितलं आणि पारव्वाचा हात धरतच गल्लीत आली.

"चल जरा जाऊन इवू या!"

"आता कशाला टाईम घालवायचा, चल की तिकडं आटपून घीऊया..."

"ती रानातली रकमा आजून यायची हाय तवर हिथनं इवुया ये!" म्हणतच तानू सुतारीण लगबगीनं पाय उचलाय लागली. पारव्वा तिच्या पाठीमागनं फटकुरागत फरफटत चालली. तानाक्का कुठं चाललीया हेच तिला समजंना. एकदा-दोनदा तिनं विचारून बघितलं. पण ती काय बी बोली नाही. त्यामुळं तिला जास्त काय विचारात न बसता ती चालत राहिली.

भैरू पाटलाच्या खोपड्यातनं बाहेर पडून तानू सुतारीण सरळ काळू पाटलाच्या दारात आली. पारव्वानं ओळखलं की, ही बया तायाप्पाच्या घराकडं चाललीया. तिनं पुढं होतच विचारलं,

"तू चालली हाईस खरं, त्यो ईल काय बघ..."

"हूं इत नाही. वडून झालं तर आणायचा. खरं आज त्येला भाईर काढायचाच..."

"बघ बाई, त्येच्या घरातली काय म्हणतील...?"

"म्हणत्यात काय? आमी काय आमच्यात राबाय बलवाय चाललाव हाय. देवाचं काम हाय, यायला नगं..."

"बघ बाई तुझं तूच. मी ह्यात काय बी बोलणार न्हाई."

"माझ्या बरंबर येशील का न्हाई?" तानू सुतारीण तायाप्पाच्या दारात आली तवा कुठं तिच्या पायाची गती जराशी मंदावली. तिनं पारव्वाला मागनं यायला खूण केली आणि उंबऱ्याच्या आत पाय टाकला. पमी आणि सुमी बाहेरच खेळालती. त्या दोघी तानाक्काला बघितल्या बघितल्या थबकल्या.

"घरात कोण हाय गऽऽ?"

"सगळी हाईत..." सुमीनं हात तोंडावर न्हेतच सांगितलं. तानाक्का सरळ मागल्या सोप्याला गेली. कल्लव्वा नुकतं शेताकडनं केऊन टेकलीती. आक्कव्वा चुलीच्या पुढ्यात कायतरी करायला लागलीती.

"काय कराल्यासा गऽऽ" म्हणत तानाक्का चुलीम्होरं जाऊन उभा राहिली. तिला तशी अवचित बघून आक्कव्वा भांबावली. कल्लव्वा मात्र निपचित बसूनच म्हणाली,

"लांब फिरलीस गऽऽ"

"आलाव झालं!"

"आनी कोन हाय?" कल्लव्वानं चौकटीकडं बघितलं. पारव्वाला बघून मात्र ती जागची हालली.

"दोघी मिळून आल्यासा म्हणजे गऽऽ?"

"का इवू ने..." म्हणतच पारव्वा चौकट उतरून खाली आली.

"इवू ने का. बसा की बायानु. आत्ताच आलाव वड्याकडनं. जरासं येचायचं व्हतं. सपवून आलाव..."

"बसत न्हाई बाई. तायाप्पा कुठं हाय?"

"आसंल की हितंच कुठतरी. कुठं जातोय?" म्हणतच कल्लव्वानं तायाप्पाला हाळी मारली. परड्यातनं 'ओ' देतच तायाप्पा आत आला आणि दोघींना बघतच एकदम दचकला. आपल्या लुगड्याचा पायघोळ आवरत उभा राहिला. पारव्वा त्याच्याकडं न बघता भाईर बघत उभा राहिली. तानू सुतारीण चुलीम्होरनं त्याच्या समोर येतच म्हणाली,

"आंगावरचं लुगडं बदल रं-"

"का?" तायाप्पानं घाबरत विचारलं.

"का ते सांगतो. आदी लुगडं बदल बघू."

"ह्ये लुगडं चालत न्हाई?"

"न्हाई बाबा. बदल जा. उगच, माझं डोकं खाऊ नको."

तानाक्का काट्यावर येतच बोलली तायाप्पाही तिच्याकडं बघंतच उभा राहिला. त्याला काहीच समजायला तयार नव्हतं. तो तिथंच वळवळत्याला बघून पारव्वानं त्याच्याकडं बघतच सांगितलं, "जा बाबा लवकर जाऽऽ, भाईर जायचं हाय जा!"

"खरं कुठं?"

"माणसात! एवढा झालास खरं, 'कुठं?' म्हणायचं, काय इसराय न्हाईस. हितच गावात जायचं हाय."

पारव्वानं त्याला जरासा जवळ घेतला.

"माणसात आसलं तर मी न्हाई येणार?"

"माणसात न्हवं रंऽऽ चल तर..." म्हणतच तानू सुतारणीनं त्याला वडतच आत ढकललं आणि त्याच्या बरोबर मधल्या सोप्याला जातच त्याच्यासमोर उभा राहिली. तायाप्पानं नाईलाजानं दांडीवरचं आपलं लुगडं वडलं आणि अंगावरचं फेडतच ते नेसायला सुरवात केली. तशी तानू सुतारीण कल्लव्वाजवळ जातच म्हणाली,

"ह्येला जरा गुंडपाच्या घराकडं घीऊन जातावं..."

"जावा की. मी कुठं नको म्हणतोय. तुमचं झाड तुमच्याबरबर कुठं बी न्हेवा. खरं त्येला जरा माणसात आणा."

तायाप्पानं गुंडपाचं नाव ऐकलं आणि त्यानं सगळं ओळखलं. तो

लुगडं नेसता नेसता तसाच उभा राहिला.

"का थांबलास रंऽऽ?" पारव्वानं चौकटीतनं बघतच विचारलं. तानू सुतारीण पुन्हा त्याच्या समोर येऊन बसली. त्यानं कसंबसं लुगडं नेसलं. तानू सुतारणीनं त्याला जवळजवळ वडतच देव्हाऱ्यासमोर नेलं. त्याच्या कपाळाला भंडारा लावला. मध्येच कुंकवाची बिंदी उठवली आणि त्याच्या हातात परडी उचलून देतच म्हणाली,

"चलऽऽ आता उभा ऱ्हायला टाईम न्हाई."

"तिथल्या माणसात-" तायाप्पा अडखळला तसा कल्लव्वानं त्याच्या मनगटाला हात घातला. गच्च मनगट धरून वडून बाहेर आणलं. गल्लीत आल्यावर तायाप्पाचा पायच पुढं पडंना. तशी तानाक्का पुढे होतच मनगटाला धरून चालाय लागली. तायाप्पा हातातली परडी सांभाळत तिच्या पाठनं चालू लागला. त्याला त्याच्या पायाशिवाय दुसरं कायच दिसत नव्हतं. गल्लीतली माणसं उभा राहून तायाप्पाला बघत होती. कोण चुकचुकत होतं. कुणाला तानू सुतारणीचीच गम्मत वाटालती. सगळ्यांच्याकडं डोळं वटारून बघतच पारव्वा दोघांच्या पाठीमागनं चालायला लागलीती.

गुंडापाच्या घरात तायाप्पाला ढकलला आणि तानू सुतारणीनं त्याचा हात सोडला. गुंडप्पाच्या घरातल्या सगळ्या बायका गदबाळल्या. तायाप्पाकडं चमकून बघाय लागल्या. कुणालाच काय समजायला तयार नव्हतं. पारव्वानं त्याला देव्हाऱ्याजवळ नेलं आणि हातातली परडी ठेवायला लावली. तायाप्पाला देव्हाऱ्याजवळ बसून राहावं असं वाटाय लागलं. त्यानं भित्तीकडं तोंड केलं आणि तिथंच उभा राहिला. पारव्वानं पुन्हा त्याला हाताला धरून बाजूच्या सोप्यात आणलं. सगळ्या बायका दाटीवाटीनं बसल्यात्या. तिथंच तायाप्पाला जागा करून देतच म्हणाली,

"बसं हितं. ह्या बायका काय तुला खाईत न्हाईत..."

तायाप्पा तसाच उभा राहिला. शेवट पारव्वानं त्याला हात धरून खाली बसवलं. तायाप्पाच्या डोळ्यांत जवळजवळ पाणी जमा व्हायला लागलंतं. तो बसला एवढ्यात खोपड्याला बसलेली नुल्याची म्हातारी त्याच्या जवळ येतच म्हणाली-

"आसं लाजून काय व्हतंय लेकाऽऽ आता ह्ये तुझ्या जलमालाच लागललंय. त्या बाईच्या मनात व्हतं म्हणून झालं म्हणायचं!"

"मग कोण काय मागून घेतंय. आलंय ते भोगत बसायचं." दुसरी पुटपुटली. हा विषय वाढत गेला तर सगळंच काम बिघडाय नको म्हणून पारव्वानं सगळ्यास्नी नजरेनंच दाबलं. सगळ्या बायका तायाप्पाकडं नुसत्या

बघतच बसल्या. सगळ्यांच्या डोक्यात त्याचाच विषय घुमाय लागलाता. तायाप्पा गुडघ्यांत मान घालून थंडगार बसलाता. तानू सुतारणीची सगळीच तारांबळ उडालती. अजून हालगीवाल्या बाळू म्हाताऱ्याचा पत्त्या नव्हता. म्हातारीला फुला कुठं दिसायला तयार नव्हती. न्हाव्याच्या रत्नाला हाळी माराय कोण गेलतं, ते तिकडेच बसलतं. न्हाई न्हाई म्हणत दिवस मावळाय आलता. तिनं आप्पाण्णाला हाळी मारतच सांगितलं, "आगा, तुझा बाळू म्हार कुठं हाय...?"

"हाय की... मगदुमच्या शेतात हालगी शेकालाय..."

"मग कुणालातरी फुलाला बलवाय लावून देऽऽ"

"गेल्यात गेल्यात" म्हणतच आप्पाण्णा तिथनं काढता पाय घेवून दारात आला. बाळू म्हारानं चांगलं पेंढीभर गवात पेटवून चांगला बक्कळ धग केलता. धगावर हालगी धरून तो एक एक ठेका देतच हालगी फिरवाय लागलाता. आप्पाण्णाची नदार म्हारोड्याकडंच्या बाजूला लागलीती. लांब पेंगीच्या घराजवळ फुला दिसली आणि आप्पाण्णानं सुस्कारा सोडला.

बाळू म्हारानं हालगीवर ठेका दिला आणि तानू सुतारणीनं मल्लवाला जवळ बोलावलं. तिच्या कपाळाला भंडारा माखला. आंबलीच्या मोग्याला भंडारा, कुंकू लावला आणि सगळ्यास्नी बाहेर काढतच तिनं मोगा उबऱ्याच्या बाहेर आणला. मल्लवाच्या डोक्यावर ठेवतच तिनं तोंडातनं आवाज काढला,

"उदं गऽऽ आई उदंऽऽ" तशी जमलेली समदी त्या आवाजात आवाज मिसळून म्हणाय लागली,

"उदं गऽऽ आई उदंऽऽऽ उदंऽऽ"

बाळू म्हाराच्या हालगीनं चांगलाच ताल धरला. फुला उभ्या उभ्याच घुमाय लागली. पारव्वानं तिचा पदर कमरंला खोचला. तशी फुला हालगीच्या तालावर नाचाय लागली. थोड्या वेळानं न्हाव्याची रत्नाबी घुमाय लागली. एक म्हणता म्हणता तिघी चौघी घुमाय लागल्या. नाचणाऱ्यांचा एक घोळकाच तयार झाला. बाळू म्हाराला जरासा चेव चढला. त्यानं लवणीला हिसका देतच हालगीवर ठेका धरला. बघणारी माणसं आपण कुठं आहोत हेही विसरून गेली.

गुंडपाचं घरदार दारात आलं आणि देव्हाऱ्याजवळ तायाप्पाला जरासं मोकळ मोकळं वाटाय लागलं. ही माणसं दार वलंडून पुढं गेली की घराकडं सुटायचं असं त्यानं मनातच ठरवून टाकलं आणि दारातली आंबीलजत्रा पुढं कवा सराकती हेचीच तो वाट बघू लागला. बाळू म्हार भलत्याच रंगात येवून हालगी घुमवाय लागलाता. त्यामुळं हालावं असं कुणालाच वाटाय

तयार नव्हतं. तानू सुतारीण मात्र चौकडं बघत उभा राहिलीती. तिनं हातानं खूण करतच पारव्वाला जवळ बोलवून घेतलं आणि सांगितलं-

"तायाप्पाला भाईर आण म्हणजे ह्यास्नी हालवऊयाच..." पारव्वा लगबगीनं आत गेली. तायाप्पा तिला बघितल्या बघितल्याच लटपटाय लागला. "मी त्या गर्दीत तरी इत न्हाई बाई- पाया पडतो..." म्हणून इवळू लागला. पारव्वाचा काय इलाजच चालंना तशी ती हात हालवतच तान्नाक्काजवळ परत आली. तानू सुतारीण काय झालं म्हणून विचारायच्या आधीच आत गेली. तिनं सरळ तायाप्पारा मनगटाला धरून उठवलं. फरफटतच बाहेर आणलं. सगळ्या बायका गप्पकन गोळा झाल्या. तसा तायाप्पा चटकन उभा राहिला. तानू सुतारणीनं त्याचं हातात धरलेलं मनगट सोडलंच नाही. तिनं बाळू म्हाराला हातानं चला म्हणून सांगितलं आणि सगळा घोळका जागा सोडून हालला.

तायाप्पाचं अंग लटपटाय लागलंतं. त्याला आता पडतोय का मग पडतोय असं झालतं. घसा पार सोकून गेलता. डोक्यावरचा पदर कवाच खाली आलंता. पण मनगटावरचा तानू सुतारणीचा हात काय सैल व्हायला तयार नव्हता. पारव्वानं जवळ येतच त्याचा पदर नीट करून डोक्यावर बसवला. तायाप्पाला आपलं आता सगळंच संपलंय असं वाटलतं. त्यानं खाली घातलेली मान हानवट छातीला लागंपर्यंत खाली नेली. सगळी माणसं नाचणाऱ्या बायकांपेक्षा तायाप्पालाच जास्ती निरवून बघालती. बाळू म्हार हालगीच्या तालावरच लवणी लबकून पाय उचलत पुढं चाललाता. मस्करच्या दारात सगळी जमा झाली आणि बाळू म्हाराच्या हालगीचा ठेका आपोआपच थांबला. मस्कराची यमन्नाक्का नाचणाऱ्या देवांच्या पायावर पडतच म्हणाली, "देवा, आमची धाकटी पोरगी हातरूनला डसलीया का, तेचा इच्चार कर आणि मगच पुढं वाट काढ..."

रत्ना नाचता नाचताच गदबदळली पण फुला घुमण्याचा ताल तोच ठेवून ओरडली-

"पोरगी पडून म्हयना झाला आनी तू आता इच्चार कराय लागलीस. हे तुला सोबतय काय?"

"देवा, चुकलं माझं-" यमनाक्का पाय सोडतच बोलली.

"चुकलीस त्ये चुकलीस. मला तुझ्या घरात यायचं हाय- डोंगरास्नं आणून मला बशीव..."

"बशीवतो. खरं पोरगीला बरं वाटू दे," म्हणतच यमनाक्का पुन्हा पाया पडली. बाळू म्हारानं हालगीचा ठेका परत सुरू केला.

"उदं गऽ आई उदंऽ उदं" म्हणतच यमनाक्का बाजूला सरकली. घोळका पुढे सरकू लागला. तायाप्पाची मान अवघडून गेली. काय केलं तरी कळ सोसवंना. आकीरला त्यानं वर बघायला सुरवात केली. सगळी गल्लाच्या गल्ली माणसानं भरलीती. लायटांचं दिवं कव्वाच लागलंत. बापय माणसं सुद्धा घोळक्यातनं उदंऽ घालत पुढं सरकत होती.

कुंडाला जाऊन जत्रा घरात यायला नाही नाही म्हणत नऊ वाजून गेलं. बाळू म्हारासारखा कसबी वाजवणारा बी शिणपाटून गेलता. बायका नाचून नाचून घाईला आलत्या. माणसांची गर्दीबी सगळीच इसकटलीती. भाताची मूद टाकून पायावर पाणी घेतच देव आत घेतलं. पाठोपाठ तानू सुतारीणबरोबर तायाप्पा. गडी आता जरा जीव आल्यागत दिसालता. वाटत काय बाय करून बघितलंतं पण तानाक्कानं काय मनगट सोडाय नव्हतं. त्यामुळं गडी भेलकांडल्यागत झालता. गुंडप्पाच्या घरात आल्या आल्या त्यानं एक खोपडा धरला आणि खोपड्यात मान घालून बसून टाकलं.

सगळं आटपलं. बापयांची पंगत उठली. घरातल्या सगळ्या झाडून बायका पंगतीला बसवल्या आणि त्यांच्या पंगतीतच तायाप्पाची पत्रावळ टाकली. आजूबाजूला बायकाच बायका बघून गड्याची भूक पूर्ण मेलती. नाही म्हणावं तर तान्नाक्का पुन्हा फैलावर घेणार म्हणून तो गुमान ताटावर बसला. त्याला अंग चोरून घेवूतोपर्यंत पुरेवाट झाली. किती सावरलं तरी मन बी आवरत नव्हतं. बायका त्याच्या प्रत्येक हालचालीकडं फांगसून बघालत्या. त्याला मात्र आपण फाटक्या पानागत फरफटत चाललोच असं वाटाय लागलंत..

...एकाच आठवड्यात दोन वळीव पडून गेलतं. माणसाला माणूस मिळाय तयार नव्हतं. जो तो आपल्या कामात अडकलाता. सगळ्यांचीच तारांबळ उडालती. आता चार दिवसांतच रोहिणी निघाली तर पेरणाची घाई उडणार होती. त्यामुळं जो तो आपापल्या शेतात बांध बंदिस्ती येचणी-बोचणी ह्येच्यातच लागलाता. संगाप्पाचा जीवतर सगळ्या कामाच्या राबत्यानं घाईला आलता. गड्याला कसला तो दिवस पुरा पडत नव्हता. थोरला शेताकडं कधी आला कधी नाही असंच चाललंत. आजून वड्याकडं कूप लावून घ्यायचा होता. बांबरात बांधाचा बी पत्ता नव्हता. गावदर येचायची तशीच पडलीती. गुरवकीला तर अजून कशालाच हात लागाय नव्हता. काय काय करायचं ह्येच संगप्पाला सुचाय तयार नव्हतं...

कल्लव्वा आणि आक्कव्वाच्या जिवाला तर थाराच नव्हता. सारख्या आपल्या ताळमाळ ताळमाळ करत होत्या. त्यांनी किसनाची चार दिवस

शाळा बी बंद करून टाकलीती. सगळी घाई बघून तायाप्पाबी घरातनं भाईर पडायला लागलता. जमलं तेवढं काम करून घराकडं परतत होता. म्हेनतीनं काम काय त्याला निबवत नव्हतं, त्यामुळं बायकांच्या बरोबर येचणी-बोचणी असली सटर- बटर कामं त्यानं सुरू केलती. कंटाळा आला की कुणाला न विचारताच परतत होता. त्याला कोण का गेलास म्हणून बी विचारत नव्हतं. तो घर सोडून रानात येतोय त्याचंच समद्यांना कौतुक होतं.

कल्लव्वा आणि आक्कव्वा गुरवकीतल्या टपण्यात फळं घिऊन बांध घालायला लागल्यात्या. तायाप्पाचं आपलं बांबरात येचणं, भरून टाकणं सुरू होतं. उन्हं कलतीला लागल्यावर त्याला शेतात कसलं ते गमंना. त्यानं येचल्यालं तेवढं भरून टाकलं आणि सरळ बट्टी हातात घेऊन घराचा रस्ता धरला. रानात माणसांची नुस्ती झुंबड दिसालती. बघंल तिकडं माणूस. सगळ्याचीच घाई चाललीती. तायाप्पा हिकडं तिकडं नजर फिरवतच बांबरातनं कोयनाईच्या भावीपास्नं वर सरकला. त्यानं नेहमीची पायाखालची वाट बदलली आणि हावलदारच्या गांवदरीनं मुरुकट्याच्या घराला बाहेर पडला. गल्लीत औषधाला माणूस नव्हतं. एक दुसरी तेवढीच दारात पाय पसरून बसलेली दिसत होती. तायाप्पाला आपण उगचच एवढ्या लवकर परतलो असं वाटाय लागलं. आणखी एखादी पात तरी लागली असती. उद्याचा बोजा हलका झाला असता. 'आपलं काम बी खुळ्यागतच हाय' तो मनातल्या मनात पुटपुटला, त्याचं त्यालाच हसू आलं.

"काय न्हाई बांबरात जरा येचलं..." म्हणतच तो पुढं झाला. म्हातारी आणि पागाला पागोर लावलं म्हणून त्यानं गडबडीनं पाय उचललं. दारात आला आणि कमरंच्या केळात ठेवलेला हात्या काढून कुलूप काढलं. घर भयाणभुस वाटाय लागलं. त्यानं उभ्या उभ्याच बुट्टी टाकली. चुलीचा सोपा गाठला. आता झकासपैकी चहा करून प्यायचा त्यानं मनाशीच ठरवलं. भानुशीवरची काडेपेटी हुडकून काढली. दिवा लावला. गोरणीतली मूठभर धाटं आणली आणि चुलीम्होरं बसला. त्यानं चहाचं भांडं चुलीवर चढवलं. धाटं तावातावनं पेटायला लागली. तो जाळाकडं बघत बसला. धाटं पेटत पेटत मागं यायला लागली. त्याला गदमदल्यागत व्हायला लागलं. कपबशी धुवून घेतच त्यानं गाळण्याला हात घातला. गाळण्यावर बोटभर खट चढलती. त्यानं खट खरडून गाळणं धुतलं. उखळलेल्या चहात तो दूध वताय उठला. एवढ्यात सुमी रडून रडून सरकदान झालती. गालावर उंबर पिकलीती. कसला तो हुंदका थांबायला तयार नव्हता. तिच्याजवळ जात त्यानं हात धरून जवळ वडत विचारलं.

"कुणी मारलं गऽऽ?" त्याचा हात लागल्या लागल्या सुमी अधिकच चवताळून आरडाय लागली. त्यानं पटकन हात सोडला. सुमी टाच घासून रडाय लागली. तो सुमीकडं बघतच उभा राहिला. एवढ्यात पमी गडबडीनं आत येतच म्हणाली,

"शाळंपास्नं रडत यालीया. काय झालं तेबी सांगना झालीया..."

"कुणीतरी मारलं आसंल. तिच्या वर्गातल्या पोरीस्नी तरी इच्चारायचं व्हतीस..." तायाप्पानं पमीला फांगसलं.

"इच्च्यारलं की खरं त्यातलबी कोण काय बोललं न्हाई..." पमी दप्तर खुटीला आडकून बाहेर पडली. तायाप्पानं पुन्हा सुमीची समजूत काढायचा प्रयत्न सुरू केला पण सुमी त्याचा हात लागला की चवताळून रडाय लागली. त्यानं शेवटाला नाद सोडला आणि चुलीकडं वळला.

किनीट पडेपर्यंत सुमी नुस्ती रडतच राहिली. रडून रडून सरकदान होऊन तिथंच आडवी झाली. तिला तिथंच झोप लागली. तायाप्पानं हावलदाराच्या भावीच्या दोनचार घागरी पाणी खर्चाला भरलं. ऱ्हाटाच्या भावीची एखादी खेप आणावी म्हणून बाहेर पडला. धुंदरूक पडलतं. माणसांचं तोंड बी अंधारातनं दिसत नव्हतं. त्यानं कोयनाईच्यातला दोर मागून घेतला. ऱ्हाटाची भाव गाठली. लकाण्णाची तंगव्वा ऱ्हाटावर निवान्त हातपाय धुवालती. कोणतरी जोडीदारीण आली म्हणून तिनं गडबडीनं ऱ्हाटाला घागर लावली. आणि मागनं येणारा पावलांचा आवाजच जवळ थांबल्यावर म्हणाली-

"येळ केलीस गऽऽ"

तायाप्पा कायच बोलला न्हाई. त्यानं मुकाट्यानं दुसऱ्या ऱ्हाटावर दोरा टाकला.

घागर लावली तशी लकाण्णाची तंगव्वा दचकून म्हणाली- "तू व्हय रं !! मला वाटलं..." ती अडखळली. पुन्हा बोलती झाली, "येळ केलास?" तायाप्पा मुक्यागत घागर वडाय लागला. तंगव्वाला उगीचच तायाप्पाची भीती वाटाय लागली. तिनं गडबडीनं घागर उचलली. दोर हातात घेतला आणि जाताजाताच म्हणाली,

"बोलाय काय पैसं पडत्यात व्हय रंऽऽ दुसरं माणूस कुठं तरी चरकून मरंल की" तायाप्पानं फक्त तिच्याकडं बघितलं. त्यानं घागर उचलली. तिच्या पाठोपाठ चालाय सुरवात केली. त्याला तंगव्वाच्या बोलण्याचं हसूच यायला लागलं. मी काय भूत हाय ते माणूस चरकून मरंल... काय बायका बी! डोक्यावरची घागर त्यानं सरळ केली. डोक्यातला तंगव्वाचा विचार त्यानं झटकून टाकला...

दारावर आल्यावर त्यानं डोक्यावरची घागर अलगद काखेत घेतली. दोर तसाच आतल्या बाजूला टाकला आणि मग त्याला आठवलं, कोयनाईच्या दारातनंच आलो खरं दोर घ्यायचाच विसरला. त्यानं स्वतःलाच एक शिवी हासडली. लुगड्याचा घोळ आवरतच मागच्या सोप्याला आला तर आई जोराजोरानं कुणाला तरी शिव्या हासडत होती. तिचा तोंडावरचा ताबा सुटलाता.

"रांडा भाडे का म्हणून आमची पाठ घ्यात्यात कुणास धक्काल. सारखा खंग्ग भाजल्यागत कराय लागल्यात एकेकाची डोली कव्वा उचलती कुणास ठावं..." कल्लव्वा पिसाळल्यागत शिव्या हासडालती. जवळचं सुमी पुन्हा मुसमुसाय लागलीत. तायाप्पानं काखतली घागर डेऱ्याजवळ ठेवतच आईला विचारलं-

"काय झाल गऽऽ?"

"व्हतंय काय बाबाऽऽ तू एक आमच्या मुळावर बसला हाईस की." कल्लव्वाला आपण काय बोलतोय ह्याचच भान राहिलं नाही. तायाप्पा गोंधळला. आई काय बडबडाय लागलीय ह्येच त्याला कळंना. त्यातनं बी धाडस करतच त्यानं विचारलं-

"काय झाल त्ये तरी सांगशील का न्हाई..."?"

"व्हतंय काय डोंबाल... शाळंत सगळ्या पोरी सुमीला पिडून खायला लागल्यात. हाय तुझ्याकडं आवशीद? ती जाधवाच्या गणप्याची रांड सारखी सारखी जोगत्याची भन म्हणून चिडवतीया. पोरगी कशी शाळंत बसंल? एकदा सगळ्या रांडांची खाकडच काढतो. त्याशिवाय थंड व्हईत न्हाईत..." कल्लव्वाच्या तोंडाचा पट्टा सुरुच राहिला. तायाप्पा एकदम भांबावला. सुमीच्या हात न लावून घेण्याचा अर्थ त्याला आता समजाय लागला. तो दातव्हट खातच आतल्या सोप्याला गेला. मधल्या सोप्याला अंधार त्याच्या भोत्यानं गरागरा फिरत असल्यागत त्याला वाटाय लागलं. तो भिंतीचा आधार घेऊन बसला. त्याच्या समोर आख्खी शाळा उभी राहिली. सुमीचं कोवळं तोंड त्याला जवळ जवळ यायला लागल्यागत वाटाय लागलं. कसलीतरी सणक त्याच्या मेंदवातनं बाहेर पडली. आणि तो जागा सोडून हलला.

त्यानं जाधवाच्या दारात जाईतच गणपाला हाळी घातली. गणपा जाधव नुक्ताच शेताकडनं येवून टेकलाता. तो कसाबसा उठून दाराला आला आणि तायाप्पानं तोंड सोडल-

"मी जोगता आसंन न्हाईतर हिजडा आसंन. तुझ्या दारात कव्वा भाकरी मागाय आलतो व्हय रं रांडच्याऽऽ"

"आगाऽ काय झालं तरी सांगऽऽ?"

“व्हतयं काय इ्याट! रांडच्या काढून पगळलास त्या पोरास्नी इच्चारकी- तुझ्या घरात कव्वा मी जोगता म्हणून घुसलो का तुझं दार धडकलंतं? पोरास्नी चांगलं शिकवाय ईत न्हाई तर काढायची कशाला गाऽऽ?” तायाप्पानं भलताच आवाज चढवला. गल्लीतली माणसं भोते भोर जमली. तायाप्पाच्या अंगात सुरसुरी चढल्यागत झालं. त्यानं गणपा जाधवाच्या आईभनीचा उद्धार सुरू केला. ऐकणाऱ्याला काय बी समजंना झालं. गणपा जाधवाला तर कायच समजंना झालं. त्याला समदं इपरीतच वाटाय लागलं. तायाप्पानं हातवारे करीत त्याची उद्धरणी सुरू केली. जाधवाच्या बायकोच्या डोस्क्यात उशिरानं कायतरी आलं, ती घरात जातच पोरीच्या झिंज्या धरत म्हणाली,

“तू कुणाला काय म्हणालीस व्हय गंऽऽ.”

पोरीनं घाबरत घाबरत सगळं सांगितलं तशी जाधवाची बायको पोरगीला बडवतच बाहेर आली. तायाप्पाची समजूत काढतच ती म्हणाली,

“आरंऽऽ बारक्या पोरीनं म्हटल्यालं एवढं मनात घीऊन कसं चालंल? सोडून द्यायच...”

“काय मैना बोलल्यागत बोलली बघ. म्हणं सोडून द्यायचं. आमच्या घरात आमी काय बी आसू. त्येची पंचीती तुमाला कशाला?” तायाप्पाचं मस्तक एकदमच भडकलं होतं. जमलेल्या माणसांनी त्याला बाजूला वडून नेतच गप्प केला. तायाप्पा हळूहळू थंड होत गेला. आणि आपण एवढं कसं भडकलो ह्याचं त्याचं त्यालाच आश्चर्य वाटाय लागलं.

तो घरात आला तर त्याची आई पदर खोचूनच दाराला बसलीती. त्याचा पाय पडतोय न पडतोय तोच तिनं तोंड सोडलं-

“भाड्या, तू आणि गाव गोळा करायला त्येच्या दारात कशाला गेलतास. काय मी जोगता न्हाई म्हणून सांगायला?”

तायाप्पा तोंडात मारल्यागत उभा राहिला. त्याच्या तोंडातनं शब्दच फुटंना...

“आरं, घोड्याएवढा झालास तर तुला आक्काल येईना. तू त्येंच्या दारात गेलास. जोगत्यानं जोगत्यासारं वागावं. लई बी पुरुसपणा दाखवू ने. चांगलं म्हणत नाहीत. आक्काल काढत्यात समदी...”

कल्लव्वा काय बाय बडबडत गेली... तायाप्पाचं डोकं भिन्न झालं... आईच्या प्रत्येक शब्दाचा मारा त्याच्या काळजाला घरं पाडत गेला... दिव्याचा पिवळा प्रकाश त्याला पदरावरच्या हळदीगत कानपट वाटाय लागला.

दिवस उगवायला रत्ना पारव्वाच्या घरात दत्त झाली. अजून निवदाचंच चाललंतं. घरातली अंथरूणं अजून तशीच पडलीती. पारव्वाची म्हातारी

परड्याआंगाच्या सोप्याला बसून एकटीच कायबाय पुटपुटत होती.

"अजून तुझा निवदच चाललाय व्हय गंऽऽ."

"काय करतीस बाईऽऽ. राती मध्यान्हीला एकाएकी काकूच्या पोटात दुकालं. रात त्येच्यातच गेली..."

"आता कुठं गेलीयाऽऽ?"

"जातीया कुठं? हाय की त्वांड धुवालीया..." म्हणत पारव्वानं खोपड्यातलं बसनं रत्नव्वाकडं सरकलं. रत्नव्वा हळूच टेकली. पारव्वानं चुलीतला जाळ मोठा केला. डोळं तारवटल्यागत झाललतं. अंग मोडून पडालतं. पाटवाण ताटल्यागत झालतं. तिचं तिला सगळंच गुडारात पडलतं. त्या विचारातच ती चुलीतल्या इंगळीकडं बघत बसलीती. रत्नव्वा आपल्या जवळ बसलीया हेबी ती विसरून गेलती. पारव्वाची काकू - सत्यव्वा- हातातला पाण्याचा तांब्या लोंबकळतच पदरानं तोड पुसत आत आली.

"काकू, काय रातीला दबीवलं वाटतं...?" रत्नव्वानं विषय काढला.

"काय सांगतीस लेकी- एक एक हाय ते निस्तरायला पायजे. ह्ये पोटातलं आदनं आणि मदनंच उठतंय. काय करायचं-?" आपल्या पदरानं त्वांड पुसतच सत्यव्वा चुलीजवळ टेकली. तिच्या लांबसडक नाकावर पाण्याचं थेंब तसंच राहिलंत. आत गेलेल्या डोळ्याभोत्यानं काळसर वर्तुळं जमा व्हायला लागलीती. डोकीतला कुठंतरी केस काळा राहिलाता. ठुसक्या अंगाची सत्यव्वा भलतीच गळाटल्यागत वाटाय लागलीती. रत्नव्वा तिच्या विचारात गुतपळली. तिच्या समोरून सत्यव्वाचा जगण्यातला एक एक दिवस जायालता... कुठली कोण बया. दिस घालवायला गावात आली. रोज एकेकाच्या बांधावर हिंडत ऱ्हायली. खरं भादरनीनं पोटची पोरगी कोंबागत वाढवली... आता देवालाच पोरगी आवडली त्येला ती तरी बिचारी काय करणार... एकेकांचं नशीब असतंय... शेजारच्या भिंतीवरची पाल कुचकुचली आणि रत्नव्वाच्या डोक्यातलं विचारचक्र एकाएकी थांबलं.

...पारव्वानं गडबडीनं निवदाची पिसवी भरली. देवाम्होरची परडी पिसवीत घातली आणि आईला काय बाय सांगून बाहेर पडणार इतक्यात म्हाराची फुला दारानंच आरडली-

"आगं, झालं का न्हाई. दीस कासराभर वर आला की- आता जायाला उन्हाला झेंडू फुटंल."

"आलावऽऽ आलाव" म्हणतच रत्नव्वा भाईर पडली. फुलानं आज कधी नाही ते छापील पातळ काढलंतं. चांगल्या लांबसडक दोन वेण्या घातल्यात्या. त्यातली एक पुढच्या बाजूला सोडलीती. रत्नव्वाला तिचा अवतार

बघून हसूच आलं.

"आज काय सगळचं येगळं दिसतंय. राती फेरी झाली वाटतं." रत्नव्वा हसत हसतच म्हणाली आणि फुला मुरकासली. तिनं काय ओळखायचं ते ओळखलं. पारव्वा हातात पिसवी घेवून पायांत चपल्या सरकतच गल्लीत आली.

"चला बायानु! तानाक्का आरडत आसंल..." म्हणतच तरातरा पुढं झाली. पाठीमागनं दोघी. तानाक्का गठलं हातात घीऊन दारातच उभा होती.

"मला वाटलं, आता आणि हेलपाटा घायाय लावत्यासा वाटतं." तानाक्का पारव्वाच्या हातातल्या पिसवीत आपलं गठलं टाकतच म्हणाली. तिचा कपाळाचा भंडारा आज भांगाकडं सरकलाता. कुंकू नेहमीपेक्षा मोठा झालतां. तिनं सुनंला हाळी मारतच 'जातो' म्हणून सांगितलं. सगळ्यांना घीऊन पुढं झाली.

"ह्यो बाबा आणि हातरुनतनं उठला काय न्हाई कुणास ठावं." म्हणतच भैरू पाटलाच्या खोपड्यातनं पवाराच्या दारात आली. तिनं गल्लीतनंच तायाप्पाला हाळी मारली. पमी पळत पळतच भाईर आली.

"त्यो परड्यात गेलाय. आईनं तुलाच आत बलीवलंय," म्हणत पमी आत पळाली. 'ह्या बाईनं आणि काय काढलंय...' म्हणतच तानाक्का आत शिरली. थोरला आजून हातरुनावरच लोळालता. तानाक्काला बघून तो गडबडीनं उठून बसला. मधल्या सोप्याला सुमी हातरुणातच होती.

"निवद काय काय बांधायचा गऽऽ?" कल्लव्वानं तानाक्काला उभ्या उभ्याच विचारलं.

"खायम काय करत्यात त्येच की... नवीन काय आणि... "

"मला वाटलं बाई, ह्या ठिकाणचा निवद आणि येगळा आसंल."

"न्हाई बाऽऽ..." म्हणत तानाक्का परड्यात गेली. तायाप्पा ढासळीची फुलं गोळा करायला लागलाता.

"आरं फुलं कशाला काढालासऽऽ. चल की उशीर झाला."

"तिथं कुठं देवाला फुलं गावतील. हितनंच न्हीवू या की-" तायाप्पा हातात फुलं खेळवतच बडबडला.

"बाबा, या देवीला लईसं फुलाचं कवतीक न्हाई. सगळं भंडाऱ्यावर चालतंय, चल," म्हणत तानाक्का आत गेली.

"च्याला ठिवूया. त्यास्नी आत तरी बलीव की गऽऽ." आक्कव्वा चुलीतल्या रक्कात राकुंडी थुकतच म्हणाली. तानाक्कानं तिचं ऐकून न ऐकल्यासारखं केलं आणि तायाप्पाला बाहेर काढलं.

दिवस भलताच वर आलता. पाण्याच्या वाटंला नुस्त्या घागरीच घागरी

दिसायला लागल्यात्या. पावसानं उघडीप दिलती. त्यामुळं रानात माणूस कुठंतरी दिसायला लागलतं. बांधाच्या सडीला पालजी फुटलीती. कुठल्या कुठल्या तरी शेतात भाताचं दाणं उगवून आल्यालं दिसालतं. कवळं ऊन सगळ्यास्नीच बरं वाटाय लागलतं. तायाप्पा पायांत कायबी न घालताच आलता. फुला सगळ्यात पुढं व्हवून सपासप पावलं उचलालती. तायाप्पाला तिचं आजचं सगळंच नवं नवं वाटालतं.

"आज फुला काय लईच नटलिया?" तायाप्पानं चालता चालता विषय काढला.

"कंत्राटदार आलता म्हणं राती..." पारव्वानं डोळं मिचकावलं.

"खरं? व्हय गऽ फुला?" तानाक्काच्या शब्दानं फुलाच्या पायाची गती मंदावली.

"व्हय. आता पाऊस पडाय लागला. मग कामं बंद झाली की आता पावसाळ्यात हिंग्लजलाच असतोय." फुला लाजल्यागत बोलून गेली.

"तरीच म्हटलं आज फुला सगळ्यांच्या फुडं कशी. आरं तिच्या- मग काय काय दिवून गेला-" तायाप्पानं तिला गमतीनंच छेडायला सुरवात केली.

"आता हितंच हाय म्हटल्यावर कशाला काय दिलं." पारव्वानं डिवचलं.

"ते का. खरचाला पन्नास दिवून गेलाय." फुला मोकळी झाली. तानाक्का न बोलताच एकाएकी गंभीर झाली. तिच्या मनात काय तरी येऊन गेलं.

"बायका-पोरं कुठल्या गावाला हाईत ग त्येची?" तानाक्कानं फुलाला गाठलं.

"कुठं तिकडं मलकापुराकडं हाईत बाई. मलाबी म्हाईत न्हाई." फुला हिकडं तिकडं बघतच म्हणाली. तानाक्का विषय न वाढवता चालाय लागली. तायाप्पा मनातल्या मनात खोल खोल रुतत गेला... आता ह्येची बायका-पोरं मलकापुराकडं. ह्यो ऱ्हाणार हिंग्लजात. येणार हिच्याकडं. म्हणजे सगळं वांगंचकी. गड्याला समदं कसं काय झेपतं कुणास ठाऊक... "तायाप्पा, तू कधी कोटाला ह्या आदी आलतास व्हय रंऽऽ"

तानाक्कानं तायाप्पाकडं बघतच विचारलं आणि तायाप्पाच्या मनात चाललेलं सगळं तुटून गेलं.

"न्हाई बाई. ऐकलंत तेवढचं. आज पहिल्यांदाच चाललोय..."

"आता जलोमभर फेऱ्या हाईत घे बाबा," रत्नव्वा गदगदल्यागत पुटपुटली.

"देव हाय म्हटल्यावर फेरी कसली." पारव्वानं मध्येच तोंड घातलं, तायाप्पा काय न बोलताच त्यांच्या पाठीमागनं चालाय लागला. गावचं रान

कवाच मागं पडलंत. बेळगुंदी गाव चार कासऱ्यांवर आलतं. आता जरा उन्हाची तगमग जाणवाय लागलीती.

“चप्पल घालाय पायजे व्हतं बाई...” तायाप्पाला चुकल्यागत वाटाय लागलं.

“मग का घालाय न्हाईस? काय वझं व्हयालतं? आता रडशील चलुन चलुन...”

“मदीच कलच्यागत पाऊस आला तर काय घ्या म्हणून घातली न्हाईत. खरं आज पावसाचं काय दिसत न्हाई की.” त्यानं आभाळाकडं पारखून बघतच सांगितलं.

“खुळ्या, सगळा खडीचा रस्ता हाय. त्यो काय चिखलाचा रस्ता हाय म्हणायचा?”

“ह्ये मला कुठलं ठावं. दारात तरी सांगायची न्हाईस... खरं हिकडं पाऊसबी जरा कमीच दिसतोय?”

“आमच्याकडं चांगला बेजमीचा झालाय बघ. आता पेरणी साधली.” रत्नाव्वानं रानाकडं बघतच माहिती पुरवली. तायाप्पाला गावाची घरं दिसाय लागली आणि त्याची पायाची गती मंदावली...

म्हागावचं रान लागलं आणि आजूबाजूचं उसं तायाप्पाला जरा जरा गार वाटाय लागलं. त्याला पुढं जाववंना. त्याचं पाय घुटमळायला लागलाता. रत्नव्वाच्या कपाळावर भंडारा घामाच्या थेंबातनं घरंगळत खाली यायला लागलाता. तिला कपाळापर्यंत पदरही न्यावा असं वाटत नव्हतं. बोलता बोलता तरी वाट सरल म्हणून तायाप्पानं विषय काढला, “आता थोरला भाऊ कुठं असतोय?”

“कोण दादा व्हय... म्हमईलाच असतोय की.” रत्नव्वानं विषय तिथंच थांबवला.

“आणि धाकला?”

“त्ये कुठलं रंऽऽ दरवेशी निघालं. आता मामाच्यात खाऊन कडगावभर बोंबलत हिंडत असतंय... काडीला हात लावत न्हाई.”

“आस्ती आस्ती इल घे सुद्दीवर...”

“कुठलं येतंय बाबा. त्येंचं काय ध्यान थाऱ्यावर न्हाई. लईच भयकू निगालं.”

“आनी काय केल्यानं?”

“करतोय काय खरं. सगळा जिवाला घोर लावतोय झालं भाड्या! परवा दिवशी कवा दिवसादिवशी आलं गेलं. आता काय करायचं सांग?”

रत्नव्वाचा पाय भावाच्या रागातच भराभरा पडायला सुरुवात झाली. दोघांनी फुलाला गाठलं. फुला आता भलतीच पेकाळलीती. तिनं आता पदराची चुंबळ करून डुईवर टाकलीती. हातातली पिसवी डोळ्याच्या आडाला धरलीती. पाठीमागं ही दोघं बघून ती थांबतच म्हणाली,

"तायाप्पा, त्या दोघीस्नी कुठंतरी बसूया म्हणावं, जरासं..."

तायाप्पाला फुला आपल्या मनातलं बोलल्यागत वाटाय लागलं. त्यानं जोरानं तानाक्काला हाळी मारली आणि ती जागच्या जाग्याला थांबली.

फुलाच्या पडणाऱ्या पायाकडं बघतच पारव्वाला हसू आलं. भेलकांडत फुला चालायला लागलीती.

"आता दिसात आसंल म्हणूनच अशी भेलकांडत चाललीया." तानाक्कानं दुजोरा दिला.

"आता माझंच दिवस घाला," म्हणतच फुला मटाकत खाली बसली आणि तायाप्पाला हसू फुटलं. त्यानं हसत हसतच फुलाला चिडवलं,

"तुझं दिवस आमालाच घालाय लागणार घे."

"न्हाईतर काय त्यो कंत्राटदार येतोय? चमडं लोंबय लागलं की, तो हिकडं फिरकत बी न्हाई." रत्नव्वा एकदम बोलून गेली. फुला एकाएकी डचमळली. तिनं पदरानंच तोंडावरचा घाम निरपला. रत्नव्वानं असं बोलायला नको होतं असं तायाप्पाला उगचंच वाटाय लागलं.

"माझं कसं तरी व्हईल गऽऽ खरं तुझं काय?" फुला काय बी न घडल्यागत म्हणाली आणि तायाप्पा जरासा सैल पडला. त्यानं मनात धरल्यालं कुठल्या कुठं उधळलं.

"हितं कशाला थांबायचं; पुढ वाण्याच्या भावीलाच जरा जरा तुकडा खाऊ या की." तानाक्कानं विषय बदलला. आणि फुलाला जाग्यावरनं हालीवलं.

फुला वाणायच्या भावीपर्यंत कशीतरी रडत-खडत आली. रत्नव्वा भावीवर आल्या आल्या सरासरा भावीत उतरून पाण्यात जाऊन उभी राहिली. पारव्वानं भावीकाठच्या आंब्याखाली बूट टेकला. तानाक्कानं पाटाच्या भोत्यानं असलेल्या केळीतनं एक लांबसडक पान तोडून आणलं आणि पारव्वाजवळ बसतच तिनं भाकरीचं गठलं बाहेर काढलं. तायाप्पा गुळी करून पोटभर पाणी पिऊन त्यांच्याजवळ आला. त्यानं आपली पिसवी तानाक्काकडं सरकली. पाय पगळून अंग सैल सोडून बसला. फुलानं अजूनबी भाकरीच्या गठल्याला हात लावला नव्हता. तानाक्कानं सगळ्यातली एकएक भाकरी काढून पुन्हा गठली बांधली. सगळ्यांच्या भाकरीतलं सुकं जराजरा प्रत्येक भाकरीवर वाढलं.

एक भाकरी फुलाकडं सरकली. तुकडा मोडता मोडता पारव्वा एकदम कायतरी आठवल्यागत म्हणाली,

"ऐनापूरची कमळा आज कोटावर भेटंल व्हय गंऽऽ?"

"का तिच्याकडं आनी काय नडलंय तुझं!" रत्नानं घास घेतच विचारलं.

"माझं काय नडणार आणि तिच्या बिगर? खरं, मागच्या आईतवारी हौसा भेटलीती; ती म्हणालती- रामाप्पानं तिचा मेळा सोडला म्हणून-"

मग काय तू जातीस त्येच्या जागावर?" रत्नानं विषय वाढवला.

"तुझं आपलं कायतरीच आडवं असतंय. आगऽऽ रामाप्पानं मेळा सुडला तर मेळा फुटलाच की-"

"फुटनां तिकडं माप हाईत जवळपास मेळं. आता आनी निगनूरच्या आक्काव्वानं नवा मेळा काढालाय म्हणं." तानाक्कानं मध्येच तोंड घातलं.

"गिजवण्यालाबी नवा मेळा व्हायला लागलाय असं ऐकलं." इतका वेळ गप्प असणारी फुला बडबडली.

"नवं मेळं येतील गंऽऽ खरं रामाप्पाच्या चौंडक्याची सर कुठल्या मेळ्यात येणार हाय." पारव्वानं मुळचा मुद्दा काढला.

"एवढं हाय बाकी. काय घीरना वाजवायचा. माणसाची पापणी पापणीला भिडत नव्हती. तू खरंदाळ्याच्या भंडाऱ्याला व्हतीस काय गऽऽ? नुस्ता चाबकाची वादी लवल्यागत लवलवालता. बघून नुस्तं डोळ्याचं पारणं फिटलतं..."

तानाक्का भलतीच भारावून बोलत राहिली. तायाप्पा तिच्याकडं घास चावता चावता बघत राहिला. पारव्वा आपल्याच विचारात भाकरी सपवत उठली आणि भावीत उतारली. फुलानं तिला घास गिळतच सांगितलं,

"अगं ह्या वाटक्यातनं मलाबी पाणी आणऽऽ"

"हितं कोण बघालंय ये-जा पिऊन तुझं तूऽऽ. आनी बघणाऱ्याला तू म्हाराची हाईस ह्ये कोण सांगणार?" रत्नव्वानं फणकारतच तिला विचारलं आणि फुला पारव्वा वर यायची वाट बघतच बसली.

म्हागावचं रान मागं पडलं गेलं आणि वाटंवर कुठं कुठं माणूस दिसाय लागलं. हितनं कोटाची वाट म्हणजे चार घटकेची. तायाप्पा ह्या भागात पहिल्यांदाच यायला लागलाता. त्यामुळं त्याचं डोळं रानभर हिंडालंतं. लोकांनी रानं लोण्यागत तयार केलंती. कुठं कुठं धुळओप बी दिसालती. आगुप केल्याली धुळओप जराजरा उघवून बी आलती. भाताचं रान सोडून बाकीचं सगळं रान जसंच्यातसं पडल्यालं दिसालंत. कुठं कुठं नाचण्याचं तरवं विस्कटलेलं

दिसत होतं. बांधावर येचलेल्या सडांचे ढीगच्या ढीग. उन्हात कुठं तरीच एखादं बाभळीचं नाहीतर आंब्याचं झाड गार छत्रीगत ऊभा होतं. समोरचा बटकणंगल्याचा डोंगर बोडकाबोडकाच दिसलाता. लाकूडवाडीच्या घराच्या तांबुस खापऱ्या डोंगरातनं बी उठून दिसलत्या. तायाप्पा सगळंच भान विसरून बघालता. रत्नाव्वाचा आणि फुलाचा गावातलाच कुणाचा तरी विषय चाललाता. तानाक्का सगळ्यापुढं अंगात भरल्यागत चाललीती. पारव्वा पाय उचलायला लागलीती. एकएक रान मागं पडाय लागलतं...

कोटाच्या येशीत पाय टाकल्यावर तानाक्कानं लांबलचक सुस्कारा सोडतच तायाप्पाला सांगितलं,

"ह्योच बघ कोट. आता हितनं गावाच्या भाईर वरल्या अंगाला चार कासऱ्यांवर बाईचं कुडं हाय..." तायाप्पा सगळं डोळं फाडून बघालता. गावात घरंबी लईसी दिसत नव्हती. लईलईतर शंभर उंबरा भरलं. आपल्या गावातल्या म्होयते वाडीतली घरं ह्येच्या परासं जास्त व्हतील. गावातनं जाताना तो प्रत्येक घर पारखून बघालता. समदी घरं खोपटागतच दिसालती. अख्खा गावात दोन-चार घरंच घर म्हणायच्या लायकीची. बाकी सगळीच चपरागत. माणसंबी कोकण्या माणसागंत नुस्त्या लांबलचक मुंडाशातच. त्यानं न राहावून तानाक्काला विचारलंच,

"ह्ये गाव कोकणात येतंय?..."

"त्ये कुठलं रंऽऽ माणसं तेवढीच कोकण्यावाणी दिसत्यात..." तानाक्कानं त्याला हसत हसतच सांगितलं.

कुंडाचं ठिकाण नजरच्या टप्प्यात आलं आणि तायाप्पा अवाकच झाला. सगळं माळच दिसालतं. समोर दोनच घरं. एक थडग्यागत देऊळ नजरला पडालतं. त्याला सगळंच भयाणभूस वाटाय लागलं. त्यानं पारव्वाकडं बघितलं. ती कुंडाजवळ दिसणाऱ्या माणसांच्याकडं बघतच पुढं चाललीती. कुंडाच्या जवळपास आल्यावर तायाप्पानं सगळं तोंड पदरानं निरपुन घेतलं. पदर सरळ करून नीट डोक्यावर घेतला. कुंडाच्या भोत्यानं जिकडं तिकडं माणसंच माणसं दिसालती. त्यात बी बायकाच जास्त. कुठंतरी एखादं भंडारा-कापूर विकणाऱ्याचं दुकान. मध्येच चिरमुरंवाला पोती पगळून बसलेला. त्याच्या भोत्यानं सताठ माणसं. तायाप्पानं मनात येवजलतं ते कुंडाचं चित्र पुरतं बिघाडलतं. त्यानं पारव्वाकडं बघतच विचारलं-

"एवढीच माणसं असत्यात पुनवंला..."

"सगळ्या पुनवंला अशीच असत्यात खरं, म्हाईच्या आणि बेंदराच्या पुणवल हितं माणूस मावत न्हाई..." पारव्वानं त्याला माहिती पुरवली.

तानाक्का देवळाजवळच्या वडाच्या झाडाखाली थांबली. फुला सुस्कारतच खाली बसली. रत्नव्वा हिकडं-तिकडनं आलेल्या माणसातनं वळकीचं कोण दिसतंय काय बघत होती.

तानाक्कानं कनवटीला केळातनं रुपयाची नोट काढली आणि तायाप्पाच्या हातात देतच म्हणाली,

"समोरनं एवढ्याची कापूर-साकार आण जा रंऽऽ"

तायाप्पा उठला तसा पारव्वानंबी त्याच्या हातात पैसं ठेवलं. रत्नी त्याच्या मागनं स्वतःच गेली. तायाप्पानं आपल्या कनवटीतनं आठ आणायची आदेली काढली आणि कापूरसाखर घ्यायला वाकला. एवढ्यात त्याच्या पाठीवर कोणीतरी थाप मारली आणि तो एकदम दचकून उभा राहिला. पाठीमागं म्हादू जोग्या त्याला पारखून बघत होता.

"तूबी आलास म्हण?" तायाप्पा बोलायचं म्हणून बोलला.

"यायला नको-तूच हिकडं कवा दिसंली न्हाईस." म्हादूनं हातवारं सुरू केलं.

"आणि कोण कोण आलंय तुझ्या बरबरऽऽ"

म्हादू जोग्या तिरकस मान करून हसत हसत विचारू लागला. तायाप्पाला वाटलं, रत्नव्वा त्याला काय तरी सांगाल. पण रत्नव्वा कापूर घ्यायला खाली वाकली आणि म्हादू जोग्यानं त्याचा चिमटा काढला.

"आमच्या बरोबर व्हयऽऽ"

म्हणतच तायाप्पानं तानाक्का उभारलीती तिकडं बोट करून दाखवलं. तसा म्हादू टाळी वाजवतच त्याच्याकडं बघतच उभा राहिला. रत्नव्वानं काय पायजे ते ते घेतलं आणि म्हादू जाग्याला म्हणाली, "चल की तिकडंच. तानक्काबी आलीया."

"आलोच की" म्हणत म्हादू जोग्यानं निरीचा घोळ आवरला आणि रत्नव्वाच्या पाठीमागनं पुढं झाला. तायाप्पा परत कापूरवाल्या पोराकडं सरकला. त्याच्या डोळ्यांत म्हादू जोग्या रुतून लचकालता. त्यानं कसाबसा कापूरबिपूर घेतला. तो तानाक्काजवळ आला तर म्हादू जोग्या तिला खेटून बसून काय बाय सांगालता. त्याचा हात भलत्याच गतीनं तानाक्कासमोर नाचालता. मध्येच तो हानवट गुडघ्यावरती ठेवून मुरकायला लागलाता. तायाप्पाला त्याचं सगळंच विचित्र वाबाय लागलं.

"चला की पयलं कुंडाला जाऊन यीवू या. मग बसा बोलत..."

फुलानं तानाक्काला उठवायचा प्रयत्न केला. तसा म्हादू तिच्याकडं बघतच मुरकासत म्हणाला,

"कागऽ तुला काय बघवंना. किती दिसानं भेटलाव हाय. बोलताव की जरा. लई गडबड झाली असली तर तूच हो पुढं."

फुलानं त्याच्याकडं न बघताच पारव्वाला खुणावलं. तानाक्कानंबी काय वळखायचं ते वळखलं. ती उठतच म्हादूला म्हणाली, "चल गाऽऽ कुंडाला जाऊन येऊ या. मग बसू या जरासंऽऽ"

म्हादूचा नाईलाज झाला. तो उठून त्यांच्या पाठीमागनं लचकत लचकत चाललाता. त्याचा परदबी खांद्यावरनं घरंगळायला लागलाता. त्याच्या केसाचा सुपारीएवढा बुचडा त्याच्या डोक्याला टण्णू आल्यागत दिसालता. चालता चालता म्हादूचा हात उगचच हालालता. त्याच्या हातांतील कांकणांची हाताच्या झोक्याबरोबर हालचाल व्हायला लागलीती. त्याच्या गळ्यातला दर्शन बांधलेला गोंडा तेवढाच काळपट तांबडा होवून त्याच्या पाठीवर लोळालता.

तायाप्पा त्याची प्रत्येक हालचाल पारखून बघाय लागलाता. आपलंबी सगळं आसंच दिसत आसंल. का कुणास धक्कल... तो स्वतःत रुतत गेला. आपण कुंडाजवळ आलो आहोत हेही तो विसरून गेला...

सगळ्यांची कुंडाची पूजा आवरोपतोर म्हादूच्या भोत्यानं तिनं चार जोगतं जमा झालतं. त्यांच्यात्यांच्यात कायबाय चाललंत. सगळ्यांच्या बोलण्यातला बायकीपणा जाणाऱ्या येणाऱ्याला कसातरीच वाटालता. त्यांच्यातला एकजन तरी सारका सारका मुरकत उगच्या उगचच लचकाय लागलाता. म्हादू सगळ्यास्नी गुलचट हासतच कायबाय सांगालता. त्याचा उजवा हात शब्दाशब्दाला नाचायला लागलाता. तानाक्का पूजा आवरून तायाप्पाला घेऊन म्हादूजवळ आली. ते दोघेही सर्रकन मागं सरले. एकाटा मागं सरता सरताच तायाप्पाजवळ आला आणि त्यानं गप्पाकन तायाप्पाचं मनगट पकडलं. तायाप्पाच्या अंगावर काटा आला. त्यानं कसंबसा हात सोडवून घेतला आणि तो तानाक्काकडं सरकला.

"ह्यो आमच्या बायकी पंथाचा बेण्याचा गुरू राघू... हितलीच हासुर वाडीची!"

म्हादूनं हात लचकतच राघूची वळख करून दिली. बाकीचं तिघं नुसतंच हसत राहिलं.

"ह्येला मागच्या म्हाईला भंडारा लावला. आमच्यातला पवाराचा हाय." म्हणतच तानाक्कानं तायाप्पाला पुढं ओडला. तसा तायाप्पाला निरखतच राघू थोडासा मुरकला आणि म्हणाला-

"अजून कपाळ कोरंच हाय वाटतं कीगऽऽ" तानाक्काला तो काय म्हणतोय हेच समजलं नाही. म्हादू मात्र त्याच्या समोर हेलकावतच म्हणाला-

"आजून बेण्याच्या गुरुपदाची दीक्षा व्हयाची हाय. म्हणूनच तुझ्या समोर

आणलंय... आसं काय खुळ्यावाणी.'' म्हादूनं कमरंवर हात ठेवला खांदयावरचा पदर डोक्यावर घेतला.

''मग कव्वा करायचं म्हणत्यात बेण्याच्या गुरूचं गोण्णं?'' राघूनं तानाक्काला विचारलं. तानाक्का जराशी कोड्यात पडली. तिनं तायाप्पाकडं बघतच म्हटलं-

''केलं तर ह्या बेंदरलाच कराय पायजे म्हणजे मोकळा व्हईल न्हवं गऽऽ'' तिनं पारव्वालाबी बोलण्यात वडलं. पारव्वानं मान हालवली. तायाप्पा न बोलताच उभा राहिला.

''आजून ह्येची लाज मोडाय न्हाई की गऽऽ'' तिघांतला एकटा हसतच म्हणाला.

''मोडंल घ्येवा गऽऽ आता ह्याच जन्माला आलाय म्हटल्यावर कुठं जातंयऽऽ.''

म्हादूनं तायाप्पाच्या तोंडावरनं आपला फटफटीत हात फिरवीतच सांगितलं. तायाप्पा गुदमरला. बाकीच्या तिघास्नी एकदम हसू फुटलं. एकट्यानं तर पिचकी टाळी वाजवतच तायाप्पाच्या नाकाचा शेंडा धरला. तायाप्पा थंडगार पडून मागं फिरला.

''मग बेंदराला धरा गऽ तुमीऽऽ कुणाचं आवातनं घेशीलाऽऽ'' म्हादुनं तिघांनाही सांगितलं आणि एकदम काय तरी आठवल्यागत म्हणाला- ''मागाय बिघाय गावातनं फिरतीस काय नाहई गऽऽ''

''न्हाई बा अजून काय भाईर पडाय तयार न्हाई!'' तानाक्कानं माहिती पुरवली.

''थू माझ्या सुडक्याऽऽ त्ये काय जन्मालाच लागलंय. बेंदरास्नं पुढं मागय फिरलं घेऽऽ'' म्हणतच दादूनं गालगुच्चा घेतल्यागत केला. तो लुगड्याचा घोळ गर्रकन फिरवतच वळला. त्याच्यापाठोपाठ बाकीचे तिघेही वळले. त्यांच्या कांकणांचा आवाज दूर होत गेला. त्यांच्या लंबाक लंबाक चालण्याकडं बघतच तायाप्पा उभा राहिला. त्याला सगळंच कोड्यागत वाटाय लागलं.

''ह्ये सगळं एकाच गावचं व्हय गऽऽ'' फुलानं तानाक्काला विचारलं.

''त्ये कुठलं गऽऽ त्यो राघू म्हणत्याला हासूरवाडीचा म्हादू गजरगीचा, आनी त्ये दोघं कुठल्या गावचं काय म्हाईत न्हाई बाईऽऽ''

''त्या दोघांतल्या काळसराला मी कुठल्यातरी मेळ्यात बघितलंय बाईऽ'' पारव्वानं मध्येच सांगितलं.

''त्यो लाकूडवाडीच्या मेळ्यात आसतोय...'' रत्नव्वानं बरोबर सांगितलं. तानाक्का आपल्याच विचारात कुठंतरी हरवून बसली. तिच्यासमोरनं कायबाय कायबाय सरकाय लागलं. ती एकटक तायाप्पालाच आपल्या तंद्रीत बघू

लागली. पारव्वा तिला हालवून भानावर आणतच म्हणाली,"अशी एकाएकी कशी काय गप झालीस गऽऽ."

"कुठं काय" म्हणतच तानाक्कानं डोळं चोळलं. तिचं तिलाच व्हईक वाटाय लागलं. मग तायाप्पाकडं बघतच म्हणाली, "सारखं सारखं ह्येचंच डोस्क्यात येतंय गऽऽ."

"ह्येचं आनी काय तुला गुडारत पडलं?" रत्नव्वानं हसतच विचारलं.

"आसंच बाई काय तरी. आता ह्येच बघ की मागच्या आठवड्यात कुठली तरी शाळंतली पोरगी म्हणाली आसंल- जोगता न्हाई तर हिजडा. आता टाकलायच भंडारा म्हटल्यावर म्हणनारच की गऽऽ व्हय का न्हाईऽऽ! आता ह्यो उभ्या गल्लीत उभा राहून त्येची आईल- बाईल काढलता. हे ह्येचं करतव काय सांग बघू...?

"मग कुणी कायबी म्हणलं तर म्हणून घ्यायचंच?"

"नको घ्यायला? आरं आपला जलमच त्यासाठी हाय म्हटल्यावर घ्याल पायजे की... आता तूच मला सांग? तू मोठा का म्हादू जोग्या मोठा? किती केलं तर तुझं गुरुपद. म्हातमाचा गडी म्हणून काय त्येनं धरम सोडलाय बघितलास? न्हाईतर त्या राघूचं घे? त्योबी सगळ्याचा गुरू म्हणून काय त्यो मातलाय काय बघितलास? ह्या देवाच्या वाटंवर सगळंच अवघड आसतंय बाबाऽऽ"

तानाक्का स्वतःच अवघड होत गेली. तायाप्पा तिचा एकएक शब्द झेलून झेलून थकल्यागत झाला. आपण काय केलं पायजे आणि काय न्हाई ह्येच त्याला कळनां. सगळीकडनंच अंधारात ढकलल्यागत झालं.. त्याच्या डोक्यात कावळंच कावळं फडफडाय लागलं...

... कोटातं हिकडं-तिकडं करत करतच दिवस कलतीला लागला आणि आभाळ ढगांनी गच्च भरून आलं... सगळीकडनं अंधारल्यागत झालं. जमल्याली माणसं घटका दोन घटकात वाटा धरून उधाळली... ज्येला त्येला गावच्या वाटंची डोहाळं लागली... पारव्वाला उगचच भरून आल्यागत वाटाय लागलं... तिनं सगळ्यास्नी म्हागावच्या वाटंला लावलं... ढगा बरबरच अभाळ गडगडाय लागलं होतं...

पावसानं चांगलाच जोर धरलाता. कसली ती उघडीप घ्यायला तयार नव्हता. धार मोग्यागत वतालती; गावाभोत्यानंच वडं चौभाळ झालंत. रानात पाण्याशिवाय काय दिसत नव्हतं. सगळीकडं पाणीच पाणी... गल्लीतली गटारं गल्ली धुवून काढालती. म्हाताऱ्या भेलकाडल्याल्या भिती धडाधड

कोसळाय लागल्यात्या. माणसाला चौकटीतनं बाहेर पडायला साधन नव्हतं. असा पाऊस कधी बसाय नव्हता. या वर्षी रानातलं रान काय हाटंल असं वाटत नव्हतं. माणसं काळजीनं येडबाडलिती...

तायाप्पा मोठ्यानं वतणाऱ्या पावसाकडं बघून बघून कटाळलाता. आता जरा पाय हालकं करावं असं त्याला वाटाय लागलंतं. खरं पावसाची धार काय थांबायला तयार नव्हती. त्यानं माळ्यावरचं कागदाचं पोतं हुडकून काढलं. त्याच्या वरचा धुरळा झाडला. कागद सरळ केला. सगळीकडं कागद फाटून गेलता. ह्यातन काय पाऊस आवरलं असं वाटत नव्हतं. आता कुठं दहा मैलांवर जायाचं हाय म्हणून त्यानं पोत्याची खोळ सरळ केली. गच्च कासोटा घातला. अंगावर पोतं घेतलं आणि भाईर पडला. पाऊस खडं मारल्यागत वाजालता. गल्लीतली सगळी दारं खुडूक झालती. गल्लीतच घोट्याबरबर पाणी होतं. पाण्यातनं चालता चालताच त्याच्या त्यालाच गुदगुल्या झाल्यागत वाटालंतं...

मिसाळाच्या खोपड्याला आल्यावर त्यानं गोटणाकडच्या बाजूला बघितलं. पाणी धबधब्यागत वाजालतं. कुठं म्हणून भुई दिसायला तयार न्हाई सगळीकडचं पाणी भैरू पाटलाच्या वताडाला चाललंतं. देवक्याचा बाळूकाका भिजून थाला होवून समोरनं इरलं सांभाळत आला आणि कुडकुडतच त्याच्या म्होरं थांबला. ‘‘कशाला आसल्या पावसात भाईर पडलास बाबाऽऽ.’’

‘‘घरात बसून बसून कटाळा आला. पाय मोकळं करतोस. गप्प घरात पड जा जाऊन.’’ म्हणतच बाळूकाका पुढं आला. त्याच्या हुडहुडी भरलेल्या अंगावर इरलं पावसाच्या गतीनं नाचालतं. तायाप्पानं सरळ घोरपड्याच्या खोपड्याची वाट धरली. खेकड्याला गेलेली पोरं थाला होऊनच कुडकुडत यायला लागलीती. दातावर दात बडवत हातातल्या पिसव्या सांभाळत पोरं लडबडत चाललीती...

तो पारव्वाच्या दारात आला. दार कडी लावून जाम केलेलं. तायाप्पाच्या अंगावरचं पोतं जरा कमी फुटत आलेलं आणि घटकाभर जरी पावसात थांबलं तरी पोतं फुटून जाईल म्हणून त्यानं जोरानं हाळी मारली. ‘‘आलोऽऽआलो,’’ म्हणतच पारव्वानं दार उघडलं. बघती तर ह्यो दारात. तिला आबजुकच वाटलं. तायाप्पा पयला उंबऱ्याच्या आत गेला.

‘‘एवढ्या पावसातनं कसा काय फिरलास रंऽऽ?’’

‘‘कोण आलंय गऽऽ.’’ म्हणतच रत्नव्वा बाहेर पडली.

‘‘ही बी हितंच आलीया व्हय-’’ म्हणतच तायाप्पानं अंगावरलं पोतं भाईरच्या भित्तीला आडकवलं. मोकळ्या अंगाला गच्च पदर आवळतच त्यानं

हात बांधलं आणि बोटात पदर धरला.

"कसा काय फिरलास रंऽऽ?" पारव्वानं दुसऱ्यांदा तेच विचारलं.

"का यीऊ ने. मी आल्यामुळं तुमची काय इसका इसकी झाली वाटतं?"

"मुडद्या, आमची इसकी इसकी कसली व्हईल. एवढ्या पावसातनं आलास म्हणून इच्चरलं."

"बरं केलंस," म्हणतच तायाप्पा आतल्या सोप्याला सरकला. आतल्या सोप्यात सगळा अंधार गुडुप झालता. तो तिथंच टेकायच्या बेतात होता. तशी पारव्वा त्याला ढकलतच म्हणाली,

"चुलीजवळच चल, जरा शेक, चल."

"व्हयऽऽ व्हय. तेला जरा उबीला न्हेच नाहीतर गारठून मरंल," म्हणतच रत्नव्वा त्याच्या आदी इवून चुलीला बसली. चुलीजवळ कोणच नव्हतं. तायाप्पाला काळू आणि म्हातारीकुठं गेली हेच समजंना. त्यानं हिकडं तिकडं डोळं फिरवून बघितलं. घरात कोणच दिसत न्हवतं.

"म्हातारी कुठं गेलीऽऽ?"

"आरं, परव्वादीशी निंगनूरला म्हणून गेल्यात त्ये तिकडंच आडकून बसल्यात. आता पाणी उरल्याशिवाय कशाला येत्यात?" पारव्वानं चुलीतलं इंगाळ बाहेर काढलं. जवळ टेकतानंच तायाप्पाला सैल सैल वाटाय लागलं.

"आयला, ह्यो पाऊस काय बरं करत न्हाई बाईऽऽ."

"ह्येचं काय वाईट व्हयालय. लागू दे की. त्येचं काम त्यो करालाय. तुझ्या काय आडवा यायला व्हय रंऽऽ." रत्नव्वा इंगळाजवळ हात नेतच म्हणाली.

"कुळवाड्याची आसतीस म्हणजे आसं कशाला बोलली आसतीस. तुझ्या बाला कधी श्यात करून म्हाईत हाय..."

"म्हाईत हाय. ह्यो लय कसबी लागुन गेलाय." रत्नव्वा फणकारली.

पारव्वानं दोघांच्या वादावादीत ओठांवर आलेलं हसू दाबलं. अजून तिला तायाप्पा कसा काय फिरला हेच कळंना झालतं. "घोट घोट च्या करू या, जरा बाजूला सर गऽऽ." म्हणतच पारव्वानं चुलीवरचं भांड उतरलं आणि फळीवरच्या भांड्याला हात घातला. तायाप्पा आपल्याच तालात चुलीतल्या इंगळाकडं बघत राहिला. रत्नव्वाला बसून बसून जांभया यायला सुरवात झालती. कसला त्यो टाळा मिटाय तयार नव्हता.

"काकू काय म्हणती रंऽऽ?" पारव्वानं आदणात गूळ टाकतच विचारलं.

"म्हणती काय? राकुंडी घासत बसलीया की."

"ह्या पावसात तर काय करंल?" रत्नव्वानं पुन्हा तिडा टाकला.

"आज ही काय सारकीच डाव मारालीया, पाराक्का. काय झालंय म्हणायचं हिला..."

"तूच बघ बाबाऽऽ." म्हणत पारव्वानं पावडरीचा डबा उघडला.

"कुणीतरी भेटल्याला दिसतोय. तव्वाच एवढी बिघाडलीया."

"कोण तरी भेटाय मी काय तुला मांगाची रकमी वाटलो व्हय रंऽऽ. भेटला वाटंत, चालली संगंऽऽ!"

"ही आणी कोण रकमी काढलीस?"

"ह्या बाई, गावातल्या जोगतिणींची म्हाईती न्हाई आणि जोगता झालाय. फुक्कट गेला जलम, जीव दे जा तिकडं." रत्नव्वानं भांड्याचा काठ धरला.

"मी काय गावच्या जोगतिणींची यादी करीत बसलोय. ते सगळं म्हाईत आसंल."

"आरं, तसं न्हवं. किती केलं तर आपल्या पंथातलं माणूस. म्हायती पायजे. आपल्याशिवाय एकमेकाला कोण हाय?" पारव्वा समजुतीच्या सुरात म्हणाली.

"आता त्या मांगवाड्यात कोण रकमी तिची पंचीती मी कशाला करू? काय झालं, पाराक्का तिचं?" तायाप्पाला उगाचच उत्सुकता वाटायला लागली.

रत्नव्वानं ओठ चावतच पारव्वाला खुणवलं आणि दोघीबी गप्प बसल्या. रत्नव्वानं चुलीत शेण मोडून घालतच तायाप्पाकडं बघितलं. तो आलटून पालटून दोघींच्याकडं बघालता.

"आता का गदबाळलास रंऽऽ. मला पंचीती म्हणालातास न्हवं?"

"तसं व्हवं गऽऽ." तायाप्पा एकदम बोलून गेला आणि रत्नव्वा एकदम चमकली. तायाप्पानं कधी नाही ते एवढं एकेरीवर आल्यालं बघून तिची तीच गदबाळली. चुलीवरचं चहाचं भांडं उतरतच पारव्वानं सांगायला सुरवात केली,

"आरंऽ, ती रकमी आमच्यात कधी नसती. मदीमदी आसायची. खरं तिचं वागणं काय तान्नाक्काच्या मनालाईना म्हणून वगळली. तिनं कल गाव सोडलं म्हणंऽऽ."

"खरं, कल तर आसाच पाऊस कोसळता की..."

"मग पाऊस काय तिला आडवालता?" रत्नव्वानं मदीच तोंड घातलं. तायाप्पानं तिच्या बोलण्याकडं लक्षच दिलं नाही. त्यानं गालावर हात ठेवून पाराक्कानं ऐकायला सुरवात केली.

"आरंऽऽ, पाऊस असला म्हणून काय झालं. तू आलासच की आमच्या घरला. तसं हनिमनाळचं मांगाचं पोरगं कामधंदा सोडन हिच्या मागं लागलंतं.

ही मदी हिटणीच्या मेळ्यात व्हती. तवा तिचा जागर आसंल तिकडं दिस मावळला की सुटायचं. हिटणीच्या बायकाबी ह्येला कटाळल्या. पयल्या पयल्यानं तोंडानं सांगून बघितल्यानी, मग रकमीला मारून बघितल्यानी, पर तिनं काय नाद सोडला न्हाई.''

"मेळ्यातल्या चौंडक्याचा डोळा हिच्यावर. मग त्येला कुठलं हे खपंल सांग बघू?'' म्हणत रत्नव्वानं पुढचं सांगायला सुरवात केली. पारव्वानं बशा हातात दिल्या. चहाचा घुटका घीत घीत रत्नव्वानं पुढचं सांगायला सुरवात केली. "मग त्येला खपलं न्हाई. त्यानं मेळ्यातनं काढलं. आता दोन म्हयनं गावातच व्हती. तर पोरगं रोजच्याला घरात. घरातल्यास्नी खपलं म्हणून मांगोड्याला कसं खपलं. एक तर झुलवा लाव न्हाईतर त्येला भाईर काढ म्हणून लोकांनी लावलं. तर भाद्दरीन काय ऐकाय तयार न्हाई.'' रत्नव्वानं चहाचा घुटका घेतला आणि थंड व्हतोय म्हटल्यावर सांगायची थांबली.

पारव्वाला धीरच धरवंना. तिनं पुढचं सांगाय सुरवात केली,"ही एवढ्या हुंबाड्यापणात वागती म्हंटल्यावर कल सगळा मांगोडा त्ये पोरगं आल्यालं बघून गोळा झाला. भीमस्या मांगाच्या पोरानं तिला भाईर वडली. सगळ्या मांगोड्यानं तिला आणि पोराला खुबीकलं आणि लावली पावसातनं ताणून...''

"खरं त्ये पोरगं तिच्याकडं आलं म्हणून त्येंच्या बाचं काय गेलं?'' मांगोड्याचा राग त्याच्या मनातल्या मनात जमाय लागला.

"तसं न्हाई बाबऽऽ, मांगवाड्यातील दोघं तिघं आदीच तिच्याबरोबर व्हती त्येंचं हाल आलं का न्हाई...'' पारव्वानं त्याला समजून सांगितलं आणि तायाप्पाला हसू आवरंना झालं. तो खदाखदा हसत सुटला आणि एकदम गंभीर झाला. "खरं, ह्यो जलम काय खरा न्हाई बाई.'' तो स्वतःशीच पुटपुटला.

"आता ह्येच्या खऱ्या आणि खोट्या गोष्टी सुरू झाल्या बघ. ह्येला किती सांगितलं तर पटत न्हाई. आरंऽ, ही भंडाऱ्याची वाट अशीच हाय. ह्यात सतपणानं ऱ्हाणाऱ्या बायका तुला हुडकून काढाय लागतीलं.'' रत्नव्वानं त्याला शुद्धीवर आणायचा प्रयत्न केला, पण तायाप्पा आपल्याच खोल खोल रुतत गेला. त्याला भाईर वाजणारा पाऊसबी ऐकू येईनासा झाला. समोरच्या इंगळावर नजर रुतवून एकसारखा तो आतल्या आत गदमदाय लागला. हितनं आता उठावं असं त्याला वाटाय लागलं. त्यानं गुडघ्यावर हात ठेवून उठायचा प्रयत्न केला. तसा त्याला हाताला धरून खाली बसवतच विचारलं,

"का रंऽऽ, रकमीची गोष्ट तुझ्या एवढी जिवाला लागली...''

"-न्हाई बाऽऽ." म्हणतच त्यानं डोकं झिंजाडलं. डोक्यातनं सगळं घालवायचा प्रयत्न केला. भांबावलेल्या डोळ्यांनं त्यानं रत्नव्वाच्या डोळ्यांत बघितलं आणि तो आपण कुणाचा तरी विचार करत होतो हेही विसरून गेला...

...गल्लीतनं बारक्या पोरांचा हौदोस चाललाता. घरातला तेलात कालवलेला हुरमूस एकमेकाच्या आंगीला पुसता पुसता पोरं हामरी तुमरीवर यायला लागलीती. गल्लीतनं जाणाऱ्या-येणाऱ्याच्या आडोशाला जाऊन एकमेकाला चुकवायला लागलीती. त्यांनी खेळता खेळता गल्ली डोक्यावर घेतलीती. घराघरांत बैलास्नी धुवायची, शिंग रंगवायची झुंबड उडालती. ह्या सगळ्यांत यरगुड्याच्या खोपड्याला, तायाप्पाच्या घरात माणसांची मात्र गर्दी झालती. कुणाला कुणाचं बोलणं ऐकू येत नव्हतं. पाच गावचं पाच जोगतं. गावातल्या सगळ्या जोगतीणी. त्यात गल्लीतल्या आयाबाया. घर माणसांनी भरून गेलंत.

कल्लव्वाचं डोकं आज ठिकाणावर नसल्यागत झालतं. ती एक घ्यायला जायची तर दुसरंच हाताला यायचं. आक्कव्वानं एक खोपडा धरलाता आणि ती नुस्तीच बसून होती. रत्नव्वानं चुलीचा कब्जा घेतलाता. पारव्वा पुराण वाटायला पाट्यावर बसलीती. तानाक्का ऐनापुरास्नं आलेल्या जोगतिणीबरोबर बोलत बसलीती. शेवन्ताक्का घरातल्या बारीकसारीक कामांत गुंतलीती. थोरला उगचच हिकडनं तिकडं फिरलता. त्याच्या मनात बरंच कायबाय चाललंतं.

पुढच्या सोप्याला म्हादू जोग्या राघू, तमन्या, मायाप्पा आणि आप्पयाला घेऊन कायबाय बायकी बोलणं करालता. गल्लीतली पोरं घोळक्या घोळक्यानं पुढच्या सोप्यात वाकून बघून हासतच पळत होती. बबन्या चौकटीला उभा राहून त्या पाच जणांच्या बोलण्यानं हसून हसून उपडी पडालतं. त्याला त्यांच्या बोलण्यापेक्षा त्यांच्या हातवाऱ्याचीच गंमत वाटायला लागलीती. मध्येच पडणारी त्यांची टाळी त्याला गुदगुल्या करत होती. बबन्या आपलं आपणच हसत उभं राहिलेलं बघून कसाळ्याचं पक्या त्याच्या जवळ येतच म्हणालं, "ह्ये तुमच्या दादाचं दोस्त व्हय रंऽऽ?"

"ह्येट लेका, ते देवजोगतं हाईत. त्ये दादाचं दोस्त कसं व्हतील?"

"मग तुमच्यात कशाला आल्यात?"

"आमच्या दादाचं देवाचं करायचं हाय!"

"म्हणजे लेका त्येच की. दोस्त जमा केल्यात," म्हणत पक्या हसत सुटलं. बबन्याची टकली भडकली. ते पक्याच्या पाठीमागं पळतच सुटलं.

भीमसुभान्यानं उजदारच्या सोप्यात पाय टाकला आणि थोरला आपल्या छपऱ्या मिशा मागं सारतच किंचित हसला. एवढ्यात म्हादू जोग्या जाग्यावरनं

उठतच भीमसुभान्याजवळ येत हात नाचवत म्हणाला,"एवढा टायम करायचा व्हय गाऽऽ, ह्या मगाधरनं इच्याराय लागल्यात. तू कुठं हाईस म्हणून..."

"जरा बैल धुवून आणली बाबा. आज सण हाय."

"घ्या बयाऽऽ, ह्यो एकटाच लागलाय सणाचा..." म्हणत म्हादू जोग्यानं भीमसुभान्याला वडतच त्या दोघांच्या समोर नेलं आणि त्याच्या गळ्यात पडत म्हणाला,"आमी तुझ्या गावात आलाव आमच्याकडं काय तरी बघ की."

"तुमच्याकडं आनी काय बघायचं, इथलं आवरलं की जेवायचं. झालं की-" भीमसुभान्या हसत हसतच म्हणाला.

"आता गऽ बाईऽऽ व्हईका व्हणार. जेवाय काय आमच्या गावाला मिळत न्हाई म्हणून आलाव हाय..." मायाप्पानं भीमसुभान्याची हानवट धरली.

"आमी तशा जाणार न्हाई बघ." म्हादू जोग्यानं पुन्हा बजावलं.

"बरं बाबा, बघु याऽऽ एक सिसा पुरलं न्हवंऽऽ." म्हणतच भीमसुभान्या मागं सरकला.

शेवन्ताक्का त्यांच्याजवळ आली तशी सगळीच यडबाडली. अंग चोरून बसली. शेवन्ताक्कानं राघूला हातानंच खुणावलं आणि राघू तिच्या पाठीमागनं मधल्या सोपायत सरकला. बायकांतनं वाट काढत राघूला देव्हाऱ्यासमोर नेतच शेवन्ताक्कानं विचारलं, "लिंब देवाम्होरं नेसवायचा. खरं तुझं कुठं करणार. हितं काय सोप्यात?"

राघूनं हिकडं तिकडं बघितलं. कुठंच ऐपैस जागा दिसत नव्हती. त्यानं माचळी म्होरं बायका बसलेला हातभर जागा दाखवतच शेवन्ताक्काला सांगितलं, "ह्या हितं चौरंग मांडा."

"कुंडाला जाऊन आल्यावरच तुझं सगळं करणार न्हवं."

"व्हय. त्याशिवाय कसं व्हणार. पयलं तिकडं न्हीवून आणा, मग मी सुरू करीन सगळं. खरं गोंदायला डोंबारीण आलीया न्हवं. असली तर चालती नसली तर तिचं नुस्त सामान आनलं तरी माझं मी गोंदीन की." म्हणतच राघू बायकांत घुसला बायका गडबडल्या. अंग चोरून बाजूला झाल्या.

राघू मांजरागत बाहेरच्या सोप्याला आला. तसा मुरकासतच म्हणाला,"झाली बाई सगळी तयारी. आता त्येनी कुंडाला जाणार हाईत तंवर बघा काय करायचं त्ये."

"माझं बाई आंग बसून बसून आंबलं. जरा गल्लीत तरी उभा राहू या

गऽऽ.'' म्हणत मायाप्पा लुगडं झाडत उठला. पाठोपाठ चौघबी. दाराच्या तोंडाला येऊन चौघांनीबी अंग मुरडलं. गल्लीभर बघून घेतलं. जाणारी-येणारी माणसं त्याच्याकडं आप्रुप बघितल्यागत बघालती. मायाप्पाच्या मनात सगळीच घालमेल चाललीती. त्यानं कानवटीची पिसवी काढली. नुस्ता पानाला चुना लावतच तमन्याला मान लचकतच, ''खाणार व्हय गऽऽ?'' म्हणतच पिसवी हालवली. तमन्या लवणीत लचकत त्याच्याजवळ आला आणि त्यानं हातातली पिसवी नाजुक हिसका मारतच आपल्याकडं घेतली.

शेवन्ताक्कानं तायाप्पाला बाहेर काढलं. तानाक्काला हातात कायबाय घेऊन उभा केलं आणि बाळू म्हाराला हालगीचा ठेका धरायला सांगितलं. बाळू म्हाराच्या हालगीवर ठेका पडला आणि तमन्याला काय केलं तरीबी गप्प उभा राहायला व्हईना. त्याचं शिवशिवलेललं अंग त्यानं गल्लीत झोकून दिलं आणि गल्ली त्याचं नाचणं बघायला जमा झाली. सगळी कुंडाकडं सरकली आणि म्हादू जोग्या राघूला घीऊन घरात आला. राघूनं मधल्या सोप्यात चौरंग पायजे तसा लावून घेतला. त्यावर नवं कापड टाकलं. दोन्ही बाजूला दोघास्नी बसायला बसणी घातली. मदी तांदळाचा मांड मांडल्यागत केला. भंडारा सगळीभर पसरला. नव्या कपड्यावर भंडाऱ्याच्या टिकल्या लावल्या. त्यानं आपली परडी आणून चौरंगावर ठेवली. त्यात तांदूळ-नारळ ठेवायला लावलं. परडीतली कवड्यांची माळ हात लावून बघितली. आणि म्हादूकडं बघतच म्हणाला,

''त्येनी येवपतोर दोघींपुरता च्या तरी कराय सांग.'' म्हादू चटकन उठला. पाठीमागच्या सोप्याला गेला. राघूनं आणि काय काय ऱ्हायलं बघितलं. पदरानं तोंड निरपतच तो भाईर आला. हालगी लांबलांब गेल्यागत ऐकू यायला लागलीती... आक्कव्वानं चहा आणून दोघास्नी भाईरच्या सोप्याला दिला. राघूनं म्हादूकडं बघतच विचारलं,

''मागच्या येळंला तुझा गुरुपदाचा मान कसा काय झालता गऽऽ?''

''सगळं डोंगरावरच केलतं'' म्हणत म्हादूनं चहा भुरकायला सुरवात केली. दोघांचबी डोळं क्षणभर फिराय लागलंत...

हालगी घराचजवळ यायला लागली आणि राघूची सगळीच धावपळ उडाली. त्यानं आक्कव्वाकडचं कपभर दूध घेतलं. भाताचा मुटका आणाय लावला. पाण्याचा तांब्या भरून घेतला आणि तो चौकटीला उभा राहिला. हलगीच्या तालावर लचकणाऱ्या बाळू म्हारानं शेवटचा हात इतक्या घाईनं आणि जोरानं आणि जोरानं फिरवला की, नाचणारा मायाप्पा तोंडाला फेस आल्यागत हैराण झाला. त्याच्या पदराचं खोचलेलं टोक निसटून सगळ्या

गल्लीभर झालं. बाळू म्हारानं एकाएकी हालगी थांबवली. तायाप्पा दारात आला. त्याला पायरीवरच उभा केला. आक्कव्वाला त्याच्या पायावर पाणी वताय लावलं. पाणी वतून तिनं तापाप्पाच्या डोळ्यांला वल्ली बोटं लावली. भाताची मूद दोन्ही बाजूला टाकली. दूध दोन्हीकडं शिंतडलं आणि सोबत उभा राहिलेल्या शेवन्ताक्काच्या पाया पडतच तायाप्पाला आत घेतला. उंबऱ्याच्या आत तायाप्पानं पाय टाकला आणि म्हादू जोग्यानं आपल्या बुळ्या खांद्यावर तायाप्पाचा हात घेतला. त्याच्या कमरेला तिठी घातली जवळजवळ उचलून नेतच त्याला मधल्या सोप्यातल्या चौरंगाजवळ नेऊन उभा केलं. राघूची आता तारांबळ उडालती. त्यानं मायाप्पाला हाताखाली घेतलं. ताटातली आरती पेटवायला सांगितली. भंडारा आणि कुंकू जरा जरा पाण्यात खलायला लावलं. सगळं करता करता त्याचा पदर सारखा खांद्यावरनं घसरालता आणि ढुंगण लचकाय लागलतं. मदीच त्याच्या गळ्यातलं दर्शनाचं मणी नाकावर आडकालतं. एकदासं सगळं बयववार घेतलं. लांबलचक सुस्कारा सोडतच उभा राहिला. कंबरला हात लावतच पुटपुटला, "मणका कामातनं गेलाय ग!!" त्याच्या पुटपुटण्यानं पारव्वाला हसूच आलं, आणि तिला ते आवरलंही नाही. तशी रत्नव्वा तिच्याकडं डोळं वटारून बघाय लागली...

शेवन्ताक्कानं पुढं होतच गोंदणाऱ्या भोवारणीला राघूजवळ आणून उभा केलं. राघूनं मान मुरडली, नाकाला तिडा दिला, खांद्यावरचा पदर डोक्यावर घेतला. भोवारणीला पारखून बघितलं आणि तिचा हात धरून वडतच,

"अशी हिकडं ये गऽ माझ्या बाई, तिथं बसून गोण्णं कशी काढशील, तशी येऽऽ" म्हणतच आपल्या बाजूला घेतलं. तमन्नाप्पाला जवळ बसीवलं, तसं तमन्नाप्पा सतरांदा लचकत बायकास्नी व्हडांग देत राघूसमोर आला. त्याचा हात भोवारणी समोर धरतच म्हणाला, "ह्येचा हात नीट बघून घे. लिवणं इत नसंल?" भोवरणीनं मानेनंच न्हाई म्हणून सांगितलं. "मग हे सगळं पारखून बग. जितनित आसनं आसं हातावर याला पायजे. मग कपाळावर कायबी गोण्णं काढ. चालतंय..." भोवरीन तमनाप्पाच्या हाताकडं बघतच राहिली. गोलगोल नक्षी, मदी काय तरी लिवल्यालं नक्षीच्या मोत्यानं कायतरी लिवल्यालं. तिनं तमन्नाप्पाचा बुळबुळीत हात घटकाभर हातातच धरला. ह्ये काय जमंल आसं वाटंना. तिचं तोंड उतरलं. कशीबशी पुटपुटली, "ही नक्षी काय जमंल असं वाटत नाही."

"थू माझ्या सुडकी! मग तुला काय हेमलाय आणलीया? उठ तिकडऽऽ" म्हणतच म्हादू जोग्यानं तिला बाजूला सारलं. तिच्या हातातली डबी आणि गोंदणाची सुई आपल्या हातात घेतली.

"तुझं-तुझं सांग ग, काय कायकरायचं त्ये. आणि हो बाजूला सगळं

गोंदून देतो!'' म्हणतच तायाप्पाचा हात काखंत मारून बसला. राघूनं त्याला बयवार सांगितलं. तायाप्पा म्हादूसमोरच्या पाटावर बसला तमन्नाप्पानं तायाप्पाचा हात सरळ करून धरला. म्हादूनं डबीचं टोपण उघडलं. सुई बुडवली आणि हळूहळू तायाप्पाच्या हातावर रुतवायला सुरवात केली. सुई काच-काच बोचायला लागली. तायाप्पा तळामुळातनं लडबडला. हाताततनं येणारी कळ त्याला सहन होईना तसं, ''आईऽऽ ग आईऽऽ ग'' सुरू झालं म्हादूनं एक वर्तुळ हातावर गोंदून पूर्ण केलं. ''तुलाबी गोंदाय बरं जमतंय की ग!'' म्हणतच राघूनं त्याला सांगितल,

''ह्या गोलात मदी लीव म्हादू मेंगाणे...'' भांड्यावर नाव घातल्यागत म्हादूनं नाव झकपक गोंदलं. भोत्यानं 'राघू कदम' असं गोंदलं आणि डबी खाली ठेवून क्षणभर बसला. तायाप्पानं हात जरासा सैल सोडला. म्हादूनं तायाप्पाला समोर बसवून घेतलं. तमन्नाप्पाला त्याचं गच्च डोकं धराय लावलं आणि कपाळावर झकास गोण्णं काढलं. त्याच्यावर हळद पुसली आणि दोन्ही हातांच्या मनगटावर कसल्यातरी फुल्या गोंदल्या. सुस्कारा सोडतच बाजूला झाला. तायाप्पा बधिर अंगानं हूं काय चू न करता बसून राहिला.

''आता जरा सगळ्या जनी बाजूला व्हा ग'' म्हणत राघूनं तमन्नाप्पासकट सगळ्यास्नी बाजूला सारलं. उगवतीकडं तोंड करत तायाप्पाला चौरंगावर बसवलं. आपण उजवीकडच्या पाटावर बसला. समोरच्या पाटावर म्हादूला बसवून त्यानं हात पुढं करायला लावला. तायाप्पाचा हात त्याच्या हातात दिला आणि त्यानं डोळं मिटून कायबाय बडबडायला सुरुवात केली. घटका दोन घटका तो नुस्तं ओठ हलवंत पुटपुटत राहिला. बायाबापड्या त्याच्याकडं बघतच बसल्या. शेवन्ताक्कानं डोळे मिटून देवाचा जप सुरू केला. सगळं घर शांत शांत झालं. दुडदुडणारी पोरंटारं सुद्धा गप्पगार झाली.

घटकाभरानं राघूनं डोळे उघडलं. आपला हात काढून घेतला. कमरंच्या भंडाऱ्याच्या पिसवीत हात घातला. कुड्याभर भंडारा तायाप्पाच्या कपाळाला फासला. आधीच पिवळंजर्द झालेलं तायाप्पाचं कपाळ अधिकच पिवळंधमक झालं. राघूनं भंडाऱ्याची मूठ परत तायाप्पाच्या हातात दिली. आणि तायाप्पाला बजावलं, मी म्हणतो त्येच्या मागनं म्हणायचं आणि त्यानं बायकी पंथाची शपथ घ्यायला सुरवात केली... राघूनं शपथ दिली. पेल्यातलं दूध कुडच्यानं घेतलं. तायाप्पाच्या तोंडात घातलं. त्याच्या समोर तो पिचीकऽऽ पिचीक टाळ्या वाजवत राहिला. सगळ्या सोप्याभर त्याच्या पिचीक पिचीक टाळ्यांचा आवाज घुमत राहिला... अखेरला राघूनं टाळ्या बंद केल्या. परडी समोर घेतली. त्यातली कवड्यांची माळ गळ्यात घातली. भंडारा पुन्हा एकदा

कपाळाला माखला. म्हादूला लावला, तायाप्पाला हात जोडाय सांगितलं. म्हादूनं बी हात जोडलं. त्यानं आपलं दोन्ही हात जुळवून परडीवर ठेवलं, डोळं मिटलं आणि त्यानं मोठ्यानं सगळ्यांना ऐकू जाईल असं ओरडून सांगितलं, "आई यल्लम्माऽऽ देवी बुचराम्माऽऽ तुम्हा दोघींचा मी सेवक... बायली पंथाचा गुरू म्हणून तायाप्पाला पंथात घेतलंय! झाडाची राखण कर, बरकतीला आण" म्हणत त्यानं हात खाली केलं. तोंडानं पुन्हा आवाज काढला- 'उदं ग आई उदं उदं!' सगळ्या बायकांनी आईचं उदं घातलं. तायाप्पाला चौरंघीवरनं खाली घेतलं. दोन्ही गुरूंच्या पायावर त्यानं डोकं ठेवलं आणि तो बाजूला उभा राहिला. इतका वेळ सुन्न होवून उभा राहिलेला मायाप्पा त्याच्या जवळ गेला आणि तायाप्पाच्या डोळ्यांत बघतच खळखळून हसला...

जेवणं झाली. जोगतीनिस्नी चोळी-नारळ दिला. बाईल पंथाचा, लुगड्या मोत्याचा गुरू म्हणून म्हादूला लुगडं नेसवलं. आलेल्या जोग्यास्नी खण-नारळ दिलं. शेवन्ताक्कानं सगळं आपल्या हातानं केलं. कल्लव्वानं शेवन्ताक्काची व्हटी भरली. गल्लीतल्या आया-बाया फांगाफांग झाल्या. तमन्नाप्पाला आता बसायला व्हईना झालंतं, त्यानं भीमसुभान्याला चांगलच अडकवून ठेवलाता. राघू थोरल्याजवळ बसून आपल्या बायकी भाषेत बंरच कायबाय समजून सांगालता. मायाप्पानं तायाप्पाला हळूच खुणावलं. त्याला परड्यात घेतलं आणि शेणीच्या खोपीजवळ बसतच त्याला सांगायला सुरवात केली,"व्हवूने ते तुझ्या बाबतीत झालंय. तुझं सगळंच संपलं. आपला जोग्याचा जलम म्हणजे फटकुरागत मनात न्हाई न्हाई ते ययला लागतंय... त्यात भरीला भर म्हणून कोणकोण कायबाय करत बसतंय. त्येच्याकडं ध्यान द्याचं न्हाई. लईच सोसंना झालं तर बाईचं नाव घीत बसायचं... जीवाचा कटाळा आला तर हिंग्लजात माझ्याकडं यायचं..." मायाप्पा हे सगळं का सांगतोय हे त्याचं त्यालाच समजंना. तायाप्पा त्याच्याकडं नुस्तं डोळं फाडून बघत बसला. त्याचा एक एक शब्द त्याच्या काळजाला भोकं पाडू लागला. तानाप्पा बोलतच होता,"पयल्या पयल्यानं मी ह्या सगळ्याला लाथ मारली. जीव द्यावा म्हणून गेलो... हातनं काय काय घडलं न्हाई... नुस्ता मनता कुजत गेलो. ती पाळी येऊने, सांभाळून ऱ्हा..." म्हणता म्हणता त्यानं पदरानं डोळं निरपून घेतलं. तायाप्पाच्या खांद्यावर थाप मारली. तायाप्पा मनातल्या मनात ढासळत गेला... तान्नापाची खांद्यावरची बुळी थाप कशीतरीच वाटू लागली. त्याचं डोकं गरगरलं, कपाळ ठुसठुसाय लागलं. गावात कुणाच्या तरी बैलाची मिरवणूक रण हालगीच्या तालावर जवळ जवळ यायला लागली.

पिपाणीचा आवाज घरासमोर आल्यागत वाटू लागला. पोरांनी जोरात किंचाळतच बैल भुजवणं चालू केलतं... सगळे आवाज तायाप्पाच्या कानात घोंगवायला लागले. तान्नाप्पाचा बुळा आवाज त्यातनंबी घरघरू लागला. तायाप्पाला आपला आधारच घरंगळत गेल्यागत वाटाय लागलं... त्यानं गच्च डोळं मिटलं, कानात बोटं घातली आणि डोकं झाड झाड झिंजाडलं!

■

३

डोक्यावरचा जग तायाप्पाला जडजड वाटालता. उरल्याली घरं उद्याच मागावी असं त्यानं येवजायला सुरवात केलती. फुलाचा हात आता सुती चौंडक्यावरनं ढळलाता. रत्नव्वाच्या हातातली परडी दगडागत वाटालती. पारव्वा तेवढी भंडाऱ्याची पिसवी घीऊन सडीफटींग हात हालवत म्हणालती-
"एवढी रानातली घरं संपवू या म्हणजे माघारी फिराय बरं."

रत्नव्वानं हातातली पिसवी काखंला लावली. पिसवीचा बंद बावकाडात रूताय लागला. त्यामुळं ती चिडचिडतच म्हणाली,

"मग ह्या पिसव्यातरी हितं कुणाच्यात तरी ठेवू या."

"आगं, कुणावर भरोसा ठेवतीस. काय व्हतोय त्यो ताप आमालाच व्हवू दे."

पारव्वा हात हालवतच म्हणाली. तायाप्पाला डोकीवरचं वझं पेलता पेलता बोलायलाबी जमेना. मिसाळाची घरं जवळ आली तशी रत्नव्वा बोलती झाली-

"तायाप्पा तुमचं, बाबरातलं श्यात बी मिसाळानं केलं म्हणं." तायाप्पा नुस्ताच हुंकारला.

"आवंदा आनी कशाला पैसंबियसं काढलं व्हय रंऽऽ" पारव्वानं विचारलं.

"आजून काय कानावर न्हाई-" तायाप्पा कसाबसा पुटपुटला.

"काढल्या आसतील की, त्याशिवाय ह्या दीसात कोण कुणाच्या ताब्यात श्यात देतंय व्हय?" फुलानं तोंड घातलं.

"खरं ह्येला म्हाईत पायजे की-"

"ह्येला म्हाईत आसायला, ह्यो कुठं घरात आसतोय? हातावर पाणी पडलं की उंबऱ्यातनं भाईर-"

"त्ये ठावं हाय गऽऽ खरं आसल्या गोष्टी ह्येला इच्यारल्या बिगार कुटल्या करतील?" पारव्वानं फांगसून बघायला सुरवात केली. तायाप्पानं आपली नजर चालता चालताच पायाकडं वळवली. क्षणभर त्याच्या मनात आलं, ह्यास्नी सगळं सांगून टाकावं. पुन्हा त्यानं मनाला आवरलं. दोन्ही

हाताला नेट लावतच जग उचलला. सुस्कारा सोडला.

“हितं कुणाच्यात तरी पाणी पिऊ या बाईऽऽ!” तो पुटपुटला. पारव्वानं त्याच्याकडं ध्यान देऊन बघितलं. त्याच्या तोंडावर घाम जमा झालता. उसासल्यागत करालता...

शामरू मिसाळाच्या दारात आल्या आल्या पारव्वानं त्याच्या डोक्यावरच्या जगाला हात लावून खाली उतरला.

“जरा ह्येच्यातलं भात काढून पिसवीत घीऊ या बाईऽऽलईच जड झालाय.” पारव्वानं रत्नव्वाच्या झोळकांडातली पिसवी काढतच म्हटलं आणि उतरून ठेवलेल्या जगातलं भात पस्यानं काढत पिसवी भरली. एवढ्यात मिसाळवाडीतली पोरं त्यांच्या भोत्यानं जमा झाली. टकामका बघाय लागली. रत्नव्वानं शामरू मिसाळाच्या घरात वाकून हाळी मारतच तांब्याभर पाणी आणायला संगितलं. बराच वेळ शामरू मिसाळाच्या घरातनं कोणच भाईर आलं नाही तशी रत्नव्वा-

“ह्येंच्या घरात कोण न्हाई वाटतं बाईऽऽ” म्हणतच मागं वळली. तायाप्पा सताड उघडं असलेल्या शामरू मिसाळच्या घराकडं बघत बसला. रत्नव्वानं उभं असलेल्या पोराकडं बघतच- “ह्या घरात जाऊन कोणतरी पाणी आणत्यासा व्हय रंऽऽ?” म्हटलं.

आणि परकरातली, झिंज्याची बुट्टी झालेली पोरगी आत पळाली. पळतच तांब्याभर पाणी घीऊन आली. तायाप्पानं घटाघट अर्धा तांब्या पाणी सपीवलं. पारव्वा त्याच्या नरड्यात होणाऱ्या हालचालीकडं बघत बसली.

“जरा थोडंच पी रंऽऽ” रत्नव्वा त्याला खोचरतच म्हणाली.

“गप्प की गऽऽ त्येला पाणी तरी सुखानं पीऊ दे की-” फुलानं मध्येच तोंड घातलं.

“पी बाबा पी. सुखानं पीऽऽ” म्हणत रत्नव्वानं परत तांब्या त्याच्या हातात दिला. तायाप्पा ओशट हसला. पुन्हा जगाकडं बघतच बसून राहिला... जगातल्या देवीच्या मुकोट्याच्या पाठीमागं लावलेली मोराची पिसं त्याला रंग गेल्यागत वाटू लागली.

“उठा आता-” म्हणतच पारव्वानं बूड हालवला एवढ्यात शामरू मिसाळची म्हातारी काठी टेकतच आतनं भाईर आली. तिच्या सुरकुतलेल्या तोंडाचं चमडं लोंबाय लागल्यागत दिसालंतं. केसाचा नुस्ता वाक झालंता. आपलं बोडकं कपाळ लडालडा हालवत ती पारव्वाजवळ येतच म्हणाली-

“तुमी व्हय ग लेकीनु! मला ही कार्टी म्हणाली, कुठल्या गावच्या जोगतिणी आल्यात बघ ये.”

"व्हय आमीच. बरं हाय व्हय ग आजी?'' म्हणत पारव्वा पुढं सरकली. म्हातारी सगळ्यास्नी पारखून बघत टेकली. तायाप्पाला बघतच म्हणाली,

"ह्यो कुटल्या गावचा?''

"आमच्याच गावचा की, बसाप्पा पवारचा!'' पारव्वानं सांगितलं आणि म्हातारी त्याच्या तोंडाजवळ येतच डोळं भरून बघतच म्हणाली-

"ह्योच व्हय ग त्यो!'' म्हातारीनं हातातली काटी बाजूला केली. तिची नजर अजून बी तायाप्पावरच खिळलीती. तिच्या मनात चाललेलं कायबाय तोंडावर यालंतं.

"आवंदा सगळ्या मिळून फिरल्यासा ग?'' म्हातारीनं नजर जगावर टाकली.

"ह्येच्यासाठीच की. जरा जरा सगळ्या घरांची वळख व्हईल. मागायला धाडस व्हवू दे म्हणून घीऊन फिरालाव.'' रत्नव्वानं तायाप्पाकडं बघतच सांगितलं. तो कोऱ्या डोळ्यानं समोरच्या चपरातल्या बैलाकडं बघालता...

सगळ्यांनी जागा सोडली. तायाप्पानं जग डोक्यावर घेतला. फुलानं मिसाळाच्या दारात जातच सुती चौंडक्यावर ताल धरला. पारव्वा उंबऱ्याजवळ जातच 'आकुंऽऽ दीऽ जोगवाऽ' म्हणून घरात ऐकू जाईल असं आरडली. तायाप्पा सूप घीऊन येणाऱ्या बाईची वाट बघत उभा राहिला. एका एका घरातली बाई तायाप्पाच्या जगात सूप रिकामं करू लागली. दारादारात वाकून तायाप्पाची कंबर घाईला आली...

पारव्वानं गणप्पा मिसाळच्या दारात जोगव्याला हाळी घातली आणि वट्टीवर बसलेला गणप्पा मिसाळ वट्टी सोडून भाईर आला. त्यानं चौघांच्याकडं आळी पाळीनं बघतच विचारलं,

"ह्येलाबी तुमच्यात घेतल्यासा?''

"व्हय-''

"बरं केल्यासा. निदान असं गावचं गोळा करून तरी आई-बाला जगवलं. न्हाईतर ह्येच्या हातनं काय निबावतंय?'' गणप्पा मिसाळ आपलं काजूच्या बी गत असणारं नाक फुलवतच म्हणाला. पारव्वाला तो काय बोलतोय ह्येच कळत नव्हतं. रत्नव्वाच्या नाकाला तिडा बसला. फुलाच्या हातातलं सुती चौंडकं एकदम थंड पडलं. ती फणकाऱ्यात मिसाळाकडं बघतच म्हणाली-

"येळ आल्यावर कायबी कराय लागतंय. त्येच्यावर येळ आली म्हणून त्यो करालाय.''

"व्हय मी त्येच म्हणतोय. बाबानं व्हती ती टपणी घालून पोराला जोगता केलाय. आता ह्येनं आसं फिरवून जगवाय नको? दाणं दुसऱ्याच्यात

वतून वतून ह्यो काय जगीवतोय घे?" गणप्पा मिसाळनं पारव्वावर नजर रुतवली. फुला गप्पगार उभा राहिली.

"दुसऱ्याच्यात कुठं? आजून सगळ्यांचं एकातच हाय." पारव्वा सबागतीवर बोलून गेली. रत्नव्वाच्या डोक्यात इंगाळ रसरसलं. ती पारव्वाला व्हडांगा देतच म्हणाली-

"चला गंऽ आसल्यांच्या तोंडाला लागलं तर डोस्क्यात रक्का पडंल!"

"व्हय-रक्का पडंल आनी सगळंच इस्काटंल. व्ह पुढं."

गणपा मिसाळानं तिला डिवचतच मिशीला हात लावला. रत्नव्वाचा तोलच सुटला-

"ये, जीभ संबाळून बोल. न्हाईतर-" ती एकदम अडखळली. गप्पाकन पुढं झाली. तायाप्पा मिसाळाकडं न बघताच पुढं झाला. पारव्वाला ह्या दोघांच्या वागण्याचा अर्थच कळेनासा झाला. ती गुमान त्यांच्या मागं चालत राहिली. फुलानं सुती चौंडक्यावर पुन्हा ताल धरला.

रानातली सगळी घरं मागून झाली तरी सगळ्यांच्याच डोक्यात गणपा मिसाळच घुमाय लागलाता. काय म्हणायला फुला तेवढीच गणपा मिसाळला विसरून सुतीचौंडक्याच्या तारेच्या तालात गुतपाळलीती. रत्नव्वा मात्र त्याचा कसा, कुठं पानउतारा करायचा ह्याचंच बेत ठरवत होती. तिच्या जीवाची सारखी तगमग चाललीती. पारव्वा त्याच्या बोलण्याचा मनातल्या मनात अर्थ लावालती. अजून तिला कशाचाच कशाला पत्ता लागत नव्हता. शेवटी तिनं शिंदवाडच्या पांदीजवळ आल्यावर थांबतच विचारलं-

"त्यो भाड्या तसा का बोलला ग?"

"काय करतीस घे घीरण्याला!" रत्नव्वानं विषय संपवायचा प्रयत्न केला.

तसं न्हवं गऽ खरं एवढा कसा बेंबटल्यागत बोलला? तायप्पा काय झालतं व्हय रं?" तिनं तायाप्पाकडं मोर्चा वळवला. तायाप्पानं चालता चालताच रत्नव्वाकडं बघितलं. रत्नव्वानं तिसरीकडंच बघितलं. त्याला पारव्वाला टाळता बी येईना. त्यानं शेवटाला तोंड उघडलंच-

"मागच्या वरसी ह्येच्याकडं काय थोडं पैसं घेतलंतं. ह्या वरसी तगादा लावल्यानं न्हाईतर बांबरातलं टपणं तरी घाला म्हणाला."

"आता मला सांग पाराक्का-" म्हणत रत्नव्वानं मध्येच तोंड घातलं.

"ह्येचा बा त्येलाबी तयार व्हता- मदी मी एकदा घरला गेलतो तवा लागला मला सांगायला. म्हटलं, एवढ्या पैस्यात त्येला घालण्यापरास सगळा बोजा भागवणारा दुसरा गावला तर त्येला घाला- बाळू चौगल्या ह्येच्यापरास

हजार चढ द्यायला तयार झाला. म्हटलं लावा त्येला- ह्येला कुटणं समाजलं.'' म्हणतच रत्नव्वा एकदम थांबली. पुढचं बोलावं न बोलावं म्हणतच तिनं तायाप्पाकडं बघितलं. त्यानं डोळं रोखलं. तशी ती गप्पगार चालाय लागली. पारव्वाला बोलता बोलता ही मध्येच का थांबली कळंना.

''पुढं काय झालं गऽ?'' तिनं खोचरून विचारलं.

''पुढं काय- ह्यो इच्यारायला माझ्या घरला आला. उजदारच्या सोप्यात म्हातारी व्हती. तिच्यावर डाफरला. तसा माझा तोल सुटला. घेतला गल्लीत फैलावर. तवा तायाप्पा आमच्याच घरात व्हता म्हणून आसं बरळाय लागलाय आता.'' रत्नव्वानं सगळं दमात सांगून टाकलं. तिला जरासं मोकळं मोकळं वाटाय लागलं.

''म्हणजे सगळं दाणं तुझ्या घरात तायाप्पा टाकतोय असंच म्हणायचं व्हतं व्हय त्येला.''

''व्हय-''

''मरगी आली त्येला- तरी मी मनात येवजलंतं तेच खरं निघालं...'' म्हणत पारव्वा आपल्याच मनात काय बाय बडबडत गेली. तायाप्पाला घर जवळ यायला लागलं तसं कसंकसंच वाटाय लागलं. दिवाणाच्या चिंचंखाली आल्यावर त्यानं डोक्यावरचा 'जग' रत्नव्वाच्या डुईवर दिला. त्याला घराकडं वळावं असंच वाटंना...

''उद्याचं काय त्ये तुमच्या घरात ठरवू या की-'' म्हणतच तो पारव्वाच्या पुढं आला.

''घरातनं तुकडा-बिकडा खावून ये की,'' म्हणत पारव्वानं त्याला घराकडं वळवलं. रत्नव्वा आपल्या गल्लीला वळली. तिला डोक्यावरचा 'जग' दगडागत वाटाय लागला. आपूण तायाप्पाचा एवढा इच्यार का करतोय...? गोड गोड बोलतोय म्हणून काय त्यो घर सोडून हालत न्हाई म्हणून... खरं ह्यो मिसाळाचा भाड्या बोलला तसं गाव बोलाय लागलं तर... रत्नव्वा आपल्यातच कण्हत गेली. तिला गल्लीची रेघ सुईगत बोचाय लागली!

तान्नाप्पानं डोक्यावरचं कोंबड्याचं डालगं गणू पाटलाच्या कट्टीवर उतरलं. डालग्यातल्या कोंबड्या बेताल करकराय लागल्यात्या. तान्नाप्पाला क्षणभर वाटलं, पिसवीतलं मूठ दाणं हितंच डालग्यात टाकावं आणि त्यानं विचार केला हितनं तायाप्पाचं घर कितीसं लांब हाय. त्येच्या दारात उतरल्यावरच दाणं टाकावं म्हणजे घटकाभर खातील तरी. त्यानं हातातल्या चुंबळीनंच घाम निरपला. गल्लीतली पोरं त्याच्या भोत्यानं जमा झालती. कसाळ्याच्या

बारक्या पोरांनी तर डालग्यातल्या कोंबड्यास्नी बोचकरायला सुरवात केलती. तान्नाप्पानं घटकाभर पोरांच्याकडं दुर्लक्ष केलं. दम निघून जाईपर्यंत तसाच बघत उभा राहिला. कसाळ्याची यमनाक्का त्याच्याजवळ येतच म्हणाली-

"कोंबड्या काय इकाय आणलास व्हय गाऽऽ?" तान्नाप्पानं क्षणभर विचार केला. व्हय म्हटलं तर हिला कोंबड्या काढून दाखवाय लागणार. त्यानं डोकं झिंजाडतच सांगितलं-

"न्हाई बाऽऽ. आता आजऱ्याच्या बाजारास्नं आणल्यात. हिंग्लजच्या बाजारात इकायच्या हाईत."

"म्हणजे हितं इकायच्या न्हाईत म्हण की."

"न्हाईऽऽ" म्हणतच त्यानं डालगं आलादी उचलून डोक्यावर घेतलं. जमल्याली पोरं त्याच्याकडं बघून हसाय लागली.

"काय बघत्यासाऽऽ जावा की सुडक्यानूऽऽ." म्हणतच तान्नाप्पानं तायाप्पाच्या घराकडं चालायला सुरुवात केली. पण पोरांचा लेंडोर त्याच्या पाठीमागनं चालतच राहिला...

तायाप्पाच्या दारापर्यंत येईस्तोर पोरांनी त्याला हैराण करून सोडलंतं. चांगली तीस-चाळीस पोरं त्याच्या पाठीमागनं जमा झालती. त्यानं तायाप्पाच्या दारात डालगं उतरलं आणि पोरं डालग्याभोत्यानं जमा झाली.

"कुठली गऽ बाई कारवानाच्या जातीची ही कार्टीऽऽ." म्हणतच तान्नाप्पा त्यांच्या पाठी लागला तशी पोरं चौमाळ गल्लीभर इस्कटली. तान्नाप्पाला गल्लीभर कोंबड्याची पिसं पसरल्यागत दिसाय लागली. गल्लीतल्या आवाजानं कल्लव्वा दारात आली. बघती तर तान्नाप्पा पोरांच्या पाठीमागं लागलाता.

"ये कडुबेण्याच्यानू पळता काय न्हाय रंऽऽ." म्हणत कल्लव्वा गल्लीत आली आणि पोरं बोळाबोळातनं न्हाईपत झाली. तान्नाप्पा हातातली चुंबळ संबाळत डोकीवरचा पदर सरळ करत डालग्याजवळ आला.

"उन्हाचाच कुणीकडनं फिरलास?" कल्लव्वानं डालग्याकडं बघतच विचारलं.

"आजऱ्याच्या बाजाराला गेलतो बाई, म्हटलं जाता जाता तुमच्यातनं जाऊ याऽऽ" म्हणतच तान्नाप्पानं डालगं सरळ केलं.

"ये की आत-" म्हणतच कल्लव्वा आत वळली.

तान्नाप्पानं डालग्यावरती पिसवी हातात घेतली. चांगलं दोन कुडाचं जुंधळं डालग्यात वरनं टाकलं. जुंधळं डालग्यात पडल्याचा आवाज झाला आणि डालग्यातल्या कोंबड्या धडपडून फडफडल्या. त्यांच्या चोचींचा आवाज डालग्याच्या कामटावर टाऽऽ टाकऽऽ यायला लागला. तायाप्पा जुंधळ्याची

पिसवी हातात घेतच घरात वळला.

"किती हाईत सगळ्या मिळून डालग्यात?"

"कुठल्या किती? आठ तलंगी दहा-बारा कोंबड्या हाईत की गऽऽ." म्हणतच तान्नाप्पा टाकलेल्या पोत्यावर टेकला. त्याला जरासं मोकळं मोकळं वाटाय लागलं.

"सगळी कुठं गेल्यानी गऽऽ?" त्याचा बायकी आवाज सोप्याभर पसरला.

"कुठं जात्यात? मी आनी आक्काव्वा घरातच हाव. थोरला आणि संगाप्पा कुठं शेताकडं गेल्यात?"

"तायाप्पा कुठं दिसंना की-" तान्नापानं हात चोळतच विचारलं.

"आसंल कुठं तरी मुडदा!" कल्लव्वा एकदम ठिसाकली. तान्नाप्पा गोंधळला. त्यानं तांब्याभर पाणी आणायला सांगितलं. तशी कल्लव्वा जागा सोडून हालली आणि पाण्याचा तांब्या घीऊन आली.

"तरी एका बाजारात पंधरा-वीस इकत आसशील की." कल्लव्वानं पाण्याचा तांब्या त्याच्या हातात देतच विचारलं.

"त्ये कुठलं बाईऽऽ. लई लई तर आठ-दहा. खरच निघतोय म्हननास- आनी मागायचं तसं मागतोय बी." तान्नाप्पानं पाणी पीतच सांगायला सुरुवात केली.

"जरा आमच्या घिरण्यालाबी आसलं काय तरी शिकीव की. नुस्तं कुणाकुणाची घरं ववसत आसतंय. पोरगं हातातनं गेलं बाबाऽऽ." कल्लव्वानं विषय काढला.

"खरं सगळी सुगी मागायां भाईर पडलाता की. न्हाई म्हटलं तर वरसाच्या बेजमीचं तरी आणल्यानं आसलं की."

"डांबाल आणतोय भाड्या. दोन पोती भात घीऊन आलाय. बाकी कोणत्या रांडंच्या मड्यावर घातल्यान कुणास धक्कल."

कल्लव्वा जुनेर फाडल्यागत चिरचिरली. तान्नाप्पा एकदम चमकला.

"उगच काय तरी मनात घीऊ नगंसाऽऽ. त्यातलं पोरगं न्हाई. आदावतीनं पोराला घरात पाडशीला. आत्ता कुठं जरासं तालात आलंय."

"माप आदावत घीन. भाड्या वागायच लागलाय तसा तर काय करू? ह्येच्यासाठी सगळं श्यात दुसऱ्याला घातलं का? तर ह्यो जगावा म्हणून. खरं ह्यो आता घरात नुस्ता हात बुडवाय पुरता आसतोय न्हाई तर त्या बायकांच्यातच रमल्याला असतोय. कायऽ काय इलं उराय न्हाई... सगळं मातीत गेलं. जलमाला इस्तू लागला. जगात काय जोगतं न्हाईत? ह्योच जगाच्या वर झालाय. काय सांगतोस...?"

कल्लव्वा भलतीच चिरचिरत गेली आणि तान्नाप्पाला आता विषय बदलावा असं वाटाय लागलं. त्यानं कमरंच्या पिसवीतनं तंबाखू काढली. एवढ्यात आक्कव्वा भाईर येतच म्हणाली,

"ह्या भाड्यानं त्या मगदुमाचं घर भराय सुरुवात केलीया. आता तू तरी जरा सांगऽऽ."

आक्कव्वाच्या बोलण्यानं तान्नाप्पाचं डोक गरगरलंच. त्याला आपण काय ऐकतोय हेच कळेनासं झालं. त्यानं त्या भांबीतच तंबाखू मळला आणि तोंडात टाकला. तंबाखू चडंपर्यंत त्यानं बोलायला तोंडच उघडलं नाही.

चांगला घटका दोन घटका त्यानं तोंडात तंबाखू घोळवला. एक-दोनदा गल्लीत पिचकाऱ्या मारल्या. आक्कव्वा बोटं घासून त्याला कायबाय सांगत होती. कल्लव्वा तिला साक भरत होती. तान्नाप्पा नुस्तं कान देऊन ऐकत होता. दोघी सांगता सांगता गप्प झाल्या तसा तान्नाप्पा म्हणाला,

"मी आता ह्येला कुठं हुडकू ग बाईऽऽ?"

"आसलं लई करून सुताराच्या घरात..."

"बघतो तिकडं तरी-" म्हणतच तान्नप्पा लचकला. कासोट्याची निरी सरळ करतच उंबऱ्याच्या बाहेर पडला गल्लीत आल्यावर त्यानं डोक्यावर पदर घेतला. वाढलेल्या दाढीच्या खुंटावरनं हात फिरवला. त्याला वरमल्यागत झालं. हिकडं तिकडं लुगडं चाचपत तो सुताराच्या गल्लीला वळला.

तानू सुतारीण जुनी चिरगुटली गठली काढून वाकळंला चिरगुट हुडकायला लागलीती. तिच्यासमोर चिंध्याचा ढीग पसरलाता. तान्नाप्पा तिच्या दारात जाऊन उभा राहिला आणि ती एकदम गडबडली.

"आगं बाईऽऽ ह्यो कोंबडं इक्या देव हिकडं कसं फिरला गंऽ?" म्हणतच ती जागची उठली. दांडीवरचं पोतं भिंतीजवळ टाकतच म्हणाली,

"कसं काय फिरलास रं?"

"फिरलो बाई निमता निमित," म्हणतच तो हसत मुरकला. त्याच्या डोकीवरचा पदर खांद्यावर आला. पालथी मांडी घालून पोत्यावर बसतच तो म्हणाला,

"तायाप्पा याय न्हाई हिकडं?"

"न्हाई बा. घरात आसंल..."

तानू सुतारीण चिंध्या गोळा करत म्हणाली,"घरातनंच आलोय बाईऽऽ कान इटलं?" तानाप्पा कानातल्या फुलाला हात लावतच म्हणाला,

"कशानं?" तानू सुतारीण त्याच्या कानातल्या फुलाकडं बघत म्हणाली,

“त्येच्या आईनं भलतं गाऱ्हाण मांडलीन बाईऽऽ मला कशाला आलो असं झालं बाईऽऽ त्यो आता एवढा बदललायऽऽ.”

“त्ये कुठलं रंऽऽत्ये बिचारं कुठंतरी जीव रमवाय म्हणून आमच्या कुणाच्या तरी इवून बसतंय. त्ये तिला वाटतंय ह्येनी फितीवलंच! आता आमी फितवून त्येच्या बरबर काय संसार करणार हाय...” तानू सुतारणीनं सगळ्या चिंध्या गठल्यात बांधतच सांगितलं आणि तानाप्पा हातातल्या कांकणांशी खेळत बसला. त्याच्या हातावर गोंदलेलं हिरवट काळं काय बाय त्याचं त्योच पारखून बघू लागला. तशी तानू सुतारीण त्याला त्यातनं भाईर काढतच म्हणाली-

“आनी काय म्हणालती?”

“काय म्हणती ह्येच की सगळं. रत्नव्वाच्या नावानं लई खडं फोडालती-” तानाप्पानं सांगून टाकलं, आणि तानाक्का जागच्या जाग्यलाच गप्प बसली. तिच्या मनात कसली बसली घालमेल सुरू झाली. तिनं समोरचं गठलं एकदोन वेळा आपटलं, मग आपल्याच विचारात गठलं घेऊन उठली. आतल्या सोप्याला गेली. तिनं उभ्या उभ्याच माळ्यावर गठलं व्हलपाटलं. बाहेर आली. तानाप्पाला लगटून बसतंच त्याच्याकडं बघू लागली. तानाप्पाला तिच्या ह्या सगळ्या वागण्याचं आबजुकच वाटाय लागलं.

“खरं सांगू तानाप्पा, ह्या भाड्याचं बी जरा चुकाय लागलंय-” म्हणता म्हणता तानू सुतारीण एकदम अडखळली. पुन्हा आपल्याच विचारात बडबडाय लागली-

“जोगत्याच निराळं, जोगतिणीचं निराळं. ह्येनं दुनया समजून घ्यायला नको. सारखं उठलं सुटलं तिच्याच घरात पडून असतोय. तितनं उठतोय फुलाच्या घरात जाऊन बसतो. रत्नव्वाचं एक सोडून दे. फुलाकडं येत्यात तिचं सतरा भिंड. त्येंच्या आडवा ह्यो मग त्येनी काय बी बोंबलत ह्येच्या घराकडं सांगत्यात. ह्येनं जरा कळल्यागत वागाय नको-”

“खरं ह्येला बसाय दुसरं ठिकाण तरी कुठं हाय?” तानाप्पा कड घेऊन बोलला तशी तानाक्का भिनसलीच.

“खरं आता ही कलागत घरात गेलीया ह्ये केवढ्याला पडायचं? कल्लव्वा म्हणती ह्येनी सुगीत जोगवा मागितला त्यातलं भात ह्येनं घरला आणाय न्हाई; घरातल्या कुठल्या काडीच्या कामाला हात लावत न्हाई... त्येनी तरी ह्येला फुक्कट पोटाला किती घालायचं?”

‘आता देवालाच सोडलाय मग घालाय नको?”

“तुला बी देवालाच सोडलाय की- तुझं प्वॉट तू भरत न्हाईस?”

तानाक्कानं त्याला गप्प बसवला.

"मग काढावं घरातनं भाईर..." तानाप्पा हात नाचवत म्हणाला.

"काढायचं कुणी? तुमचं तुमाला समजत न्हाई..." एकदम तानू सुतारीण बोलून गेली आणि तिची तीच गदबाळली... दोघांचं बोलणं भलतंच वाढत गेलं पावळणीच्या सावल्या चांगल्या लांब लांब होत गेल्या तसा तानाप्पा एकदम भांबावतच म्हणाला-

"मला आता ह्यो कुणाच्या घरात गावंल?"

"लई करून रत्नव्वाच्याच घरात आसंल." तानाक्कानं त्याच्याकडं बघतच सांगितलं.

"तिचं घर आता कुणाला गावायचं गऽ बाईऽऽ" तो पुटपुटला. एवढ्यात गल्लीतनं पळत जाणाऱ्या मस्कराच्या पोराला हाळी मारून बलवून घेतलं. मस्करचं पोरगं चड्डी वडतच घरात आलं आणि तानाक्काकडं चकारल्यागत बघत राहिलं.

"रम्या, तुला मगदुमाच्या रत्नाक्काचं घर ठावं हाय न्हवं?" तानाक्कानं त्याला जवळ बोलवातच विचारलं. पोरानं नुस्ती मान हालवली.

"मग ह्येला जरा त्या घरापतोर न्हिवून सोडशील...?" पोरानं पुन्हा मान हालवली. तसा तानाप्पा जागा सोडून हालला आणि पोराच्या पाठनं चालू लागला. गल्लीतनं जातानं तानाप्पाचं डोकं भलतच चकरून गेलं. तायाप्पा करणार तरी काय? आसाच वाहात गेला तर गडी पारच कामातनं जाणार त्यानं पुन्हा कंबरंच्या पिसवीतली तंबाखूची डबी काढली आणि रत्नवाच्या घरापतोर चांगला तंबाखू मळला. बार भरला. पोरानं लांबनंच तानाप्पाला रत्नव्वाचं घर दाखवलं आणि धुम्म ठोकली. तानाप्पा स्वतःच्या सावलीशी खेळ खेळतच रत्नव्वाच्या घरात आला.

रत्नव्वाची म्हातारी उंबऱ्यावर बसूनच हातातली काठी दारातल्या दगडावर आपटलती. तानाप्पा तिला वलंडून आत गेला तशी म्हातारीनं हाळी दिली,

"रत्नव्वा, कोण आलंय बग गऽऽ."

रत्नव्वा पाठीमागच्या सोप्यातनं सर्रकन भाईर आली. बघतोय तर तानाप्पा. ती नुस्ती त्याच्याकडं पाहातच राहिली. घडकाभरानं तिनं तायाप्पाला हाक मारतच सांगितलं-

"आरं कोण आलंय बघ तरी..."

तायाप्पा लुगड्याचा घोळ सांभाळतच भाईर आला.

"गाव पालथी घातलं बाई ह्या मुडद्याला हुडकूनऽऽ," म्हणतच तानाप्पा टेकला.

“गावं दुंडायला कशाला गेलतास? सरळ हिकडंच यायचा न्हाईस.”

“मग तुनं लावलेला तमाशा ऐकायला कसा मिळाला असता?”

“म्हणजे म्हातारी तुझ्या म्होरं बी बरळली म्हण सगळं?”

तायाप्पानं कपाळाला आट्या पाडतच विचारल.

“तिचं दुकनं ती बरळनारच की ग बाईऽऽ तूच आता डोक्यात किडं पाडालीस तर काय करलं.” तानाप्पाचा बायकी अवाज तायाप्पाला अस्वस्थ करून गेला. तायाप्पा काय न बोलताच टेकला.

“कुठं हिग्लंजला बी फिरकली न्हाईस, म्हादू मेंगण्यालाबी दिसली न्हाईस. हाईस कुठं म्हणायची गं?”

“हितं की-”

“रत्नव्वाजवळ?” तानाप्पा एकदम बोलून गेला आणि रत्ना चमकली.

“लईच कान भरल्यालं दिसत्यात? आणि काय काय सांगितलीन?”

रत्नव्वानं पट्टा सुरू केला. तानाप्पानं ओळखलं, आता आणि कशाला आगीत ते ओता म्हणून त्यानं तोंड आवरलं. तो फाटक्या बोतरागत बसून राहिला.

रत्नव्वा चहा करायला म्हणून पाठीमागच्या सोप्यात गेली आणि तानाप्पा तायाप्पाजवळ सरकतच म्हणाला,

“आगंऽतू काय काय नेमली हाईस. आमच्या बायकी पंथात आसलं लई दिवस न्हाई चालत!”

“काय?” तायाप्पानं वेड पांघरलं.

“काय म्हणून नगंस बाळाऽऽ तुला म्हाईत ते मला म्हाईत. वाळल्या नादानं घराला भिकंला लावशील. म्हातारी नुस्ती डोक्यात रक्का घालून मरंल-” तानाप्पा हात नाचवतच लचकला. तायाप्पा दगडागत गप्प बसला. बराच वेळ त्याच्या तोंडातनं शब्दच फुटना. तसा तानाप्पाच बडबडला-

“आगऽ त्या इचनाळच्या राज्याला आसं एका जोगतीणीनं लुटलं. गळपास लावून मेलं. घराला वाटंला लावल्यानं, आपण बी वाटंला लागलं. इच्यार कर.” तानाप्पा बायकी तालात त्याच्यासमोर वळवळला. एवढ्यात रत्नव्वा चहा घेऊन आली. दोघंबी गप्पगार बसली. हातातला चहा त्याला थंडगार वाटू लागला. चहा पिता पिता तानाप्पानं हिकडचा तिकडचा विषय काढला. आणि उठता उठताच तो तायाप्पाला घिऊन बाहेर पडला.

घर येईपर्यंत तानाप्पा त्याला कायबाय कायबाय सांगून खराशीला आलता, तायाप्पाच्या तोंडातनं एक शब्दसुद्धा बाहेर पडत नव्हता. तो आपल्याच तालात सगळं ऐकालता. ऐकून ऐकून त्याचं डोस्कं फुटून जायच्या पाळीला

आलंतं. तानाप्पा लचकत-मुरडत गल्लीतनं त्याला हात नाचवून समजवालता. आखीरला तायाप्पा वैतागून खेकसला,

"तुमची गोष्ठ येगळी. माझी गाष्ठ येगळी. ते तुला कळायचं न्हाई. तू जरा गप्प चल."

"येगळी कसली ग बाईऽऽ मलाबी पयल्यानं आसंच वाटतं, आनी वरसानं सांगऽऽ." म्हणतच तानाप्पा दारात आला. त्यानं जुंधळ्याची पिसवी डालग्यावर ठेवली. तायाप्पाला हात लावाय लावून डालगं उचललं. चुंबळीवर बसवलं आणि गल्लीत जाईतच म्हणाला,

"संबाळ गऽ बाईऽऽ भंडाऱ्याची वाट जेवढी पिवळी तेवढीच कडू ज्यार हाय!"

...चारच्या टायमाला तायाप्पानं घरात पाय टाकला. कल्लव्वा वाकळंला टाकं घालत बसलीती. तिच्याजवळ शिंद्याची जन्नाक्का कसल्या बसल्या वाती वळाय लागलीती. किसन्या शाळा चुकवून घरात दिसालतं... तायाप्पा न बोलताच चुलीच्या सोप्याला गेला. त्यानं फळीवरचा तांब्या उचलला, जरासा न्हाणीत खदबळला. डेरक्यातलं गार पाणी घेतलं आणि त्यानं आख्खा तांब्या संपवला. पदरानं तोंड पुसलं; तांब्या व्हता तिथं ठेलला आणि गोठ्यात आला.

तो आलेला बघून म्हस तडफडून उठली. गोरण झाडल्यागत झालती. कुडाजवळच गवताचा कवळाबी शिल्लक नव्हता. रेडकू रवत करत शांत बसून होतं. त्यानं म्हशीचं गळ्यातलं दावं गुळकातनं सोडलं. रेडकाला उठवलं आणि त्याला सोडतच म्हशीला हालवली. म्हस श्याण्यागत मधल्या सोप्यातनं उजदाराला आली आणि वाकळंजवळ उभी राहिली.

"भाड्याचं त्वांड कुठं श्याण खायला गेलं काय गऽऽ?" म्हणतच कल्लव्वानं वाकाळ वडून जवळ घेतली. जना शिंदीण सरकून बसली तशी म्हस बाहेर पडली. तायाप्पानं खोपड्याची काठी वडली आणि तो गल्लीत आला.

'आसलं काय गऽ बाईऽऽ घुम्यागत काम." जना शिंदीण पुन्हा आपल्या जाग्याला सरकली. 'काय सांगतीस बाईऽऽ' म्हणतच कल्लव्वानं व्हटावर दात रुतीवलं. तायाप्पानं कित खावून म्हशीच्या पाठीत काठी हाणली तशी म्हस गल्लीतनं पळतच सुटली.

सगळ्या गोठणभर गावाची ढोरं चरालीती. तायाप्पानं म्हशीला तळ्याच्या वरच्या बाजूला मारली. लुगड्याचा घोळ आवरला. जाम्म कासोटा घातला

आणि हातातली काठी जमिनीला टेकवतच वडत न्यायला सुरवात केली. म्हस दातलता दातलता काळू पाटलाचं घर वलंडून चांगल मान्याच्या घरास्नं वर चढली. तायाप्पानं आजूबाजूला बघितलं कोणच दिसत न्हवतं. त्यानं म्हशीला हो घातलं आणि चांगला उंच दगड बघून चढून बसला. वाऱ्यानं त्याच्या डोकीवरचा पदर खांद्यावर आला. त्यानं तो तसाच कंबरला खोचला. पदर खोचता खोचता त्यानं कंबर खाजवली. पुन्हा जास्त खाज सुटली. त्यानं कमरंकडं निरखून बघितलं. खरूज झाल्यावाणी कमरंच्या भोत्यानं पट्टा तयार झालता. सालटं निघाल्यागतीनं पापुद्रं वर यायला लागलंत. त्याचं त्यालाच बघवंना. त्यानं पोट आत वडतच केळ खाली सरकलं. रुतलेला कच जरासा सैल पडल्यागत झाला.

सगळ्या गोठणभर म्हशींचा तवंग पसरलाता. पोरांचा सुरमांडाचा डाव रंगात आलता. बघ्या पोरांनी सगळा गोठण आरडून आरडून डोक्यावर घेतलाता. तायाप्पा दगडावर बसल्या बसल्या आपणही पोरांच्यात मिसळावं असं त्याला वाटाय लागलं. क्षणभरानं त्याचं त्यालाच हसू आलं. त्यानं डोक्यातला विचार झटकला. समोरच्या रानाकडं नजर टाकली. सगळं रान भंडाऱ्यागत पिवळंजरद दिसायलतं. लांबपतोर सगळीकडं रानात हारबुऱ्यांच्या टपण्यांची गर्दी झालती. मध्येच खरदाळ्यांच्या घराजवळ पाच-सहा आंब्याची झाडं छत्र्या रवल्यागत उभी होती. अंब्याच्या भोत्यानं एखाद-दुसरं माणूस दिसाय लागलंतं. एकदम त्याला आठवलं. खरंदाळाच्या आंब्यावरचं आंबं चोरताना शंकरू खरंदाळ्यानं बदडून काढलंतं. रडता रडता पुरेवाट झालती. रडत रडत घर गाठलं तर घरात सगळ्यांनीच हाडं शेकून काढली. चार दिवस उठायबी येत नव्हतं आणि बसायबी येत नव्हतं त्याचा अवतार त्यलाच आठवला. खोऽकऽ करून हसला. त्याचा आवाज त्यालाच कसातरी वाटला. त्यानं लांब गेलेल्या म्हशीकडं बघतच शिवी हासडली. दगडावरनं उठला. म्हशीच्या दिशेनं चालू लागला. डागंतलं दगड त्याला भलतंच मोहक वाटाय लागलं. मध्येमध्ये उगवलेली बोरीची खुरटी झुडपं हिरवट-पिवळ्या रंगात भिजून गेल्यागत दिसालती. खुरट्या गवताचं टोक चपलातनं पायाला बोचलं की खाजवल्यागत व्हयालतं.

तो म्हशीच्याजवळ आला. रेडकू दगडाला घासून घ्यायला लागलंतं. म्हस चारऽऽ चारऽऽ गवत वरबडायला लागलीती. तो तसाच बघत राहिला. म्हशीच्या अंगावर शेणाचा बोटभर लेप चढलाता. त्यानं मनातच ठरवलं. आज म्हशीला झाकपाक तळ्यात धुवायची... त्या शिवाय काय खरं न्हाई. हातातली काठी त्यानं उगाचच हवेत फिरवायला सुरवात केली. काठी हवेत

फिरताफिरता एकदम पदरात अडकली आणि तो हेलपाटला. लुगडं फाटलंच आता म्हणून दचकला. त्यानं पदर चांगला बसवून बघितला आणि सुस्कारा सोडला.

"म्हसं सोडलास व्हय रंऽऽ" पाठीमागनं आवाज आला तसा तायाप्पा गदबाळला. त्यानं गर्रकन पाठीमागं वळून बघितलं. मान हलवतच होकार भरला.

"कधी न्हाई ते एवढा लांब कसा काय आलास रंऽऽ?"

"आलो आपला!"

"म्हस दूद देती काय गाबणी हार रंऽऽ?"

"गाबणी हाय आणि दूधबी देती!" म्हणतच तायाप्पा दगडाजवळ उभ्या असलेल्या रेडकाकडं सरकला. रेडकू नुसतं हाडाचा सापळा होऊन उभा होतं. तायाप्पानं त्याच्या अंगावरनं हात फिरवायला सुरवात केली. तसं रेडकू गपगार उभं राहिलं.

"ह्येला जरा बोडून काढ की रंऽऽ त्या शिवाय वाढीला लागत न्हाई..."

परसू त्याला खेटून उभा राहतच म्हणाला.

"काढाय पायजे गाऽऽ खरं सवडच व्हईना बघ." म्हणतच तायाप्पानं रेडकाच्या जांघंत हात घातला. सगळं गोचडीनं भरून आलंतं. त्यानं पटापटा गोचड्या काढायला सुरवात केली. परसुनंबी दुसऱ्या बाजूला बसतच जांघंत हात घातला. 'आगाऽऽ गाऽऽ कार रं गोचड्या,' म्हणतच हात बाहेर काढला. तायाप्पाचा हात अधिक गतीनं फिरू लागला...

...दिवस जवळजवळ डोंगराच्या कडेवर टेकल्यागत झालता. तायाप्पा काळा कुळकुळीत दगड हेरून पाय सोडून बसला. परसूनं त्याच्याजवळ टेकतच तंबाखूची पिसवी काढली.

"खातोस व्हय रंऽऽ" त्याच्या समोर तंबाखूची चिमट धरतच विचारलं.

"न्हाई बाऽऽ"

"आगा खायला शीक. बरं आसतंय टायम जातोय..." म्हणत त्यानं तंबाखू मळायला सुरवात केली. तायाप्पा न बोलताच बसला.

"आता ह्या पुनवला डोंगराला जाणार असशील की?" परसूनं विषय काढला.

"बघू याऽऽ"

"दांडगं खरचाचं गाऽऽ एका माणसाला शंभर दोनशेहे उडाप व्हत्यात..."

"तेवढ्याला बी आटपत न्हाई!"

"मग काय जातोस गड्या, हितनंच पाया पडायचं! काय तुला आनी

नेमाबिमाची भानगड हाय!''

"तसं काय न्हाई खरंऽऽ"

"व्हय रंऽऽ?" म्हणत परशा एकदम थांबलं आणि आठवल्यागत म्हणालं, "आता तुला आमागत कपडं घालावी आसं वाटत न्हाई?"

"वाटून काय करायचं?" तायाप्पा पुटपुटला.

"त्ये बी खरं हाय म्हण. देवाची भानगड हाय त्यात वाटून काय उपेग...?

आनी तुला आता लुगड्याबिगर गमत बी नसंल?" म्हणतच परसू एकटाच हसला तायाप्पाकडं सरकूनच बसला.

"काय बी म्हण गड्या, तुला लुगडं लई बेष्ट दिसतंय... आगदी बाईवाणी. त्यात तुला नाक बी बाईवाणीच हाय गाऽऽ" तायाप्पा नुस्ता हसला आणि लांब काळू पाटलाच्या हिरव्यागार मळ्यावर नजर रुतवून बसला.

"आरं त्यो बसाप्पा...! परसू एकदम थांबला.

"काय झालं?"

"न्हवं तुला त्यो म्हाईत हाय? गिजवण्याचा रंऽऽ लई भारी बाबा. समोर आल्यावर फसायला व्हयाचं!"

"मग काय झालं?"

"व्हतंय काय. एकदा आमच्या बरोबर संकेसूरला आलता. लई गमज्या केल्यावंऽ सगळी नुस्ती फुलागत हालकी फूल झाली. काय सांगतोस गड्याऽ" म्हणतच परसू एकदम तायाप्पाला भिडला आणि त्याच्या खांद्यावर हात टाकतच म्हणाला, "तसी मज्जा आजून कवाच आली न्हाई बग." तायाप्पा जरासा सरकला. परसूनं खांद्यावरचा हात जरासा रेटला तसा तायाप्पा लबकला. त्यानं परसूचा हात खांद्यावरनं खाली ढकलला.

"न्हावू दे की रंऽऽ जरासं लुगड्याची घडी गोड गोड वाटतीया." म्हणतच त्यानं हात पाठीवरनं फिरवाय सुरू केला.

"एवढं गॉड वाटतंय तर लुगडचं नेस की." तायाप्पानं त्याच्याकडं बघतच सांगितलं. परसू खीऽऽ करून हसला आणि त्याचा हात तायाप्पाच्या कमरंकडं वळला. कमरेवर त्यानं तसाच हात घोळावत ठेवला आणि तायाप्पाला खांदा भिडवत म्हणाला, "लई लई बरं वाटतंय बघ" त्यानं डोकं तायाप्पाच्या खांद्यावर ठेवलं. तायाप्पा एकदम चमकला. त्याचं डोकं भिनभिनलं. त्यानं परसूला झिंजाडला आणि उठतच विचारलं,

"मी काय तुला बाई वाटलो व्ह रं?"

"आता बाईच म्हणायचा की." म्हणत परसू अंगचटीला आला. तायाप्पाच्या डोकीत इंगाळ रसरसलं.

"तुझ्या आईला तुझ्याऽऽ" म्हणतच त्यानं दगड उचलला. तसा परस्या घाबरं घुबरं होवून पळत सुटलं.

"थांब की रांडच्याऽऽ तुला बाई हाय का बापय हाय तो दावतो. असा रांडवाणी पळतोस काऽऽ?" म्हणत त्याच्या पाठोपाठ पळत सुटला. परस्यानं चार ढेगंतच तळ गाठलं. त्यानं मागं सुद्धा बघितलं न्हाई. तायाप्पानं हातातला दगड त्याच्या दिशेलाच जोरानं भिरकावला... त्याच्या हातातल्या कांकणांचा आवाज फुटल्यागत खाळऽऽकन झाला...

...बाहेर उन्हाला गोंडा फुटलाता. गल्ली कातीला आलेल्या सापागत पडलीती. मांगल्याचं कुत्रं आळसावून वळचणीला पडलंतं. रत्नव्वासमोर कामाचा डोंगर पडलाता. आजून भांडीकुंडी काढायची होती. आंघोळ करून देव पूजून चुल-बोतेरा घ्यायचा होता. आठवड्याचं धून तसंच पडलंतं. पारव्वा सकाळी सकाळी येऊन बसली आणि सगळ्याच कामाचा इचकोबा झाला असं तिला वाटालतं.

तिनं गडबडीनं न्हानीजवळ सगळी भांडी गोळा घातली. न्हानीतल्या चुलीतली रक्का भाईर वडतच चोथा रक्कत बुडवला आणि एक एक भांडं हातात घ्यायला सुरवात केली. घासल्याली भांडी धुताधुताच तिला कायतरी आठवलं. एकदम गडबडली. मनातल्या मनातच पुटपुटली,

"दोन दिसांत एकदाबी फिरकाय नाहई म्हणजे? न्हाई फिरकू दे" तिनं हातातलं भांडं परातीतल्या पाण्यात आपटलं. पिचीक करून आवाज होत काळकुटं पाणी अंगावर उडालं. तशी ती मागं सरून बसली. तिचं तिलाच हसू आलं. 'एवढ्या तेवढ्या कारनावरनं आपल्याला कायतरीच व्हतंय.' म्हणतच तिनं भांड्याचा ढीग मागं सारला. चुलीतली सगळी रक्का टपरीत भरली. बोतेऱ्याचं गाडगं वडलं. गडबडीनं चुलबोतेरा घेतला. न्हानीच्या चुलीलाबी त्यातनंच वडून काढलं आणि ती न्हाणीत उतरली. पाण्याच्या डेऱ्यात हात घालून बघितलं. पाणी सोमाळ व्हईत आलंतं. तिनं गडबडीनं केळातनं निऱ्या वडल्या. एवढ्यात तिच्या लक्षात आलं आणि ती निऱ्या तशाच खोचत गप्पकन बाहेरच्या दाराला आली. दार तसंच उघडं होतं. तिनं गडबडीनं दार ढकललं. आडणा लावला. बाहेरच्या सोप्यातनंआत आली. मधल्या सोप्यात अंधार गुडूप झालता. न्हाणीजवळ येतच केसाचा

बुचडा सोडला आणि ती न्हाणीत उतरली.

गडबडीनं तिनं चार तांबे वतून घेतलं चार घरं मागायची म्हटलं तरी दिवस कलंल असं वाटून तिनं गप्पापा सगळं आवरलं. सरळ देव्हारा गाठला. ताम्हणात देव उलट पालटं केलं. पुजलेलं नारळ धुवून काढलं. अस्तर झाडलं. देवाऱ्याचा कडकोपडा झाडून काढला. एक एक देव व्हता तसा पुजाय लागली. एवढ्यात उजदारच्या दाराची कडी वाजली. म्हातारीच टपकली आसंल घरं ववसून म्हणून ती पुन्हा आपल्या कामात गुंतली. तशी दाराची कडी जोरानं वाजली.

"काय बाई हिचा एक वणवाऽऽ" म्हणतच तिनं उजदारला येत आडणा काढला. दारात उभ्या असलेल्या तायाप्पाला बघून एकदम गदबाळली.

"दार झाकून काय करालीसऽऽ" त्यानं आत येतच विचारलं.

"मीडं करालोयऽऽ" म्हणतच ती फणकाऱ्यानं आत वळली. तायाप्पानं ओळखलं, हा दोनतीन दिवसांचा राग दिसतोय. त्यानं तिच्या पाठीमागनं येतच पायांतलं चप्पलं काढलं. ती सरळ देव्हाऱ्याकडं गेली. तायाप्पा मांजराच्या पायानं तिच्या पाठोपाठ देव्हाऱ्याजवळ आला. ती गडबडीनं देव पुजत्याली बघून त्याला गम्मत वाटाय लागली.

"सक्काळधरनं कुणाच्यात भांगलायला गेलतीस वाटतं...?" ती कायबी बोलली नाही. तिनं आपलं काम चालूच ठेवलं.

"आज काय त्वांड गेलं वाटतं बाईचंऽऽ" म्हणतच तायाप्पानं तिच्या मोकळ्या केसांना हळूच हात लावला तशी ती पाल पडल्यागत सरकली.

"जरासुद्धा बोलू नगंऽऽ काय मय्याचा हाईस त्ये दिसलं...?" ती पुटपुटली. तिनं उदकाडी हातात घेतली. त्यानं हळूच हात तिच्या पाठीवर टाकला. ती एकदम शहारली.

"आरंऽऽ देवाच्या समोर तरी..." म्हणतच तिनं अंग झिंजाडलं. तायाप्पाला स्वतःला आवरताच आलं न्हाई. त्यानं सरळ हात कवळ्यागत आवळला तशी ती धडपडतच पुटपुटली...

"पुढचं दार उघडं हायऽऽ" तायाप्पा गप्पाकन मागं सरला. तिच्या ओल्या केसाकडं पाहतच राहिला. त्याला आज ती भलतीच नवी नवी वाटाय लागलीती. कधी नव्हती इतकी गोड दिसालती. त्यानं हात लांब करूनच पुन्हा तिच्या मोकळ्या केसाशी चाळा सुरू केला आणि विचारलं.

"आजं काय सगळचं येगळं दिसालंय?"

"कुणाला? तुला काय मलाऽऽ?" म्हणतच ती चुलीच्या सोप्याला वळली. तायाप्पा तिच्या केसांच्या लईतच झुलला. त्याला कशाचंच भान

राहिलं नाही.

"म्हातारी कुठं घर ववसायला कवा एकदा गेलीया बघऽऽ अजून यायला न्हाईऽऽ" म्हणतच रत्नव्वानं निवंद देवाच्या समोर ठेवला. उदकाडी दावली. भंडारा कपाळभर माखला आणि त्याला भंडारा लावतच म्हणाली,

"दोन दिसांत एकदाबी येवावंसं वाटलं न्हाई व्हय रंऽऽ?"

"कशालाऽऽ? आदीच घरात बोंबलाल्यात. त्यात आणि भर कशाला?"

"म्हाईत हाय की घरातल्या काळजीचाऽऽ." म्हणतच रत्नव्वानं मानंला हिसडा दिला आणि तिच्या मोकळ्या केसानं वर्तुळ केलं. कपाळावरच्या भंडाऱ्यावरनं एक बट अलगद फिरली. तायाप्पाला अंगभर कायतरी भिनत असल्यागत वाटलं. त्या तंद्रीतच तो दाराकडं कवा सरकला त्याचं त्यालाच कळलं न्हाई... फक्त धाडकन आवाज आला... रत्नव्वा त्याच्याकडं बघतच उभा राहिली. त्याचा तोल सुटला. त्यानं तिच्या केसात तोंड खुपसलं रत्नव्वा फुलारली. त्याच्या खांद्यावर मान ठेवून मोकळी झाली. त्याच्या अंगावरचं त्याचं लुगडं सोप्याभर कव्वा पसरलं ह्ये त्याचं त्यालाच कळलं न्हाई... आख्खं घर फक्त कवडश्याच्या तालात हेलकावलं. देव्हाऱ्यावरची उदकाडी झोके घेत उभी राहिली. तिच्या धुरानं मात्र सुंदर वलय निर्माण केलं.

...रत्नव्वानं दाराचा आडना काढला तव्वा गल्लीतला उन्हाचा तवंग पिवळाधम्मक झालता. गल्लीची रेग भिजल्या पोरीगत सळसळाय लागली. वळचणीचं मांगल्याचं कुत्रं उगाचच अंगाभोत्यानं गिरक्या घाललयला लागलंतं. संतू मान्याच्या घरावर बसलेला कावळा तेवढाच एक डोळा फिरवत तिच्या दाराकडं एकटक बघालता. तिनं हाळी मारीतच तायाप्पाला भाईरच्या सोप्याला बलीवलं. तायाप्पा थकल्यागत पुढच्या सोप्याला टेकला.

"तरी म्हातारी कुठं तिकडंच उलातली म्हणून बरं झालं बाबा."

"आनी तिला काय म्हाईत न्हाई?" तायाप्पा पुटपुटला.

"तसं न्हवं रं. उगंच ह्या कानाचं त्या कानाला."

"व्हवू दे घे! कुणाला पटतंय? दुसरं कोणतरी असतं तर पटलं असतं... माझ्यावर कोणबी संशय घीत न्हाई."

"ते कसं रं?" म्हणतच रत्नव्वा त्याच्या समोर बसली. तिच्या कपाळावरचा भंडारा पुसून गेल्यागत झालता. तायाप्पानं तिच्या डोळ्यांत बघत विचारलं,

"तू तरी मला बापय म्हणतीस न्हवं?"

रत्नव्वा एकदम गदबाळली. त्याच्याकडं खूळ लागल्यागत बघतच बसली. तिच्या गळ्यातनं कसला तो शब्द फुटनां. ह्येनं आसं का विचारावं? याच

वादळात ती गुतपाळली एकदम भांबावली... हातातल्या कांकणाशी चाळा करता करता एकदम उठली. तिच्या गळ्यातलं मणी हेंदकाळलं. पुन्हा शांत झालं. ती जवळजवळ आतल्या सोप्याला पळतच सुटली...

तिकटीवच्या गोदा मोटीनीच्या घरात गॅसबत्तीच्या प्रकाशात सगळंच झगमगाय लागलंतं. गणगोतावळ्यानं घर भरून गेलतं. गोदा मोटीनीचा सासरा, लकडा बाळूकाका ताल धरून धापा टाकत बाहेरच्या कट्टीवर बसून होता. त्याचं गुडगं कानाला जाऊन टेकलतं. हात काणगीगत नुस्तंचं वळवळातं. एखादं नातवंडं पुरणाचं खरकटं तोंड घेऊन त्याच्या जवळ येवून उगचच हिकडणं तिकडणं ढुसण्या देवून पुन्हा आत पळत होतं. बाळूकाकाची धाप घटकंत कमी आणि घटकंत जास्त होत होती. तरीबी गड्याचा बिडीचा सपाटा व्हता तसाच सुरू होता.

पांढुरका ट्यूबचा उजेड नव्या पुस्तकाची पानं गल्लीभर इस्कटल्यागत गल्लीभर पगाळलाता. पोरं गल्लीतनं कशबशानं खेळालती. बाळूकाकानं हातच्या काणग्या तोडाजवळ न्हेतच चोळल्या. दोन्ही हाताच्या कुडच्यात फुकतच त्यानं गल्लीत खेळणाऱ्या नातवाला हाळी मारली. तसं थोरल्या पोराचं- आप्पाचं पोरगं नाक वडतच त्याच्या समोर आलं.

"एवढी बिडी पेटवून आण जाऽरं." म्हणतच बाळूकाकानं त्याच्या हातात बिडी दिली. एवढंच लांबनं थोटक्या इटूनं आपल्या चौकटीतनं बघितलं आणि म्हाताऱ्याजवळ येत म्हणाला,

"आज काय चांदानं खळं केलंय गाऽऽ." बाळूकाकानं मान वर करतच आभाळाकडं बघितलं. त्याच्या फूल पडलेल्या डोळ्यांनी कायबी दिसंना. "ह्या दिसात कसं काय खळं केलंय गाऽऽ."

"काय सगळंच पालटलंय. माणसं बदलली. आता दिसबी पालटाय लागलं..." थोटक्या इटूनं बाळूकाकाजवळ ठाण मांडलं. पोरगं बिडी पेटवून घीऊन आलं.

"हिकडं आजाकडं देऽ रंऽ" बाळूकाकानं बोट केलं.

"ये हेऽऽ तूच वड गा.ऽऽ"

"न्हाई गा ढास लागलीया. पयलं तूच वड..." म्हणत त्याच्याकडं बघत बिडी दिली. थोटक्या इटूनं बक्कळ दम घेऊन दोन झुरक्यात बिडी निम्मी केली.

"आजून कोण पावणं यायचं हाईत?"

"न्हाई बा, गावातलीच कोण कोण यायची हाईत," म्हणत बाळूकाकानं

त्याच्या हातातली बिडी घेतली. पयल्या झटक्यालाच त्याला खोकल्याची उभळ आली. आवरता आवरंना. तो थापा टाकत खोकत राहिला. त्येला थोटका इटू कवा उठून गेला ह्ये कळलंच न्हाई. हातातली बिडी इजली. म्हाताऱ्यानं बिडीच्या थोटकाकडं बघतच भित्तीला लावून ठेवलं. म्हातारा मनातल्या मनात हसला. "आज काय हाय गा घरात?" म्हणतच गल्लीतनं जाणारा तुका पाटील म्हाताऱ्याकडं वाकडी वाट करून वळला.

"कुठलं काय. देवकार्य गाऽऽ डोंगराच्या बाईलाऽऽ पोळीचाऽऽ" म्हाताऱ्याला खोकल्याची उबळ आली. पुढं बोलताच येईना. म्हातारा नुस्ता खोकतच राहिला.

"आसं व्हय! मी म्हणलं आनी काय हाय? नुस्ता पोळीचा निवद काय भंडारा केल्यासा गाऽ" तुका पाटलानं म्हातारा खोकायचा बंद झाल्यावर विचारलं.

"छे गाऽऽ भंडारा कुठला, नुस्ता पोळीचा निवद. त्ये म्हातारीचं हातपाय कशानं भरून आलतं. तवा मागून घेतलंत..." म्हातारा धापतच म्हणाला. त्याचं तोंडापुढं फुकतच मुठी आवळणं चालू होतं.

"आसं व्हयऽऽ मग गावातल्याच जोगतीणी हाईत काय परगावच्या?"

"त्ये कुठल्या गावातल्याच परड्या पुजायच्या हाईत. परगावास्नं जोगतिनी आणाय आमच्या गावात कमी गेल्यात?"

"हे हेऽऽ कमी कुठल्या? नावनाव वाढायलाच लागल्यात." म्हणत तुका पाटील आपल्या वाटंला लागला. बाळूकाका आपल्या बोलण्यावर खूष होत गल्लीभर डोळं फिरवत बसून राहिला. पारव्वा, तानाक्का मिळूनच गोदामोटीनीच्या घरात आल्या. आजून रत्नव्वा आणि म्हाराची फुला यायच्या व्हत्यानी. तायाप्पाचा तर कुठं पत्ताच नव्हता. गोंदा मोटीन घरातनं हिकडं तिकडं करालती. तिला रत्नव्वाला बोलवाय जाव्वं असं वाटाय लागलंतं. तिनं मानातली अस्वस्थता लपवतच तानाक्काला विचारलं,

"ह्यास्नी आणि एकदा हाळी मारून ईव व्हय ग?"

"कशाला? आता येतीलच घेऽऽ" म्हणत तानाक्का गोदा मोटीनीच्या पावण्यापैत गुतपाळली.

पारव्वा गोदा मोटीनीच्या थोरल्या सुनंला धुऊन देव्हाऱ्याजवळ कायबाय मांडालती. लिंबाच्या काड्या, देवीच्या टाक, खाली नवा खण, परड्या पुजायला नवं कापडं. सगळं बयवार लावून घेतलं की मागनं तारांबळ उडत न्हाई. म्हणून ती आताच सर्व बयवार लावून घ्यालती. एवढ्यात गोदा मोटीनीचा मधला नातू गल्लीतनं पळत पळतच घरात आला.

"आई, आई, त्या पवाराच्या तायाप्पालाऽऽ" म्हणतच धापा टाकत उभा राहिला. कुणालाच काय कळंना. तानाक्का गदबाळली. त्या पोराचा दंड धरतच म्हणाली, "आरं काय झालं सरळ सांग."

"त्येला कुणी धरलायऽऽ." पोरगं पुन्हा गप्प झालं आणि घरातली सगळी गल्लीत आली. पेंगीच्या दारात बराच घोळका जमा झालता.

तानाक्का पळत पळतच पेंगीच्या दारात आली. बघती तर तायाप्पाला तिघा चौघांनी जाम्म धरलाता. बाट्याच्या कुंडल्याला दोघं-तिघं घरात न्हीवनू घालालल्यानी. रत्नव्वा कुंडल्याची आईल बाईल हात नाचवून करालती. तिच्या भोत्यानं गल्लीतल्या बायकांनी गराडा घातलाता. कुणाचं कुणाला काय ऐकू येत नव्हतं. सगळा कलोट उडालता. तानाक्का गर्दीतनं वाट काढत रत्नव्वाजवळ पोचली.

"आगंऽऽ त्वाँड आवर. काय झालं त्ये सांगऽऽ."

"मूत पित गेला घीरणा दमवाय लागलाय. ह्येची बाई मांगाखाली घातली! ह्येच्या घरावरनं नांगोर फिरीवलाऽऽ."

रत्नी नुस्तीच भडकत गेली, तानांक्कानं तिला गप्प बसवतच विचारल, "आगऽऽ काय झालं सरळ सांगशील का न्हाई."

एवढ्यात फुला पुढं होतच म्हणाली,

"आग आमी तिघं आता तिकडं यालताव. ह्यो भाड्या चावडीपास्नं मागं मागं आला. मान्याच्या दारात आल्यावर खाकरून तायाप्पाला म्हणतोय,

'आरं तुझं काय उठतंय म्हणून दोघीस्नी घीवून चाललासऽ काय खेळवायचं त्ये रत्नाला खेळीव की-ह्या भाड्याच्या तोडात माती का पडूनेऽ गऽ" फुला तव्यागत तापत गेली.

"ह्ये आजच न्हवं तानाक्काऽ म्हयना झालाय त्येनं तायाप्पाची पाठ घेतलीयाऽ म्हणतोय, रत्नीचं घर सोडऽ तिला आता मी ठेवणार हायऽ बाईला ठेवून घे म्हणावं भाड्यालाऽ" रत्नव्वा तोंडाला हाड नसल्यागत बरळायला लागली. एवढा वेळ ऐकून घेणारी तान्नाक्का एकदम बिघडली.

"कुठं हाय त्यो भाड्याऽ त्येला बुळाच करतोऽ" म्हणत त्याच्या घराकडं सरकली, तशी गोदा मोटीन पुढं होतच तान्नाक्काला आवरतच म्हणाली,

"बाई, त्येला घरात घालून कडी घातलीया. तू तायाप्पाला घीऊन चल."

"न्हाई त्येचा एकदा कंडकाच पाडायचा" म्हणतच रत्नव्वा पुढं झाली. तान्नाक्का गोदा मोटीनीला बघून एकदम भानावर आली. तिनं रत्नव्वाला आवरलं, "उद्या अजडू दे चल" म्हणतच तायाप्पा जवळ गेली. घोरपड्याची

पोरं अजूचबी गच्च धरून उभा होती. तायाप्पा नुस्ता दावं तोडून घेणाऱ्या जनावरागत मुसमुसाय लागलाता.

"तुला एवढा गल्लीत तमाशा करायला आताच सवड व्हती व्हय रं." म्हणतच तानाक्कानं त्याला सोडवून घेतला. रत्नव्वाचं तोंड अजून बी चालूच होतं.

"काय त्येच्या आयलाऽ त्या बुळ्याला गमतीला रोज घेतीयाच आनी त्वाँड काय सोडलीया बघ सावित्रीगतऽऽ" गर्दीतनं कोणतरी बडबडलं आणि रत्नव्वा तळामुळातन पेटली.

"व्हय मीनं ठेवलाय. तुमच्या आया बायास्नी आसं कोण पायजे व्हय रंऽऽ भाड्यानू." म्हणतच घोळक्यावर धावली. गोदा मोटीनीनं तिचं तोंड दाबून धरलं आणि घराकडं वडतच न्हेलं. "भाड्यानूऽऽ जोगतीण हाय ती. नुसी परडी उलटी घातली तर लुगडं नेससीलाऽऽ गप्प घर गाठत्यासा का कसंऽ रंऽऽ" तान्नाक्का घोळक्याकडं बघत आरडली तशी गल्लीतली सगळीच पोरं पांगापांग झाली... तान्नाक्का तायाप्पाच्या खोपराला धरून भिन बडवल्यागत चलाय लागली.

...तानू सुतारणीच्या उंबऱ्यावर पारव्वा बूड टेकून बसली होती. तिच्या कपाळावरचं कुंकू पूर्णपणे भंडाऱ्यात बुडल्यागत झालतं. तिच्या भांगातलं कुंकू सगळीभर केसातनं पसरल्यावाणी दिसालतं. तिनं हिरव्यागार कांकणानी भरलेला हात वर-खाली करत कांकणांशी खेळणं सुरू केलतं. तिची लांबलचक जट पाठीवरनं उंबऱ्याला भिडलीती. तानू सुतारीण सोप्याभर नुस्त्या येरझाऱ्या घालालती. आपला लोंबकळणारा व्हट दाताखाली चावालती. मध्येच डोळं रोखून पारव्वाकडं बघालती.

"आजून कसा आला न्हाई गऽऽ ह्योऽऽ" पारव्वानं वर बघीतच विचारलं.

"कुठं मेलाय कुणास धक्कलं. आता यायला पायजे व्हता." तानू सुतारणीच्या पायाची गती वाढली.

"ये म्हणून तरी सांगितलंस न्हवंऽ"

"म्हणजे ग?" तानाक्का एकदम थांबली.

"तसं न्हवं गऽ मलाबी काय आठवंना म्हणून म्हटलं..."

"आगं दोघींनी मिळूनच सांगितलं भाईर पडतानं."

"व्हय खरंऽ" म्हणतच पारव्वानं नजर पुन्हा भुईकडं वळवली. तानाक्का थकल्यासारखी भित्तीला टेकून उभा राहिली. तिच्या नातवाचा रडण्याचा आवाज भाईरच्या सोप्यात आला तशी जागा सोडून हालली आणि आतल्या

बाजूला सरकली. पारव्वा एकटीच भुईचं डीवाळ काढीत बसली.

नातवाला शांत करतच काखंत घीऊन भाईर आली. त्याच्या हातातल बिस्कूट त्याच्या तोंडात घालतच म्हणाली,

"आगं गल्लीत पोरगं तरी कुणाचं दिसतंय का बघ. त्येला तरी लावून दिवू या." पारव्वा आळसावल्येल्या अंगानं उठली. गल्लीकडंच्या चौकटीला जावून उभा राहिली. गल्लीत कोण बी दिसत नव्हतं. हिकडं तिकडं बघतच घटकाभर उभा राहिली. एवढ्यात तिला घोरपड्याच्या घराकडं तायाप्पा येत्याला दिसलाय. तशी ती गर्रकन मागं वळतच म्हणाली, "आला बाईऽ" तान्नाक्कानं दम सोडला. तिने काखंतल्या नातवाच्या काखंत हात घालतच तोंडासमोर नाचवला. पोरगं गुलगुलू हसलं. तान्नाक्काबी हसत सुटली...

तायाप्पा हातात पदर धरून ताणतच आत आला. त्याचं डोळं तरवाटल्यागत झालतं. डोकं ओकंबोकच. मानेवरचा निळसर हिरवा गोंडा तेवढा उघडा पडल्याला दिसालता. दाढीचं खुट वाढलेलं. तोंडावर कसली ती रया नव्हती. गळाटल्यागत अंग घेवून तो देव्हाऱ्याकडच्या बाजूला बसला. हातातल्या पदराच्या दसीचा गुंता करतच समोर बघू लागला.

"एवढा का उशीर रंऽऽ" तानाक्का त्याच्या समोर जावून टेकतच म्हणाली. तो काहीच बोलला न्हाई.

"कव्वाधरनं बघालाव हाय आता येशील मग येशील म्हणून."

"बसलो जरा असाच गुंडपाच्यात." त्यानं तुटक बोलत पदर दातात धरला. तिघंबी एकमेकाच्या इच्यारात गढली. तानाकाच्या मांडीवर बसलेला नातू मात्र आलटून पालटून सगळ्यांच्याकडं बघाय लागलाता-

"तू आनी कशानं तरी डोक्यात राक घालून घेशील म्हणून बलीवलाय..." तानाक्कानं दबकत दबकत विषयाला सुरवात केली.

"राती मीनं बी त्वाँड सोडलं खरं घरात राती डोळ्याला डोळा लागला न्हाई." पारव्वा स्वतःशीच बोलल्यागत पुटपुटली. तायाप्पा काहीच न बोलता बिघाडल्यागत बसून व्हता. त्याच्या डोळ्याची बुबुळं गारगोटीगत थिजून बसलीती.

"तायाप्पाऽऽ आसा रं काय बसलास?"

"मग-" तो कस बसा पुटला.

"तसं न्हवं रंऽऽ काय तरी बोल. जरासं मन मोकळं व्हतंय. डोक्यातलं कायबाय काढून टाक. जरा सुदरीन इचार कर..."

"कशाचा?" त्यानं नजर न हालवताच विचारलं.

"आरं कशाचा काय? सगळं गाव उगच बोंबलाय लागलंय. त्यात त्या

दिशी सगळ्यात गावात घुडी गोंधळ घातलास? आशानं कुठंतरी रत्नीला जलमातनं उठवशील! गावात दिस काढायचं हाईत तिला...''

"मग मी काय तिला नको म्हणतेयऽऽ?"

"आसं काय तरी आडवं तिडवं बडबडू नकोस. त्यात तुझं काय? खरं आमाला या गावात जलम घालवायचा हाय... आसं लोकास्नी तोडून कसं चालंल. त्यात रत्नीच्या भावानं बी डोस्क फिरवून घेतलंय. ह्यातनं काय बरं निघणार न्हाई बाबाऽऽ'' पारव्वा दम न घेता बडबडत राहिली.

"मी काय करावं म्हणतीस?"

"तू काय करू नगसऽऽ खरं गल्लीतल्या पोरांच्या बरबर उगच भांडण करू नग बाबाऽऽ काय बोंबालत्यात त्ये बांबलू देत. आरं त्येनी बोंबलुन काय व्हतंयऽऽ''

"मग त्येनी म्हणत्यात त्ये सगळं ऐकू? मस्क्याचं पांड्या म्हणतंय रत्नीला रानात आणून आमच्याकडं देऽऽ दगड्या न्हाव्या म्हणतंय, आमचं आमी बघताव. तू जरा तिच्या जवळनं भाईर पडऽऽ मग मी त्येच्यासारं करू...?'' तायाप्पाला दम लागला.

"ह्ये बघ, त्या पोरांचं सोड. आरं गाव म्हणतय रत्नीला तूच कुणा कुणाला गाठून देतोसऽऽ तुला जमत न्हाई म्हणून त्येंच्याकडणं पैसं घेतोसऽऽ ह्ये तुला तरी बरं दिसतंय व्हय रं.''

"आनी ह्ये तुला खरं वाटतं?'' तायाप्पा एकदम उठून बसला.

"काय वाटतंय काय न्हाई ह्येच्यापरास तू तिच्या घराकडं जायचं बंद कर म्हणजे सगळंच मिटतंय...'' पारव्वा.

"आनी तुझ्याकडं कोण नजर वर करून बघणारबी न्हाई. ह्ये सगळं तुझं तुला खायला लागलं ह्येच्या परास तूच सगळं का सोडून दीत न्हाईस.''

"तुमच्या मुळंच आमालाबी त्वाँड काढायला जागा न्हाई. सगळी आमालाच बोलत्यात. आमी काय करायचं, काय सांगायचं सांग बघू?''

"आरं ही डोंगराची वाट एवढी सलपी न्हाई. लई लई सोसाय पायजे बाबा. आता कुठं तू वळणावर आलाईस. आजून लई बघायचं हाय. आताच कशाला डोस्कं फिरवून घेतोस. त्यात तुझ्या घरातलंबी सगळंच इस्कटाय लागलंय.'' पारव्वा.

"आगं, ह्येच्या मुळंच सगळं व्हयाय लागलंय. संगाप्पा म्हणालता, 'बघणार एवढा म्हैना, नाहीतर येगळं व्हनार.' आता त्यानं येगळं घेटलं तर तुझ्या आई-बाचं काय व्हणार. आज-उद्या सुमी लग्नाला ईल. तिचं काय करनार? जरासं घरचाबी इचार कर. उगच खुळ्यागत वागू नगं. हे वाटतय

तेवढं सलपं न्हाई...'' तानाक्का बोलता बोलताच थांबली. पारव्वा काय तरी बोलायच्या नादात व्हती. एवढ्यात घरात कुणाचं तरी पाऊल वाजलं. तानाकानं मांडीवरचा नातू भुईवर ठेवून दाराकडं बघितलं. रत्नव्वा दारात उभी होती.

रत्नव्वा घरात आली आणि सगळंच बोलणं थांबलं. सगळीच एकमेकाच्या तोंडाकडं बघाय लागली. रत्नव्वाचं तोंड सुखलतं. डोळं आत वडलंत. तिनं सगळ्याच्या तोंडावरनंच काय चाललंय त्ये वळीकलं. ती न बोलताच बसली. तानाक्का आता कसा विषय फोडायचा या विचारात बसली. पारव्वानं पुन्हा आपली नजर भुईवर खिळवली. सोपा मेल्या मड्यागत शांत झाला. घटका दोन घटका गेली. तरीबी कोण कुणाशी बोललं न्हाई. तानाक्काचा नातू एकाएकी कुरकुरायला लागला. ती उठली आणि नातवाला आत घीवून गेली. सगळीच जरा जरा सैल पडत गेली. तायाप्पानं आता नखानंच दात कोरायला सुरवात केलती. रत्नव्वाला आपण इथं उगचच टपकलो आसं वाटाय लागलंत. आता उठून जावावं की काय? ह्या विचारातच ती वळवळायला लागलीती. आतनच तान्नाका निरधडा करत भाईर येत म्हणाली,''तूनं काय ठरीवलसं ग?''

तानाक्का काय विचारतीय हेच रत्नव्वला समजंनाच. ती नुस्ती तिच्याकडं बघतच बसली.

''आगं मी तुला इच्चारतोय?''

''कशाबद्दल?'' रत्नव्वानं डोळं विस्फारलं.

''आणि कशाबद्दल, ह्या आठ दिसांत कायबाय व्हयालय त्येच्याबद्दल!''

''मग मी काय करू? समोर आलंय त्ये भोगायचं दुसरं काय करणार?''

''आसं नुस्तं म्हणून कसं भागलं बाईऽऽ तुला तरी लई संभाळायला पायजे!''

''संबाळायला काय आता मी कुठं नागड्यानं नाचलोय? काय जगात कुठं जोगता जोगतीण एकात न्हाईत न्हाईत. त्ये आमी दोघंच दिसलाव हाय? आणि आम्ही दोघांनी आसं केलंय तरी काय त्ये तुमच्या डोळ्यांत खुपालय!'' रत्नव्वा एकदम भडकली तसा तान्नाक्काचा तोल सुटला.

''आगऽऽ गावातल्या एकाद्या तरण्या बापयाला ठेवून घेतली असतीस तर म्हटलं असतं हिनं तरी जवानी किती आवरायची? ह्यो काय करणार गऽऽ त्येला एवढा कवटाळत बसलीस?''

''मी काय बी कराय मोकळी हाय. तुमाला बघवत नसलं तर डोळं बंद करून घ्या. खरं आमच्या नादाला लागू नका.'' रत्नव्वा पटकन बोलून गेली. इतका वेळ गप्प बसलेली पारव्वा चवताळली,

"आग गप्प बसायला आमी कुठं तुझ्यावर चढालाव हायऽऽ ज्येंचं करावं भलंऽ त्ये म्हणतंय... तशातलं सगळं. मेल्यासा तरीबी आमाला सोयरीक न्हाई. तिथनं पुढं आमच्यातनं कशालाच यायचं न्हाई. आणि तायाप्पा, तू बी ऐक! तुमचा आमचा संबंध संपला. तू हाईस आणि तुझं नसीब हाय. आमच्या मागनं काय आणायचं न्हाई..." तान्नाक्कानंबी मध्येच तोंड घातलं. "तुला बी लई घमेंड आलीया निसटंल तुझी घमेंड. माणसानं लईबी मातूने. आसं करून त्या घराचं मातरं कर म्हणजे तुझ्या जीवाला शताई मिळलं... सुखी व्हशील. यल्लुआई तुला काय बुद्दी दिलं तसं कर जाऽ त्येला ठीवून घे जाऽ गाव म्हणील बुळ्या ठीवून घेतलंय."

"तान्नाक्का, तोंड आवर-" तायाप्पा तडफडून उठतच बोलला आणि तान्नाक्काच्या उंबऱ्यातनं भाईर पडला. त्यानं मागं सुद्धा बघितलं नाही. गल्लीत त्याचं पाय फक्त वाजत होतं. त्याला सगळी गल्ली घिरणीनं भरून आल्यागत वाटाय लागली. त्याच्या पायाची गती आणखीन वाढत गेली... त्यानं तळ्याकडं पाय वळवलं. सावली पायात पडालती. त्यानं चालता चालता आपलीच सावली कचाकच तुडवायला सुरवात केली आणि दाताखाली व्हट धरून करकचून चावला.

...गावात देवळ्याच्या घरात लावलेल्या लावुडस्पीकरचा आवाज नदीच्या पुरागत पसरलाता. लावुड-स्पीकरच्या गाण्याच्या तालावर लांबखायल्या चिंचंच्या झाडाखाली असणारी पोरं नाचायला लागलीती. त्यातच ताशाचा आवाज मध्येच तडतडायला लागला. सगळं गाव देवळ्याच्या लग्नानं गजबजून गेलतं. निम्या गावची पोरं हिकडं तिकडं उसाभर करण्यात गुंतली. सकाळधरनं सगळं गाव देवळ्याच्या पावण्या-पैनं भरून गेलतं. बघावं तिकडं देवळ्याच्या लग्नातला एखादा तरी पावणा दिसतच होता... संगाप्पा देवळ्याच्या लग्नातनं तांदूळ टाकून बाजूला झाला. माणसं जुंधळ वतल्यागत पसरलीती. स्पीकरवरनं कोणतरी जेवून जावा! जेवल्याशिवाय जाऊ नकाऽऽ आसं काय बाय आरडालतं, निम्मीशिम्मी पंगत कवा बसंल ह्येच्याच नादात होती. संगाप्पानं हिकडं तिकडं बघितलं. देवळ्याच्या घरचं कोण दिसत न्हाई असं बघून मस्करच्या बोळातनं जाधवाच्या घराकडनं वळला. त्यानं गडबडीनं पाय उचलत जाधवाचं घर मागं टाकलं आणि मगच मागं बघितलं. देवळाच्या गल्लीत माणसांची झुंबड उडालीती. दिवस बुडायला आलता. निदान म्हशीला पाणी तरी दाखवून आणू या. असा विचार करतच त्यानं घर गाठलं.

"एवढ्यात तांदूळ पडलंबीऽ" कल्लव्वानं त्याला चुलीजवळनंच विचारलं.

"तांदूळ आता पडलंऽ तसाच वर सरकलोऽ."

"मग जेवून यायचं न्हाई? उगच म्हस्करीन आरडायची!"

"सगळ्यास्नी चुकवून आलोयऽ." म्हणतच संगाप्पा गोठ्याकडं वळला. गोठ्यात म्हशीनं सगळी हुदल केलती. म्हस गोरणीत उभी राहून रवत करालती.

"आयलाऽ हिलाबी माज आलायऽ." म्हणतच दावं सोडलं. रेडकाला सोडून पाठीमागं घातलं. "ह्यास्नी जरा पाणी दावून आणतो" म्हणतच त्यानं म्हशीला गोठणाकडं मारली. म्हस शाण्यासारखी तळ्यापर्यंत गेली. आणि पाणी बघितल्यावर एकदम उधळली... सरळ शेपूट वर करून उडीवर पळाय लागली. बघता बघता मराठी शाळेला वळसा घालून रस्त्याला लागली. संगाप्पाची पळता पळता पुरे वाट झाली. त्यानं धापा टाकत टाकत म्हशीला गाठली आणि बडवतच तळ्याकडं आणली. ती सरळ पाण्यात मारली. म्हस पाणायतबी उधळल्यासारखी कराय लागली आणि संगाप्पाचं डोकं भिन्नटलं. त्यानं हातातली काठी उचलली... तो म्हशीला सगळं विसरून बडवत राहिला तशी म्हस तळ्याच्या मध्यावर गेली... संगाप्पा हताश होवून उभा राहिला...

"का गाऽऽ म्हशीला कटाळलास का आनी कशाला?" पाठीमागनं कुणाचा तरी आवाज आला. संगाप्पा भानावर येताच त्यानं तळ्याच्या काठावर बघितलं. पांडू कुपट्या घोंगड्याची खोळ सांभाळतच उभा होता.

"आगाऽऽ हिच्या आयला एकदम माजावर आल्यागत करालीया?"

"लई दिसानं भाईर सोडला आसशील!"

"काय करतोस? त्यो रांडचा लुगडं नेसून नुसतं गाव ववसतच बसतोय. थोरला त्येच्याच तालात असतोय. कोण सोडणार?"

"तू सैल सोडतोस म्हणून सगळं चाललंय."

"मग काय ह्येच्या पुढ्यात डोस्क फोडून घीवूऽऽ?"

"त्येबी खरंच खरंऽ आगाऽ राती काय मी येगळंच ऐकलं?"

"काय गाऽऽ?" म्हणतच संगाप्पा काठावर आला.

"मस्क्याचं पांड्या काय पोरं घीवून तायाप्पाला माराय टपलाय म्हणं."

"का?"

"आता का. आगा त्ये पयलं रत्नीला लागीर व्हतं. तुमच्या पोरानं कुठ त्यात मोडता घातला की-ह्येनं असल्यात कशाला पडायचं? जोगतीणी त्या जोगतीणी! त्येंचं का का? एकाला धू धू धूतुला लगेच दुसरा बघतीला. ह्येनं फलक्या गड्यानं त्यात कशाला पडायचं?"

"मारू देत आणि जीव घीऊ देत घे रांडच्याचाऽऽ मलाबी वैताग आलायऽऽ'

"आगा आता असा म्हणतोस, खरं मागनं सगळं तुलाच निस्तरायला पायजे कीऽऽ" म्हणत पांडू कुपट्या काठावरनं गावाकडं वळला. संगाप्पानं दगड मारून मारून म्हशीला भाईर काढलं. अंधार दाट व्हईत आलता. म्हस पाण्यानं नितळतच गावच्या वाटंला लागली आणि संगाप्पाच्या डोक्यात अंधाराचं किडं वळवळायला लागलं.

...गोट्यात संगाप्पाचा आवाज आला तशी उजदारच्या सोप्याला दंगा करणारी पोरं गडबडीनं आपापली पुस्तकं घुवून दिव्याभोत्यानं बसली. कुठलं गावंलं त्ये पान काढून उगाचच वाचल्यासारखं करू लागली. पमीला तर सगळ्याचंच हासू आलं. मनात तिची ती बी दचकली आणि समोरच्या पुस्तकातल्या पानाकडं डोळं फाडून बघाय लागली.

संगाप्पानं म्हशीला दावं लावलं. कवळाभर गवात गोरणीत टाकलं, मूठ रेडकाच्या पुढ्यात टाकायला तो विसरला न्हाई. काठी खोपड्याला उभा करतच आत आला. आक्कव्वाचा भाकरी बडवण्याचा आवाज सगळ्या सोप्याभर भरलाता. कल्लव्वा राकुंडी भाजतच चुलीम्होरं बुड टेकून बसलीती. संगाप्पा मधल्या सोप्यात डोळं फिरवतच बाहेरच्या सोप्यात आला. बबन्या आणि किसन्या वहीत कायबाय गिरबटत बसलीती. पमी आणि सुमी दिव्याच्या वातीबरोबर पुस्तकातनं डोकं फिरवीत बसलीती. तायाप्पा गणपतीच्या देवळीखाली ठीगळाचं गठलं ठेवल्यागत बसलाता. संगाप्पानं एकवार त्येच्याकडं बघितलं. त्याचं डोकं सणकलं. हिकडं तिकडं बघतच किसन्याला विचारलं, "दादा आजून आला न्हाई व्हय रंऽऽ"

"न्हाईऽऽ" म्हणत किसन्या पुन्हा आपल्या वहीत गुतपाळलं. संगाप्पानं डोकं झिंचाडलं. तंबाखूची पिसवी काढली. घास घास तंबाखू मळला. तोंडाला आवरतच त्यानं गोळी तोंडात बाकली. चडफडतच चौकटीला टेकून बसला. त्याचं डोकं रसरसलं. आज कायबी झालं तरी ह्येच्या वागण्याचा आज कंडका पाडायचाच. लई थॅर लावल्यात... तो मनातल्या मनातच धुमसत गेला.

जेवण वक्ताला थोरला घरात आला. पोरांच्या जवळ टेकतच त्यानं चिलीम काढली. तंबाखू मळल्यागत करून चिलमीत भरला. हिकडं तिकडं बघतच त्यानं दिवा उचलून चिलमीला लावला. तसा संगाप्पा हात चोळतच चौकटीला सरकून बसला. उगचच हात झटकल्यागत केलं.

"तायाप्पा, आज कुठं गेलतास रंऽऽ?" त्यानं करड्या आवाजात विचारलं. पुस्तकात गुतपाळल्याली पोरं दचकली. आवाजाबरोबर संगाप्पाचं डोळं तांबरत

गेलं. तायाप्पा कायच बोलला न्हाई. तसा थोरला चिलमीचा झुरका मारतच म्हणाला, "जातोय कुठं बोंबलतऽऽ घरं ववसत बसला आसंल."

"मी तुला इच्चाराय न्हाई, त्येला इच्यारतोय! कुठं गेलतास रंऽऽ?"

"व्हतो की हिथंतऽऽ" तायाप्पानं सरळ बसत सांगितलं.

"हितंय म्हणजे कुठं?" संगाप्पानं परत विचारलं. तसा तायाप्पा हातातल्या पदराचा चोळा करत बसला.

"मी काय इच्चारतोय?" संगाप्पा परत विचारलं. तसा तायाप्पा हातातल्या पदराचा चोळा करत बसला.

"मी काय इच्चरतोय?" संगाप्पा टरकला. थोरल्यानं वळखलं, मामला कायतरी येगळा दिसतोय म्हणून त्यानं चिलीम झाडली.

"गावातच!"

"गावात म्हणजे कुणाच्या घरात? त्या रांडंच्याचं नव्हवं?" संगाप्पा एकदम भडकला. तायाप्पानं पाय लांब सोडलं. डोळं झटकलं. पदर हाताततनं सोडला. तो स्वतःला आवरतच बसला.

"का त्वाँड झवलं का शिवलं रंऽऽ?"

"आता म्हाईती हाय आणि कशाला सांगू?"

"सुकाळीच्या, लाज न्हाई वाटतं बोलायलाऽऽ त्या रांडंच्या घरात तुझं काय पुरलंय. ती काय पोटाला घालती का काय? गाव सगळी छीऽऽथूऽऽ कराय लागलंय. आनी तू लाजमोड्यागत सांगतोस?" संगाप्पाचा आवाज वाढत गेला.

कल्लव्वा चुलीजवळच्या सोप्यातनं भाईरच्या सोप्यात आली.

"मग काय झालं?"

"व्हतंय काय रांडच्या, लोक तोडात श्यान घालाय लागल्यात. त्येचा तरी इच्चार कर... तुला काय वाटत नसंल. आमाला गावात तोंड दाखवायची हाईत- तुझ्यासारखं बुळा व्हवून घरं मागायची न्हाईत..."

"नसतील त्येला मी काय करू?"

"रांडंच्या, घर सोडून जा की मातीत. का सतवाय लागलास? लई थॅर झालं तुझं ह्या घरात! आता तुझं आसलं काय चालायचं न्हाईऽऽ उद्यापासूनं घर सोडून हाललास तर जमणार न्हाईऽऽ"

"काय करणारऽऽ?" म्हणतच तायाप्पा जागचा हालला.

"डुंबरंच मोडतो का न्हाईऽऽ बघ" म्हणत संगाप्पा वळवळला.

"मोड बघू मोडऽऽ" म्हणत तायाप्पा समोर आला. तसा संगाप्पाचा तोल सुटला. त्याचा आवाज वाढला. त्यानं तायाप्पाच्या मुस्काटात लगावतच

लाथाबुक्क्यांनी हाणायला सुरुवात केली. तशी कल्लव्वा जोरात ओरडली. संगाप्पा बेभान होऊन बडवायला लागला. पोरांनी घर डोक्यावर घेतलं. 'आयला, ह्येची हाडच मोडतोऽऽ' म्हणत संगाप्पा सगळ्यास्नी घुसळतच धावाय लागला. तायाप्पाला त्याच्या समोरनं कुणीतरी बाजूला नेलं. आक्कव्वा हाणून बडवून घ्यायला लागली. सगळ्या गल्लीला जिभा फुटल्या.

तासाभरानं गल्ली शांत झाली. संगाप्पाला कोंडकराच्या घरात न्हीवून ठेवलंतं. कल्लव्वाचं तोंड अजूनबी चालूच होतं. तायाप्पाला यरगुंड्याच्या घरात न्हीवून बसवलंतं. त्याचं डोकं चुलीतल्या इंगळागत रसरसलंतं. त्याला अंगावरच्या पदराचं सुद्धा भान नव्हतं. यरगुड्याची म्हवना त्याला कायबाय समजून सांगालती. त्याला तिचा एक शब्दसुद्धा ऐकू येत नव्हता. म्हवना यरगुंडीन त्याला धरूनच बसल्यागत बसलीती. त्यानं कसंबसं म्हवना काकूकडनं सोडवून घेतलं. दारात आला. सगळी गल्ली अंधारानं लदबदलीती... चावडीकडं देवळाच्या वरातीतल्या लेझमाच्या हालगीचा आवाज यायला लागलता.

तायाप्पा गल्लीतनं शिंद्यांच्या घराकडं वळला. शिंद्याया दारासमोरच्या खांबावरचा दिवा गेल्यामुळं अंधार पंढरीच्या बुक्क्यागत दाट झालता. तायाप्पाला आपल्या अंगावर सुताराचा घण कोसळल्यागत व्हाय लागलं. त्याचं डोकं भिनभिनलं... त्याच्या पायाला गती आली. आताच जावून रत्नीला घरातनं भाईर काढावं... आसं त्याला वाटाय लागलं. तिला घरातनं काढून काय करायचं? त्याचा तोच वरमला. पाटलाच्या दारात आला.

'ह्या रांडंच्या नादानं सगळं व्हयालंय.' तो स्वतःशीच पुटपुटला. त्याचं डोकं आता फुटतंय असं त्याला वाटू लागलं. खरदाळ्याच्या दारात आल्यावर त्याच्या डोक्यात कसली तरी सणक आली. त्याचा त्याच्यावरचाच तोल सुटला.

...तो जवळजवळ पळतच सखाराम हारेरच्या दारात आला. सखाराम हारेरच्या खोपीत दिव्याची वात बारीक मिणमिणायला लागलीती. दिव्यासमोर दोघं-तिघं बसलेलं दिसत होतं. त्यांच्यासमोर हारेर कायबाय बडबडत बसलाता. तायाप्पा दारातच थांबला. त्याच्याभोवती अंधार गरागरा फिराय लागल्यागत वाटाय लागला. त्यानं डोक्यावर थाडऽ थाडऽ मारून घेतलं. त्या सणकीतच तो खोपीच्या दारातनं आत आला. सखाराम हारेर एकदम दचकला. त्यानं आपल्या उघड्या अंगावर टावेल टाकला. त्याच्या समोरचे बरगळणारं एकदम बंद झालं.

"तायाप्पाऽ? हिकडं कसा काय रंऽऽ"

हारेर डोळ्यावर विश्वास न बसल्यानं त्याला पारखून बघू लागला.

तायाप्पानं कमरंच्या केळात हात घातला. केळातनं चुरगळल्याली दोनची नोट हारेरपुढं टाकली आणि चंप्यावर त्याच्यासमोर बसला. होरेर त्याच्याकडे डोळे फाडून बघाय लागला. घटकाभरानं त्यानं चुरगाळून घड्या पडलेली दोनची नोट उलघडली. पुन्हा तायाप्पाकडं बघितलं. तायाप्पा अजूनबी धपापतच होता. हारेरनं बिंदग्याजवळ जर्मनी पेला नेला. पेला गच्च भरला आणि तायाप्पाकडं सरकवला. तायाप्पानं दोन्ही हातांत पेला धरला. तोंडाला लावला. नाकातनं काय तरी मेंदवापर्यंत जळत गेलं. नरडं जळत गेलं. त्यानं एका दमात पेला रिकामा केला आणि सुस्कारा सोडला...

"आनी वतू व्हय रंऽऽ?" हारेर त्याच्याकडं बघतच म्हणाला.

"ह्ये बी तुझं गिराक हायऽऽ व्हयऽऽ गाऽऽ?"

समोर बसलेला कोणतरी पुटपुटला. तायाप्पागरकन वळला. हारेरनं हातानं खूण करतच डोळ्यानं त्याला दाबलं. तसा पुटपुटणारा गारेगारगत गार झाला. तायाप्पा पदरानं तोंड पुसत भाईर आला. डोकं जरा शांताई घेत असल्यागत व्टाय लागलं. त्याचं पाय हळूहळू गल्लीतनं पळाय लागलं...

देवळ्याची वरात बापू पाटलाच्या दारात आलती. तायाप्पाचं पाय हळूहळू तिकडं वळलं. वरातीतला ताशेवाला बेभान होऊन ताशा हाणायला लागलाता. सगळं गाव वरातीत जमलंतं. गल्लीत उभा राहायला जागा नव्हती. वरातीच्या पुढं औट वाजीवणारी पोरं औट उडवण्यात दंगलीती. त्यास्नी वलंडून तायाप्पा गर्दीत आला. लोकं मुंगीगत सरकत होती. पिपानीवाला सापतीच्या वादीगत लबकायला लागलाता. सनईवाला गाल फुगवून गाणायच्या तालावर डुलाय लागलाता. गॅसबत्ती धरणारी म्हाराची पोरं पेंगाय लागलीती. सगळी माणसं आप्रुप बघितल्यागत वरात बघाय लागलीती. वरात बाट्याच्या दारात आली. आणि थांबली. लेझीमवाल्याची हालगी कडाडली. लेझमं खुळखुळली. तायाप्पा गर्दीतनं वाट काढत वरातीच्या मध्यभागी आला. त्यानं वरातीच्या गाडीकडं बघितलं. नवरा नवरी गाडीवर बांधलेल्या फळीवर डुलाय लागलीती. देवळ्याचा नवरा हातानंच बाशिंग वर करून समोरच्या गर्दीकडं बघाय लागलाता. नवरी मान खाली घालून-घालून कटाळलीती. तीबी आता समोर बघती. करवला-करवली हसत-खिदळत बसलीती. मान्याचं पक्या गाडीत बत्ती धरून जांभ्या द्यायला लागलंतं. गाडी पोरंपोरींनी गच्च भरलीती. पाटलाचं निव्या दांडीवर अर्ध टेकून कासरं धरून बसलंतं. गल्लीतल्या आयाबाया नवरानवरी पारखून बघालत्या. पोरांनी वरात डोक्यावर घेतली. लेझीम खेळणारी पोरं घामानं निथाळलीती. तायाप्पा एक टक नवरा-नवरीकडं बघाय लागलाता. त्याच्या अंगभर काय तरी भिनत चाललंतं. डोक्यात काय तरी लकलकाय

लागलंतं. बत्तीच्या उजेडात डोळं दिपाय लागलंतं. किती तरी वेळ तो नवरा-नवरीकडं बघतच राहिला. लेझमाचा डाव संपला. सनईवाल्यानं ताल धरला. ताशेवाल्याने ताशा तडतडवला. तायाप्पाची पापणी ताणली. डोळ्यांत पाणी जमा झालं. अंगातनं कायतरी उतरून गेल्यागत व्हायाला लागलं. पेंढऱ्या गळाटल्यागत झाल्या. त्यानं गच्च डोळं झाकलं. डोळ्यांतनं पाणी भाईर पडलं. डोळ्यांसमोर अंधाराचं पोतं फुटलं... त्याच्या डोक्यात कायतरी तडतडलं. पाय वळवळले आणि तोल सुटल्यागत तायाप्पा ताशेव्ल्यासमोर जावून नाचू लागला. ताशेव्ल्याच्या हातातील कुणगी लाह्या उडाल्यागत उडाय लागली. सगळ्या पोरांनी आरडून वरडून शिट्या घालून वरात डोक्यावर घेतली. आया बाया उपडी पडून बघू लागल्या. कुणी तरी माणसास्नी सरकून गोल उभा केलं. पिपाणीवाल्यात वारं संचारलं. तायाप्पा ताशाच्या तालावर नाचाय लागला. त्याला पदराचंबी भान राहिलं नाही. सनईवाल्यानं तायाप्पाबरोबर नाचतच ठेवणीतलं गाणं काढलं... तायाप्पाचा पाय कसला त्यो भुईला थरंना... पदर खांद्यावर ठरंना... त्याचं हात गाण्याच्या तालावर हालाय लागलं... सगळी माणसं तोंडात बोटं घालून बघाय लागली. रडणारी पोरं एकाएकी थांबली. बायका गडबडल्या. एवढ्यात मान्याचं बाब्या पिसवीभर चिरमुरं घेवून गोलात आलं. त्यानं तायाप्पावर मुठीनं चिरमुरं उधळायला सुरवात केली. सगळं गाव शिट्टीनं दुमदुमत गेलं... अंधार उचमळला. किंचित कण्हत कण्हत आपल्यातच रुतत गेला!

■

४

खोपटात तायाप्पा अंगाचं मुटकुळं करून पडलाता. अंगातली ठणक अजूनबी जायला तयार नव्हती. आजचा तिसरा दिवस संपत आलता तरी त्याला कसलंते हातरुणावरनं उठावं आसंबी वाटत नव्हतं. तान्नाप्पानं अख्खा एक दिवस त्याला समजून सांगण्यात घातलाता. पण त्याला कसलं ते काय पटाय तयार नव्हतं. त्याचं अंग फाटक्या बोतरागत चिलटून गेलतं. आवसान गळलंतं. डोकं भनभनून गेलंतं. डोळं सारखं नव्या गाडग्यात पाझरालंतं. आपल्याला काय व्हयालंय ह्ये त्याचं त्यालाबी समजाय तयार नव्हतं...

किनीट पडायला तान्नाप्पानं खोपटात दिवा लावला. मधल्या मेढीजवळ ठेवला. खोपटाच्या दारात ठेवल्याली दोन-तीन डालगी आत आणली. हिकडं-तिकडंच्या कोंबड्या हुसकलून खोपटात घातल्या आणि दार झाकलं. एक-एक कोंबडी धरून डालग्यात सरकाय सुरवात केली. कोंबड्यांनी करकचून आरडून खोपाट डोक्यावर घेतलं. काहींनी सगळ्या सोप्यावर पळून धडपडून-तडफडून तान्नाप्पाला हायरान केलं...

"रांडाऽऽ रोज अशाच दंबीवत्यात बघऽऽ." म्हणत तान्नाप्पानं सगळ्या कोंबड्या डालग्याखाली झाकल्या. कासोटा जाम्म करतच तो चुलीकडं सरकला. भानुशीवरचा दुसरा दिवा पेटवला.

"कातरवेळी तरी उठून बशील, का तशीच पासाललीसऽऽ ऊठ की ग बाईऽऽ." तो आपल्याच तालात बडबडला. चुलीतनं रक्का काढताना त्याच्या कांकणांचा आवाज कोंबडीच्या आवाजात मिसाळला. तायाप्पाला त्याच्या आवाजानं अंथरुणावरनं तरी उठून बसावं असं वाटाय लागलं. त्यानं प्रयत्नानं गळ्यात घेतल्यालं गुडघं लांब सोडलं. सगळं अंग बाभळीच्या शिऱ्यागत ताट केलं. हात दांडीच्या दिशेनं झाडलं. टाळा पघळून जांभई देतच तो उठला. अंथरुणावर बसल्या बसल्याच त्यानं अंगावरचं लुगडं सरळ केलं. डोक्यावर पदर घेतला. कडा-कडा बोटं मोडली. आणि तिथंच बसून राहिला.

तान्नाप्पानं घसाघसा तवा घासला. चुलीतला जाळ फुकला. धुतलेलला तवा चुलीवर चढवतच त्यानं तायाप्पाकडं बघितलं. आजूनबी गडी गुडघ्यांत

मान घालूनच बसलाता. त्यानं भागवाटाला पाणी वतलं. तापला तवा चर्रऽऽन झाला. डालग्यातल्या कोंबड्या एकदम करकरल्या. तायाप्पानं गुडघ्यांतन मान वर काढली. आणि गुडघ्याभोत्यानं घातल्याली हाताची तिटी सोडवली.

"हातरुणावर तिथंच कशाला बसलीसऽऽ. चुलीजवळ ये की बाईऽऽ जरा मलाबी मदत व्हईल. तुझंबी आंग शेकल्यागत व्हईल. ऊठऽऽ. ये हिकडंऽऽ" म्हणतच तान्नाप्पानं मानंला हिसडा देत पदर सरळ केला. तायाप्पा गुमान उठून चुलीम्होरं जावून बसला. धगीनं जरा- जरा त्याला बरं वाटाय लागलं.

"इंगाळ भाईर वडूऽऽ. जरा पाटवाणबी शेक. तवर पीठ मळतो..." म्हणतच तान्नाप्पानं काटवटीत भागवट वततच चुलीतलं इंगाळ भाईर काढलं... इंगळाची धग लुगड्यातनं तायाप्पाच्या अंगभर शिरली. तान्नाप्पा पीठ मळता-मळता थांबला. त्यानं बोटाचं पीठ निपून काढता काढता विचारलं-

"उद्या तरी लवकर उठशील काय न्हाई बाई! इथल्या टायनावरनंच आठला गाडी हाय म्हणंऽऽ. आता जेवान करून भाऊबी येतो म्हणालाय."

"मला काय जमंल आसं वाटत न्हाई..."तायाप्पा कसाबसा पुटपुटला.

"हुं जमत न्हाईऽऽ. त्यातनंच जमवायचं जरासं. मनबी हालकं व्हईल, हिकडं-तिकडच्या जोगतिणीबी भेटतील. म्हादू, राघूबी येतील. मन जरा इरगळंल. सयम पडंल. आसं बसून काय व्हतंयऽऽ. काय बी करून जायाचंचऽऽ."

तानाप्पानं भाकरी बडवाय सुरवात केली. तायाप्पा भाकरीच्या तालात आतल्या आतच घुसफसला. त्याला कायतरी बोलावं आसं वाटाय लागलं. पुन्हा त्यानं गठल्यातलं चिरगुट गढल्यात कोबल्यागत सगळं गिळलं. तो विझत चाललेल्या इंगळाकडं बघत बसला.

"कव्वा जायाय नसशील न्हवं आळत्याला?"

"न्हाई बा!"

"मग चलच. रांडावपुनव म्हणजे आळत्याला सगळं इपरीतच. बाईऽऽ बाई गर्दी व्हतीया नुस्ती. पेव फुटल्यागत माणसं." भाकरी टाकल्याचा धाऽऽप दिशी तव्यात आवाज झाला. तान्नाप्पानं भाकरी वारडायच्या आत तिच्यावरनं पाण्याचा हात फिरवला. तायाप्पा भाकरीतनं भाईर पडणाऱ्या वाफंकडं डोळं फाडून बघाय लागला.

"आमच्या भागातली न्हाई न्हाई म्हटलं तरी सगळी येत्यात. देवबी व्हतोय. ख्याली-खुशालीबी व्हतीया. सगळंच व्हतंय. वरसाला मी कधी चुकत न्हाई बघ!"

तानाप्पा एकटाच बडबडू लागला. तायाप्पा त्याच्या एक एक शब्द कान देवून ऐकू लागला.

...निम्मंशिम्मं जेवून व्हईत आलतं. तानाप्पा हिकड-तिकडचं काय-बाय सांगत घास चावालता तवर भाऊ खोपटाचं पतरशी दार ढकलत आत आला.

"आजून जेवल्यासाच व्हय ग बायानू?" म्हणतच हातातल्या पिशव्या कुडाला लागून ठेवत चुलीजवळ आला आणि टेकला.

"तुझं जेवाणबिवाण झालं न्हवं?"

"झालं की. एकटीला किती लागतंय गऽऽ त्यात सकाळीची भाकरी व्हती. तीच मुरगळली आनी आलो बाई. उद्या काय भाकरी-बिकरी घ्याय न्हाई. हितंच टाक एक चढ." म्हणत भाऊनं ऐसपैस फतकाल मारलं. गौरीच्या मुकोट्याला लुगडं नेसविल्यागत त्याचं तोंड दिसालतं. तायाप्पा तुकडा मोडता मोडता उगाचच त्याच्याकडं बघालता.

"हिचं काय झालं... येतीया न्हवं?" भाऊनं तायाप्पाकडं हात नाचवलं.

"तूच सांग आता-" तायाप्पानं टोचून दिलं.

"सांगायचं काय- सकाळी हातरुणातनं काढायचं आनी न्हायचं टायनार. जोगत्याच्या जलमात रांडावपुनाव तेवढीच म्हातमाची. ती चुकल्यावर जोगता कसला?"

भाऊ एकटाच बडबडत बसला. तायाप्पानं हात धुवून ताट उचललं आणि तो मंदानाकडं सरकला.

सकाळच्या तयारीचं कायबाय तानाप्पानं पिसवीत कोबलं. डालग्याच्या भोत्यानं साळोत मारून घेतला. तायाप्पाचं हातरून झाडून काढलं आणि तिघांचं लांबलचक हातरून टाकलं. तायाप्पा आडवा झाला. खोपटातला दिवा इजला. कोंबड्यांची करकर वाढली. पुन्हा शांत झाली. तान्नाप्पा एकटाच ताळमाळ करत वळवळायला लागला...

...तांबडं फुटायला तान्नाप्पानं तायाप्पाला हातरुनातनं भाईर काढलं. त्याच्या हातात पाण्याचा तांब्या दीवून तोंड खळबळायला लावलं. भाऊनं भाकरीचं गठलं पिसवीत कोबतच आरसा घेतला. तोंडावरनं हात फिरवला. चांगलं बंद्या रुपया एवढं कुंकू लावलं. चांगला हातभर पदर डोक्यावरनं सोडला. आपल्याच तालात मुरकायला. तायाप्पा आंगाला आळोखं-पिळोखं देतच त्याच्या समोर उभा राहिला.

"आता ग बयाऽऽ हिचं आजून आळोसच द्यायचं चाललंय व्हय ग?" म्हणत भाऊनं त्याच्यासमोर फणी टाकली. तायाप्पानं डालग्याभोत्यानं झालेली

घाण साळोत्यानं बाजूला लावली. फाटकं जुन्यार दांडीवरनं काढून डालग्यावरनी टाकलं. कोंबड्या ताल धरून कुरकुरत होत्या. तानाप्पानं मांजराचा घाला पडूने म्हणून डालग्यावर भली मोठी दगडं आणूत ठेवली. दगडाच्या वझ्यानं डालग्याची कामटं वाकून मोडायला आली.

तायाप्पाचं सगळं आटापलं तसा भाऊ त्याला पुढं घालतच खोपटातनं भाईर आला. दिवसाचा गोंडा इंगळागत वरवर सरकत यायला लागलाता. तानाप्पानं खोपटाचं पतरसी दार व्यवस्थित वडून घेतलं. कुलूप लावलं. त्येच्यावर चिरगुटं बांधली. पावळणीवरची नेहमीची खापरी काढून उंबऱ्यात दाराला लावून उभा केली. शेजारच्या आकुमावशीला हाळी मारतच नजर ठेवायला सांगितली. हातातली पिसवी लोंबकाळतच तो वाटंला लागला.

....हिंग्लजच्या मोटार टायनावर कुठंकुठंतरी माणूस दिसालंतं. एकादुसरी गाडी उभा व्हती. तायाप्पानं सांगली गाडीची पाटी बघितली आणि डुलत येणाऱ्या भाऊला गडबडीनं हात हालवून बलीवलं. भाऊ कासोटा सांभाळत पळत पळतच गाडीच्या दारात आला. तायाप्पानं तीन जागंचं मोठं बाकडं धरलंतं. तायाप्पा खिडकीकडंला बसून जरगाच्या हाटेलाकड बघालता.

कंडक्टरनं तीनचारदा उगचच खाऽऽण खाऽऽण केलं. डायव्हर तोंडातलं बिडीचं थोटूक भाईर टाकतच आपल्या जागांवर बसला. तायाप्पानं मागं वळून बघितलं. न्हाई न्हाई म्हणत गाडी थट्ट भरलीती. गाड टायनावरनं हालली. तानाप्पानं भाऊला मदी घातलंच कसलातरी विषय काढून बडबडाय सुरवात केली. भाऊचं तोंड चालत्या गाडीतनं वलवलाय लागलंतं. तायाप्पा त्याला मदी मदी नुसतं डिवचत बसला. एकएक गाव मागं पडत चाललं...

गाडी निपाणीत थांबली. दिवस चांगला वर आलता. भाऊ गर्दीतनं वाट काढत गडबडीनं खाली उतरला. तान्नाप्पानं इरागतीला गेला आसंल म्हणून त्येच्याकडं बघितलं बी न्हाई. तायाप्पा झोपून डूर झालता. तानाप्पानं त्याला गदगदून हालवलं.

"ही कसली ग बाई मरणाची झोपऽऽ" तो पुटपुटला. तायाप्पा डोळं चोळतच जागा झाला. टायनावर सगळी माणसंच माणसं दिसायला लागलीती. त्यानं दचकून इच्चरलं,

"कुठलं गाव आलं?"

"निपाणी आली. कसली झोप म्हणायची हीऽऽ सुद गेल्यावाणी पडतोस की-" तायाप्पा नुस्ता हसला. तेवढ्यात भाऊ गडबडीनं केळं घीवून वर आला. तानाप्पाच्या समोर केळाचा हात हालवतच म्हणाला,

"खावा बायानो, भुकावल्यागत झालं आसंल!"

तायाप्पानं केळाकडं बघितलं. त्याला भूक लागल्यावाणी झाली. गाडी सुटली तवा तायाप्पानं दोन केळांच्या साली खिडकीतनं भाईर टाकल्या.

"हिरीलग्याची रकमा भेटलीती!" भाऊनं आपणहून विषय काढला.

"माझ्याकडं कशी आली न्हाई?" तान्नाप्पानं तोंडातलं केळ गिळतच विचारलं.

"दिसात हाय म्हणून आली नसंल!"

"दिसात?" तानाप्पा गडबडला.

"व्हय बाई. तुला ठाव न्हाई? त्या देसायाच्या दुंडाप्पानं आता ठेवलीया. लई जपतोय म्हणं. कसला त्यो इसंबत न्हाई..."

"पयला कोण ग त्यो?" तानाप्पानं बघतच सांगितलं.

"त्यो सरला. आता ह्यो- ह्यास्नी एकाला धरून ऱ्हायाला काय व्हईत आसंल ग? उगाचच श्याण खाईत हिंडत्यात आता ह्यो किती दिवस पुरणार हाय हिला!" तान्नाप्पा आपल्याच तालात पुटपुटला.

"त्योच यायचा बंद झाला आसंल घेऽऽ ही कशाला सोडती. पुरसाचं आसंच की..." भाऊचं तोंड सुरू झालं. तायाप्पानं त्याच्या बोलण्यावरचं मन काढून घेतलं.

मल्लयाचा डोंगर खिडकीतनं जवळ जवळ आल्यागत दिसालता. काळं काताळ लोण्यागत पसरलंतं. एकादुसरं बाभळीचं झाड बांधावर तेवढंच आटोपशीर उभ होतं. रानात माणसांचा कुठंच पत्ता नव्हता. तायाप्पाला सगळंच भुरळ पाडल्यागत वाटाय लागलंतं. गाडी वाऱ्यासारखी पळाय लागलीती. कुणाचा आवाज कुणाला इत नव्हता. तायाप्पा मनातल्या मनात गाडीच्या तालात घुमत गेला. त्याला कव्वा डोळा लागला त्याचं त्यालाच कळलं न्हाई.

गाडी कणंगल्यात थांबली. तानाप्पानं पिसव्या हातात घेतच तायाप्पाला बाकड्यातनं भाईर काढलं. कणंगल्याच्या टायनावर कुठं कुठं उगावलेल्या आंबाड्यागत माणसं दिसाय लागलीती.

"आता हितनं गाडी कव्वा मिळायची गऽऽ" भाऊनं मूळ मुद्दा विचारला.

"आसंल तवा..." म्हणत तानाप्पानं त्याला टायनात घेतला. टायनाच्या समोर टांग्याची झुंबड लागलीती. भाऊचं हातवारं वाढाय लागलंतं. कोणतरी बापय त्येंच्याजवळ येतच उभा राहिला. भाऊनं सरळ त्याच्या खांद्यावर हात टाकतच विचारलं,

"पावणं, आळत्याला गाडी कव्वाऽऽ?"

पावणा जरासा रंगात येतच म्हणाला, "आता घटकाभरात हायच की-

देवाला वाटतं?''

"तुमी कसं वळीकल्यासा'' म्हणतच भाऊनं त्याच्या तोंडावरनं हात फिरवला. पावणा पाल पडल्यागत मागं झाला. त्ये कुठल्या कुठं न्हाईनपतच झाला.

आळतं गाडी लागली तसा भाऊला भलताच जोर चढला. त्यानं गर्दीत स्वतःला झोकून दिलं. गर्दीतनं कोणतरी बापय आरडला,

"आयला, ह्यो जोगता हाय का हैवानऽऽ?''

"आत्ता ग बाईऽऽ, तुला काय केलं?'' म्हणतच तेवढ्या गर्दीत भाऊनं त्याच्या नाकाचा शेंडा धरला. सगळी गर्दी खळखळून हसली. ओरडणारा बापय गाडग्यातल्या पाण्यागत थंड झाला. तायाप्पाच्या अंगावर मात्र सरकन काटा आला.

आळत्याच्या देवळाम्होरं सगळीभर जोगता-जोगतिणी, आरध्ये, चौंडकी हेंचा पूर आलता. बघावं तिकडं लचकून मुरकून चालणाऱ्या जोगत्यांचंच आवाज. त्यांच्या बायकी भसाड्या आवाजानं सगळा माळच्या माळ भरून गेलता. कुठं म्हणून पाय ठेवायला जागा न्हवती. वरसाचं 'जग' आपआपल्या जागा पकडून तंबू ठोकून बसलंतं. सगळीकडं लुगड्यांची साय पसरल्यागत झालंतं. दोन-तीन दिवस आदी आल्याल्या जोगतिणी-जोगतं चांगल्या मोक्याच्या जागा धरून ठाण मांडून व्हतं.जोगतिणीचा ताफाच्या ताफा जग सांभळत इवून देवासमोरच्या गर्दीत मिसळत होता. आपआपल्या वळखीच्या माणसास्नी घोळक्या घोळक्यानी एकरत होत्या. सगळं आळत्यानं रान जोगता-जोगतिणींनी भरून गेलतं. नवस फेडाय आलेल्या बायका, नव्या झालेल्या जोगतिणी. त्यातनंच वळवळणारी बारकी पोरं, कुणाबिनाची कोकरं-वासरं. सगळीवर नुस्ती झुंबड उडालती. कुणाचं कुणाला ऐकू येत नव्हतं. जोगत्यांनी तर घोळका करून नाचत नाचत सगळं माळ घेरून टाकलंतं. जोगतिणी आपल्या जग परड्या सांभाळत हिकडतिकडनं भिरइबराय लागल्यात्या. सगळं शिवार आवाजानं गजबजलतं.

तानाप्पानं एका हातानं तायाप्पाला धरलतं. भाऊ सगळ्या गर्दीतनं वाटा काढाय लागलाता. वळकीचं कोण दिसतंय बघायला त्याचं डोळं भिरभिरत होतं. बूड टेकायपुरतीतरी जागा मिळती का न्हाई या विचारातच तानाप्पा पुढं सरकत होता. वरसाच्या जागंला कोण ना कोण तरी भेटंल, म्हणन देवळाच्या खालच्या बाजूच्या वडाकडं सरकत होता. सगळीकडं भंडाऱ्याचा वास माचून भरलाता. जोगतिणींची कपाळं पिवळीधम्मक झालती. जोगते

मंडळी भंडाऱ्यानं माखून गेलती. तानाप्पा वसाच्या झाडाखाली आला.

"आल्यानी ग बाईऽऽ आल्यानीऽऽ." म्हणतच उत्तूरचा दादू जोग्या गर्दीतनं पळतपळतच आला. तानाप्पाला मिठी मारून भेटला. "बरं झालं बाईऽऽ, माझ्या जीवात जीव नव्हताऽऽ." म्हणतच तानाप्पाबरबर चालाय लागला. झाडाखाली आल्यावर तानाप्पा टेकला. बघता बघता भागातल्या दहा-वीस जोग्यांनी झाडाची सावली घेरली. बायकी हातवाऱ्यांना ऊत आला. बायकी भसाड्या आवाजानं झाडाची सावली टिरटिरत गेली. तायाप्पा गर्दीतल्या जोग्या-जोगतिणीस्नी डोळं फाडून बघाय लागला.

दुपारचा टायम झाला. देवळापुढच्या माळावरचा लाकडाचा ढीग धुमाय लागला. साऱ्या माळभर धुराचा लोट पसरला. हाऽऽ हाऽऽ म्हणता सगळंच बदललं. जोग्यानी-जोगतिणींनी लाकडाच्या धुमणाऱ्या खचाभोत्यानं परसराम नाचवायला सुरवात केली.

"नाचवाऽऽ गऽऽ नाचवाऽऽ
परसराम किचवाऽऽ
त्याचा किच जागवाऽऽ
रांडपुनाव भोगवाऽऽ."

म्हणत जोग्यांनी सगळं माळ डोक्यावर घेतलं. त्याच्या बायकी नाचानं भुईला भेगा पडल्यावाणी व्हायला लागल्या. जोग्यांचा एक एक ताफा धुमणाऱ्या खचाकडं यायला लागला. भोत्यानं बसू लागला. टाळ्या वाजवून रडाय लागला. जोगतिणींनी कांकणं वाढवाय सुरवात केली. कांकणाचं तुकडं धुमणाऱ्या ढिगात टाकायला सुरवात केली. येणारी परत्येक कांकणं वाढवायची. ऊर बडवून धाय मोकलून रडायची नव्या येणारीच्या गळ्यात पडून हंबरल्यागत करायची. तिची कांकणं मढ्यावर वाढीवल्यागत कचाऽऽ कचा फोडली जायाची. ढिगात अलगत पडायची. गळ्यात गळा घातला जायाचा. पुन्हा हात बडवून रडण्याचा आवाज. सगळीभर रांडापुनाव रांडमुंड व्हवून साजरी व्हयालती.

तानाप्पानं तायाप्पाला उठवलं. भाऊ, सदा, तुक्या, दादू घोळकानं पुढं झालतं. त्याच्या पाठनं गर्दीतनं वाट काढली. सगळी गर्दीच लाकडाच्या ढिगाकडं सरकालती. हळूहळू तायाप्पा, तानाप्पा ढिगाजवळ पोचले. भाऊ, दादूनं लांबनच रडायला सुरवात केली. ढिगाजवळ बसून रडण्यातनं तानाप्पाला बघून म्हादू, चन्नाप्पा, राघू पळत आले. तानाप्पाच्या गळ्यात पडून रडाय लागले. घटकाभर सगळ्यांनीच गळा काढून रडं काढलं. तानाप्पानं हळूहळू ढिगाजवळ न्हेलं. धुरानं पुढचं काय दिसत नव्हतं. डोळ्यांतनं पाणायची धार लागलीती. डोळं चोळायला गर्दीतनं हातबी वर निघत नव्हता. तानाप्पानं

तायाप्पाला ढिगासमोर बसवलं. आदी आपल्या हातांतली कांकणं वाढवली. काचा ढिगात व्हलपटल्या. तायाप्पाचं कांकणानं भरल्यालं दोन्ही हात आपटलं. सगळी कांकणं खुळऽऽ खुळऽऽ फुटली. काचा ढिगात गेल्या. तानाप्पा तायाप्पाच्या गळ्यात पडून रडाय लागला. म्हादू, राघू, दादूनं तायाप्पाला यरगटलं. ऊर बडवून रडायला सुरवात केली. मदी मदीच हातावर हात आपटून पिऽऽचीक पिऽऽचीक टाळ्या झाल्या. टाचा घासल्या. घटका दोन घटका सगळ्यांचेच सूर रडण्यात मिसळले.

थोड्या वेळानं सगळी उठली. गळ्यातल्या जुन्या दर्शनाच्या माळा तोडल्या. त्याचं तांबडं-पांढरं मनी कळकडून गेल्यालं. एक एक करून ढिगात पडलं. प्रत्येकाच्या गळ्यात नवं दर्शन चढवलं गेलं. तायाप्पा सगळंच न समजून करालता. काय चाललंय ह्येच त्याला कळत नव्हतं. डोळ्यात तर सारखा धूरच धूर चाललाता. एवढ्यात कमळा, सुंदरा, लल्लवा, यल्लवा अशा कोण कोण दहाबारा जनी जवळ आल्या. भाऊनं परत त्येच्या गळ्यात पडून आपलं रांडपण दावत होता. ज्येचं-त्येचं रांडपण उघडं पडत चाललंतं. सगळी जत्राच्या जत्रा आपलं रांडपण साजरी करालती. रांडपुनाव सगळ्यांचं रांडपण उरकून काढून जिकडं तिकडं आंबलीगत दाट होत चाललीती!

पालखीवर खारीक-खोबरं उधळून जत्रा पाखरागत न्हाईनपत झाली. तायाप्पाला मनात कसली तरी अधारभाव घर करल्यागत वाटाय लागलं. तानाप्पा, कमला, सुंदरा, मल्लव्वा, यल्लव्वा ह्येंच्या संगतीत खिदळत टायनावर बसलाता. भाऊ, म्हादू, राघू बापयाच्या घोळक्यात शिरलेतं. सगळी आपआपल्या तालात होती. तायाप्पाच्या मनात नवं नवं वादळ उठत होतं. लांब देवळाजवळ दिसणाऱ्या धूराच्या लोटात विरगळत होतं. त्याला अजून त्या लाकडाच्या ढिगाचं कोडंच सुटत नव्हतं. त्याच्या धुराचे लोट अंगाभोवत्यानं घोंगावल्यागत वाटत होतं. यल्लव्वा तानाप्पाजवळनं उठतच त्याच्या जवळ आली.

"बरं हाय न्हवं सगळंऽऽ?" तिनं तायाप्पाला विचारलं.

तायाप्पानं नुस्ती मान हालवली.

"तानाक्का, पारव्वा काय म्हणत्यात?"

"त्या काय म्हणत्यात. बऱ्या हाईत की-" म्हणतच तायाप्पा जीतनीत भाऊवाणी हसला आणि त्याचा तोच दचकला.

"एकदम का गांगरलास रंऽऽ?" यल्लव्वानं त्याला छेडलं.

"कुठं कायऽऽ." म्हणतच तो गोडीला येत पुढं म्हणाला, "मघाशी त्या ढिगात वल्ली लाकडं टाकलीती काय गऽऽ, आक्का?"

"हट् माझ्या सुडक्याऽऽ." म्हणतच सुंदरा त्याच्या जवळ आली.

"आरं, त्ये जित्तं झाड म्हणायचं. यलुबाई जित्या झाडास्नी आग लावती-" म्हणतच सुंदरा त्याला खेटून उभा रहिली. त्याच्या डोक्यात म्हऊ डिवचल्यागत माशा उठल्या. डोक्यात घोंगावू लागल्या. तो तानाप्पाजवळ टेकला. तर त्याचाच विषय तानाप्पा रंगवून सांगालता...

...मोटारीत बसल्यावर तायाप्पा आपल्याच नादात बुडाला. त्याच्या डोक्यात "नाचवाऽऽ ग नाचवाऽऽ परसराम किचवाऽऽ त्याचा किच जगवाऽऽ रांडापुनाव भोगवाऽऽ" ह्योच ताल बसलाता. मनातल्या मनात हजार जोगे उचकून मुरडून नाचालते. प्रत्येकाच्या तोंडात "नाचवाऽ गऽऽ नाचवाऽऽ" ह्योच होतं. कुणाच्या तोंडावर कसलीसुद्धा रेघ नव्हती. सगळी त्यातच बुडालेली. विसरलेली. त्याला त्याचं कौतुक वाटाय लागलं. त्यो त्यातच गुरफटला.

"आता तू सरळ आमच्या गावाला चल रंऽऽ" मल्लवानं त्याला खोपरानं खोचरत सांगितलं. त्याच्या मनातलं सगळंच इस्कटलं. 'काय?' म्हणत तो भांबावला.

"काय न्हाई. तू आमच्या गावातच ऱ्हा चल..."

"आतच नको, तवर माझ्याजवळ ऱ्हाऊ देऽऽ म्हयन्या दोन म्हयने! मग बघाय ईल..." तानाप्पानं मदीच सांगितलं.

"त्ये कशाला. ह्येला एक खोपाट बघून देताव. लागलं त्ये धान्य गोळा करताव. नुस्तं आमच्या मेळ्यातनं येवू दे की." बाबू चौंडक्या बडबडला.

"सलम व्हईस्तोवर माझ्याजवळ आसू दे की-" तानाप्पानं बायकी आवाजात सांगितलं. बाबू चौंडक्या गप्प बसला. तशी पुढच्या बाकावर बसल्याली कमळा जोगतीण मागं वळतच म्हणाली,

"काय गावातच वायल्या घरात ऱ्हातोस नि आमच्यातच येवून जावून करतोस?"

"मागनं बघू या की-" म्हणतच तायाप्पानं विषय टाळला. गाडीच्या वेगाबरोबर त्याचं डोकं भिरभिराय लागलं... गाव, आई, बाबा, रत्नी सगळं सगळं त्याच्या भोत्यानं जमा झाल्यागत डोक्यात जमा झाली. गाव खिदळल्यागत वाटाय लागलं. त्यातच सगळ्या जोग्यांनी कडं करून ताल धरला-

"नाचवाऽऽ गऽऽ नाचवाऽऽ."

त्यानं गच्च डोकं धरलं... भाईर बघितलं. एक एक गाव मागं पडाय लागलतं.. मागं पडणारी झाडबी ताल धरून म्हणत होती-

"परसराम किचवाऽऽ त्याचा किच जागवाऽऽ रांडपन भोगवाऽऽ."

आप्पया घरातनं सारखा हिकडं-तिकडं येरझाऱ्या घालालता. सुंदराची अजूनबी वेणीफणीच चाललीती. कमला निवान्त पान चगळत तणगा लावून बसलीती. मल्लव्वा आपली कायबाय खिडूकमिडूक करालती. तायाप्पा नुस्ताच एका जाग्याला बसून होता. आप्पया येझाऱ्या घालता घालताच थांबला.

"आगऽऽ आटपाकी लवकरऽऽ दिवस मावळाय चाललायऽऽ." तो एकदम खेसकला. सुंदरानं लगबगीनं फणीतलं केस काढून गोळा केलं आणि बाहेर टाकतच म्हणाली,

"माझं झालंऽ चलाचऽऽ."

"खरं आजून कुठं साताप्पा आला न्हाई की?" कमळानं पानाचा तोबरा आवरतच विचारलं.

"जाता जाता हाळी मारू या. भाईर तरी पडाऽ" म्हणतच आप्पयानं धोतराच्या कपड्यात गुंडाळलेलं चौंडक काखंला लावलं. मल्लव्वानं सुती चौंडकं फडक्यात बांधून पदराआड दडवलं. सुंदरानं टाळबीळ कोंबल्याली पिसवी हातात घेतली. कमळा आणि तायाप्पा हात हालवतच भाईर पडली...

आप्पया भराभरा पुढं होतच साताप्पाच्या दारात गेला. साताप्पा काखंला ढोलाची आडकून भाईर पडायच्या तयारीतच होता. आप्पयाला बघितल्या बघितल्या उंबऱ्यातनं भाईर आला.

"आता निघालतोच बघऽऽ."

"काय मर्दा निघालतास. आज लईच टायम झाला... आता कडगावातच पोचायला जेवनवकोत व्हईल."

"व्हईना गाऽऽ सगळं आटपायला तेवढा येळ व्हतोयच की. आपलं काय जायाचं त्ये उभा ऱ्हायाचंच की." साताप्पा चालता चालताच बरळत राहिला. गावाची शिव सपायच्या आतच कमळा, सुंदरानं त्या दोघास्नी गाठलं. सगळी कडगावच्या दिशेनं पावलं उचलायला लागली...

रानात कसली ती रया नव्हती. सगळं रान भेगाळून गेलत. बांधावरचं गवात वाळून कोळ्ळ झालतं. चालता चालता पायाला रेशमागत डसालतं. तायाप्पा आपल्याच तालात वाटंवरनं पाऊल उचलालता. मल्लव्वा काखंतलं सुती चौंडकं संबाळत त्याच्या मागनं पाय वडायला लागलीती.

निम्मीशिम्मी वाट संपत आली तवा तायाप्पा, मल्लव्वा आणि पुढं चलणाऱ्या आप्पयात फर्लांगाचं अन्तर पडलं.

"कसलं चलत्यात ग बाईऽऽ?" म्हणतच तायाप्पानं मल्लव्वाकडं बघितलं. ती नुस्ती हासली. आपला फाटका पदर वडून सरळ करतच म्हणाली,

"ह्ये कसलं बघतोस बाबाऽऽ देवाच्या वाटंला बघाय पाजेस. गडी

हारगाल सुटतोय. चांगलं मैला मैलाचं अन्तर. आमी गाठोस्तोर गड्याची एक नीज व्हतीया...

"सगळंच आगडाधिगड दिसतंय..." म्हणत तायाप्पा थोडासा बुचकळला. मागनं जराशी मल्लव्वाला सलगी लावतच म्हणाला,

"ह्यो हितं कव्वा आला म्हणायचा?"

"तरी झाली की पाच वरसं..."

"कसा काय?" तायाप्पानं उत्सुकतेनं विचारलं.

"त्येचं लई मोठं गाऱ्हाणं हाय बाबा. ही कमळा तवा हानिमनाळच्या मेळ्यात व्हती. आमच्या सारखंच हिकडं तिकडं इड्याला जायाची. एकदा ह्येच्या गावाला गेली. तवा कमळाक्का हानिमनाळच्या बाळकू चौंडक्याबरबर व्हती. त्येला इसंबायचीच न्हाई. ह्येनी नूलला गेल्यानी. जेवन खावणं झाली. गाण्याला उभा ऱ्हायल्यानी, तव्वा कमळाक्का केळीच्या कोक्यागत दिसायची. समदी माणसं नुस्ती बघून खुळी व्हयाची. तसा ह्योबी गडी त्या रातीपास्नं खुळा झाला. घरदार सोडून हिच्या मागं लागला. खरं ही वस्तादिन. ह्येला कुठलं दाद देती. खरं हिचंच नशीब फिरलं. बाळकू चौंडक्यापास्नं दीस गेलं. आणि त्याच भाड्यानं दिसात असतानं मेळ्यातनं हाकलली..."

"उगचच?"

"उगच कशी, त्येला 'ते' आपलंच वाटंना. सारखा बरळाय लागला- ह्ये दुसऱ्या कुणाचं हाय म्हणून. त्यातनंच वाडाचार झाली. हिला भाईर काढली... दिसातली बाई जाणार कुठं. मागं म्होरं कोण बी न्हाई. खरं वस्तादीन धीराची. त्याच गावात कुणाच्या वळचणीला ऱ्हायली. बाळंत झाली. ह्येला कुठनं समाजलं गड्यानं येणं-जाणं वाढवलं. हिमतीनं चौंडकं शिकला. दुसरा मेळाच उभा केल्यानं. हिच्याखातर सगळ्या जमीनजुमल्यावर पाणी वतून मोकळा झाला."

"गावात त्येची बायको-बियको कोण न्हाई?"

"आसंल, खरं तिकडचं नाव काढलं की गडी पिसाळल्यागतच करतोय. म्हणून आमी बी काय इच्यारत न्हाई... कव्वा लहरीत आला तर आपुनच सांगतोय..." मल्लवा बोलता बोलताच पाय उचलाय लागली. बोलण्याच्या नादात अंधार कव्वा पडला तिचं तिलाच कळालं नाही...

...आठ-नवाच्या टायमाला कडगावच्या येशीत पाय पडलं आणि आप्पयाला सुटल्यागत वाटाय लागलं. आता ह्येचं कव्वा बी आटपू दे. आपण एकदा ठिकाणाला आलो. कुणाचा शब्द घेणं म्हणजे गड्याच्या जिवावर. आप्पयानं विचारत विचारत निकमाचं घर हुडकून काढलं. घटकाभर दारात उभा राहून

मालकाला बलवून घेतलं आणि मेळा आल्याची ताकीत केली. आप्पया आलाय म्हटल्यावर रकमा जोगतीण निकमच्या घरातनं वाट काढतच गल्लीत आली.

"तू हितंच हाईस व्हयऽऽ मी म्हणालतो, घराकडं जायाय लागणार." आप्पया काखंतलं चौंडकं हातात घेतच बोलला.

"माझ्या बिगर गावात परड्या पूजाय कोण हाय बाबाऽऽ ह्या नव्या पोरास्नी काय जमतंय म्हणतोस? नुसत्या नटापट्टा करण्यातच नंबर..."रकमा आता भलतीच थकल्यागत बोलाय लागली. तिच्या केसाचा वाक झालता. डोळ्यांजवळ सुरकुत्या जमा झालत्या. हानवटीचं चमडं लोंबल्यागत दिसालंतं.

"तू शिकवतच नसशील तर पोरी कशानं शिकतील." रकमाला कमळानं उभा उभ्याच डिवचलं आणि आप्पयाकडं बघतच डोळं मिचकंलं.

"हूंऽऽ बाईऽऽ शिकवून शिकवून जीव घाईला आला. कंच्ची बी रांड तयार व्हईना. ती शिंद्याची तयार व्हयालती तवर गेली कुणाचा हात धरून-" म्हातारी बोलता बोलताच थांबली.

"कुणाचा गऽऽ?" सुंदराची नेहमीची उत्सुकता जागी झाली.

"सांग बाईऽऽ हिला खडा खडा सांग. आता तुझा बाक काढती बघ." सातापानं हसत हसतच म्हातारीला सांगितलं. आप्पया आपल्या छपऱ्या मिशा सरळ करतच हसला. एवढ्यात निकमच्या घरातला मालक गडी हातात घोंगड्याचं फटकूर घेवून आला आणि आप्पयाला "चला पावणं" म्हणतच चपरातल्या गोरणीत घीऊन गेला. त्यानं घोंगडं अंथरलं. घरातला कंदील आणून ठेवला.

आप्पयानं खोपटातल्या यळवाला चौंडकं आडकलं. बसतच खिशातली तंबाखूची पिसवी काढली. सातापा त्याच्या जवळच टेकला. लागूनच कमळा, सुंदरा बसल्या. मल्लव्वा म्हातारीला आजून बी फांगसून फांगसून कायतरी विचारायला लागलीती.

"बस बाबा तायाप्पा. कुठ बी गेला तर ह्येच चपार आपल्या वाट्याला आसंतय..." आप्पया हातातली तंबाखू चोळतच उभ्या असलेल्या तायाप्पाला म्हणाला. तायाप्पा कसाबसा आंग आकसून टेकला. त्याच्या डोक्यात येगळीच घुसळण चाललीती...

कमळानं पिसवीतला पानाचा डबा काढला आणि उघडून समोर ठेवला. तिनं आकसून बसलेल्या तायाप्पाला खोचरून सरळ बसवलं. पानाचं देठ खुडतच विचारलं,

"पान खातेस व्हय रंऽऽ"

"न्हाई बाऽऽ" तायाप्पा गुडघ्यावरची हानवट उचलतच बोलला.

“आरं, काय तरी आसवं मनाला इसर पडाय. मी करून देतो. मग तरी खाशील का न्हाई-” कमळा आपलं चुना लावलेलं पान तोंडात टाकतच म्हणाली.

“लई नशीबवान गड्या तू. आरं हिच्याबरबर अर्धा जलम काढला तर मला कधी पान करून देतो म्हणली न्हाई आणि तुला बघ-” आप्पया एकटाच खोऽऽ खोऽऽ हसत म्हणाला.

कमळा जराशीच गालात हसली. तिनं दुसऱ्या दोन पानांचं देठ खुडलं शिरा नखानं कोचून चुना लावला. सुपारी घातली. नखानंच कोचून कात टाकला. आणि तायाप्पाकडं सरकली. तायाप्पाला नको म्हणवंना. त्यानं गुमान पान तोडात टाकलं. एकाएकी चळ भरल्यागत साताप्पाला हसू फुटलं. गडी घटकाभर हातच राहिला.

“कुठली सटवी हासवाली रं?” सुंदरानं त्याला थांबवतच विचारलं.

“कुठली न्हाई बाई... किसन्याची आठवण झाली.”

“कुठल्या? हाणबऱ्याच्या किसन्या जोग्याची?” आपय्यानं गुळणी आवरली.

“व्हय गा! पान खाललं की व्हट रगतागत व्हयाचं! आदीच गोरपानं. त्यात जोग्या. आक्षी राणीगत वाटायचं!” म्हणतच साताप्पा पुन्हा हासत सुटला. कमळाक्कानं एकाएकी डोळं मोठं केलं आणि साताप्पा हासायचं बंद झाला.

“आज यमन्याला बी आणाय पायजे व्हतं...” सुंदरा विषय बदलत म्हणाली.

“कुठं जातो म्हणालं बाबा. खरं यमन्या असल्याशिवाय काय गम्मत न्हाई. नुस्तं लाचाकलं तर माणसं खुळी व्हत्यात-“ आप्पया तोंडातली गुळणी थुकून येतच म्हणाला.

“त्यो कुठं म्हादू जोग्याकडं गेलाय वाटतं?” साताप्पानं मध्येच तोंड घातलं.

“व्हयऽ कुरळ्याच्या बायका लईच काकुळतीला आल्या. मग म्हटलं, जावा घीऊन...” कमळाक्कांचं पान रंगत गेलं.

“त्येंचं काय इच्यारायचं हाय?” आप्पया पुटपुटला.

“व्हय. काय तरी हाय म्हणल्या.” कमळाक्कानं विषय तिथंच थांबवला. निकमाच्या घरात परड्या पूजून ‘उद’ घातल्याचा आवाज आला.

“आलं आटपत वाटतं?” साताप्पा आपल्याशीच पुटपुटला.

“हूं, जेवनं संपायला निम्मी रात व्हईल,” म्हणतच कमळाक्का तोंडातलं पान चघळतच सुंदराच्या मांडीवर आडवी झाली.

.. सगळी गल्ली पोरांनी डोक्यावर घेतलीती. गल्लीतल्या आया-बाया आपापल्या दारातच पारयीवर कायबाय हातरून बसल्यात्या. सगळी गल्ली माणसांनी लिपल्यागत झालती. कमळाक्का आरशात बघून केसाची बट नि बट जाग्यावर बसवालती. तिच्या नाकातली नथ बत्तीच्या उजेडात चमकालती. पान खाल्ल्यानं व्हट लालबुंद दिसालतं. सुंदरा सुती चौंडक्याची तार हवी तशी ताणून घ्यालती. आप्पयानं कोश्यापटका बांधला. छपरी मिशा जराशा पिळून बघितल्या. साताप्पा मात्र व्हता तसाच उभा उभा व्हता. आपलं आटपतच मल्लव्वानं तायाप्पाला जवळ वडलं. त्याच्या डोकीवरच्या पदराला पडल्याली घडी सरळ केली. सगळ्या तोंडावरनं फडकं फिरवलं. पावडरीचा हात फिरवला. कुंकवाचा टिळा चांगला दाट केला. तायाप्पा सगळंच मेलेल्या मड्यागत करून घ्यालता...

आप्पयानं चौंडक्यावर हात धरला. टाँऽ टाँगऽ गुडऽ गुडऽ टाँगऽऽ'' आवाज सुरू झाला.

गल्लीतली पोरं चिडीचिप झाली. कमळाक्का भंडाराभरल्या कपाळानं सगळ्यांच्या समोर आली. यल्लमाल्ला मनातल्या मनात पाया पडतच लोकांच्या पाया पडली. सुंदरानं सुती चौंडक्यावर ताल धरला. साताप्पानं ढोलचीवर थाप दिली. आप्पयाचं चौंडकं बेभान झाल्यागत घुमाय लागलं. सगळी टाळा पगळून बघाय लागली. तायाप्पा जमलेल्या माणसाकडं बघत घुमाय लागलं. सगळी टाळा पगळून बघाय लागली. तायाप्पा जमलेल्या माणसाकडं गारगोटीगत बुबळांनी बघत राहिला.

घटकाभर नुस्तं चौंडकंच घुमत राहिलं.

कमळाक्का लोकांच्यावर चहूबाजूनं नजर फिरवालती. कोणत्या कोणत्या बाजूला बाया बापड्या बसल्यात हेरालती. टवक्या पोरावरनं नुस्तीच नजर फिरवालती. आप्पयाच चौंडकं थांबलं. लोक जराशी भानावर आली. तशी कमळाक्कानं पुढं होतच रेणुकेच्या नमनाला सुरवात केली.

चला ग बायनुऽ डोंगरी जाऊ याऽ
लिंब नेसून परडी भरू या
तनवी भरमाप्पाला खारीक दीऊन वाटला लागू या
जकाती दीऊन डोंगर चढू या
शिकर बघून नारळ फोडू या
येणी कुंडाला जाऊन तीरीत घेऊ या
परसरामाच्या समोर जोगवा बी घालू याऽ

नमन रंगात आलं तसा साताप्पा तळामुळातनं हालत गेला. त्याचा हात

ढोलचीवर पापणी लवल्यागत पडाय लागला. मघापास्नं चुळबुळणारी पोरं डोळं कमळाक्काच्या हावाली करून बसली.

नमन संपलं आणि नुसताच चौंडक्याचा आणि मल्लव्वाच्या टाळाचा आवाज घुमत राहिला. सुंदरा सुती चौंडक्याचा ताल बिघडू न देता पुढं झाली. तशातच जराशी खाकरून-खोकरून सरळ झाली. तिनं रेणुकाजन्माच्या कथेला सुरवात केली. बाया-बापड्यांचं कान टवकारलं. बापयांच्या तोंडातला तंबाखू कव्वा नरड्याखाली उतरला ह्ये त्यांचं त्यास्नीबी समजलं नाही. सुंदराबाईनं कथा अर्ध्यावर आणली.

मनोळीच्या नदीला
गेली यल्लव्वा न्हायालाऽऽ
भरली घागर काकंला गऽऽ नदीच्या वाटंलाऽऽ
किरडू दिसलं वाटंला गऽऽ घागर काकंलाऽऽ
बाई भिऊन सुटली
घागर वाटला फुटली
घागर फुटली वाटंला, राग आला गऽऽ रूषीलाऽऽऽ

तायाप्पा उभ्या उभ्याच सुंदराक्काच्या कथेत गुतपळला. नुस्ताच खांबागत थिजून गेला. त्याचा हात कथेच्या तालावर हालाय लागला. भुवईच्या हालचाली होऊ लागल्या. डोळ्यांच्या गारगोट्या कथेच्या तालावर हालाय लागला. त्याच्या डुईवरच्या पदरालाबी कथा चढत गेली. मनावरच सगळं वझ्झं उतरल्यागत वाटाय लागलं... कथा कवा संपली त्याचं त्यालाच कळलं नाही. चहाचं कप समोर आलं आणि त्यानं मुरका मारतच चहाच्या कपाकडं बघितलं. साताप्पाच्या नजरेतनं एवढंबी सुटलं नाही.

"ह्यो बेस मुरका मारतोय की गऽऽ." म्हणतच त्यानं ढोलची गळ्यातनं उतरून खाली ठेवली.

तायाप्पाला उगचंच पायात कायतरी वळवळल्यागत वाटाय लागलं...

"आता कशाचा इच्यार करायचा न्हाई. इल त्यो दिस आपला म्हणायचा. बाजू फुटंल तिकडं फुडा करायचा. लईबी डोस्क्यात किडं पाडून घ्यायचं न्हाईऽऽ आपला जलमच आसला हाय बाई! त्येला काय करायचं...? समोर आल्यालं आपलं म्हणायचं..."

यमन्या बायकी हातवारं करून तायाप्पाला कायबाय समजून सांगालतं. एवढ्यात कुरळ्याच्या घरातनं पाल कुचकुचल्याचा आवाज झाला. तसं त्यानं

पिऽऽ चिक करून टाळी वाजवतंच सांगितलं,

"बघितलंस बाईऽऽ तिला सुदीक खरं वाटलं. आसं घुम्यागत बसून काय व्हईत न्हाई. लोक लई उलट्या चालीची आसत्यात."

यमन्या बडबडता बडता गप्प झालं. मागनं आपोआपच बोलतं झालं- "तुला म्हाईत नसंल, ह्या गावात मी दहा-बारा वरसाचा आसतानं पाय टाकला. पाठीमागं पुढं नुस्तं आभाळ तेवढंच व्हतं. अंगावर एक जुन्यार मागं राखलंतं. गिरजाक्का व्हती. तिला आईचं सगळं सांगितलंऽऽ." यमन्या रडवेल होऊन थांबलं.

"आई तव्वाच सपलीऽऽ?" तायाप्पानं नकळून विचारलं.

"सपली आसती तर हाणून बडवून घेऊन ध्याईची शांताई तरी केली आसती. चारदीस रडून रडून इसराय झालं आसत. खरं ही गेली पांड्याचा हात धरून. आता हिंग्लजात मोठं दुकान हाय, म्हाईत आसंल... त्येच्या बरबर... त्यो भाड्या मदी मदी यायचा. मला बघितला की चडफडायचा. थुकायचा. मरगी आली धीरण्याला. त्येनंच मला वऱ्यावर सोडून पाटनं यायला लावलं आईलाऽऽ."

"खरंऽऽ" तायाप्पा अडखळतंच पुटपुटला.

"कुठलं धीवून बसलीस खरं आणि बिरं! ह्या धरणीवर आईबियी कोण न्हाई... चमडं आनी प्वॉट तेवढंच खरं हायऽऽ आदीच कुणाबरबर तरी झोपून मला काढलीतिनं. त्येचंबी कव्वा त्वाँड दाकीवलीन न्हाई आणि आपलंबी त्वाँड घीवून गेली. कोण हामाल त्येनं आपल्यातला तुकडा दिला... त्येला कव्वाची आईची वळख. म्हणाला, निंगनूरच्या गिरजा म्हातारीला तरी इच्यार जाऽऽ तिला आई कुठं गेलीया ठाव आसंल?" यमन्याच्या डोळ्यांतनं पाण्याची धार कव्वा लागली, त्याचं त्यालाबी कळलं नाही.

"मग?"

"मग कायऽऽ कसाबसा रडत रडत गिरजाक्काजवळ आलो. तिनं सगळं ऐकून घेतलं. राच्याला पोटाजवळ घीवून झोपली. सकाळी माझ्या आदी उठून कव्वा गावाला गेली... म्हटलं हीनं बी टाकलं वाटतं. उंबऱ्यावर टेकून बसलो. किनीट पडायला आली आणि मला मिठी मारून हामसून हामसून रडली... अख्खा रातीला डोळ्यांचं पाणी तुटलं न्हाई. नुस्ता मिटीमिटी बघत ऱ्हायलो. भगटायला मला उठवून बसवत म्हणाली,"घरातनं कुठं जाशील. माझ्याजवळच ऱ्हायाचं..."

यमन्या भलतंच गदमदलं. तायाप्पाचं डोकं भाताच्या गाडग्यावाणी गदगदाय लागलं. यमन्यानं डोळं पुसून पदर खाली सोडला. समोरच्या अंधारात खिन्न

होऊन बघाय लागलं.

"ह्ये लुगडं कव्वा पास्नं आलं?"

"बया ग बयाऽऽ मग काय आईकलीस? दहा वरसाची व्हतो आईला कुठल्या देवरशानं सांगितलं आणि ह्ये अंगावर आलं. कसं नेसायचं ह्ये बी कळत नव्हतं.

गिरजाक्काकडं न्हायल्यावर ह्या कुरळ्याच्या सख्यानं लाडिक लावली. शेताकडं न्हायचं, कायबाय खायला द्यायचं... गोडी गोडीनं लुगडं फेडायचं... तीच सवय वाढली. त्येच्याशिवाय जमंनाच झालं. आणि सगळंच बिघाडलंऽ गिरजाक्काचं हातपाय टेकलं. गिजवण्याच्या मेळ्यात घातलं... तव्वाच ठरीवलं ईल त्या दिवसाच्या नावानं टाळी वाजवायची. बाजू फुटंल तिकडं फुडा करायचा..." यमन्या सहज बोलून गेलं. तायाप्पाच्या डोक्यात किडं वळवळायला लागलं. अंधारातच त्याच्या बोटाची विचित्र हालचाल व्हायला लागली. त्यातनं बी त्यानं वर मान काढतच विचारलं-

"आता ह्यात माझं काय व्हयाचं गा?"

"काय सुदीक व्हईत न्हाई. आता ह्येच्यात आलीस हाईस. जरासं नाचाय शीक. ह्या नाचण्यात राती कव्वा जात्यात ह्येबी कळणार न्हाई."

"खरं ह्येंच्यात आसं किती न्हायाचं?"

तायाप्पानं हातानंच यमन्याला चाचपलं. यमन्याचा हात धीर दिल्यागत खांद्यावरनं फिराय लागला. "ह्ये बघ ह्येच्यात न्हावून काय कड लागायची न्हाई. तू सरळ गाव गाठ. कुणाचा तरी पडका सोपा घे. वाटलं तर मी बी येवून सगळं शिस्तीला लावून दिन. इडा आसंल तवा कुणाकडनं तरी सांगावा धाडीन. तेवढंच यायचं ह्येच्यातच गोडी न्हातीया. तुझ्या गावात जमत नसंल तर. हितं कुठंतरी खोपाट बघाय ईल. खरं गाव मागाय जमणार न्हाई. तुझंच गाव बरं . हाक्कानं मागायतरी जमंल... प्वॉट भरलं..."

"गावात सगळंच बिघडलंय मग कसं?"

"ह्यो जलमच बिघाडलाय म्हणायचा. कशाचं कायबी मनात आणायचं न्हाई... रातीला झाल्यालं दिसाला तरकत ठेवायचं न्हाई. दिसाला घडल्यालं रातीला मनात घोळवायचं न्हाई... तरच जगाय व्हईल. न्हाईतर फुकापासरी मरशील..." म्हणतच यमन्या जागा सोडून हाललं. अंधारात चालाय लागलं. त्याच्या पायाच्या अंदाजावर पाय टाकत तायाप्पा मागं झाला. पाठमोरा अंधार दोघाकडंबी आचक दात बघत न्हायला...

म्हागावला इडा असल्यामुळं आप्पयानं दुपारीच सगळ्यास्नी ताणून भाईर

काढलं. यमन्या लचक देत आचकं देत, सगळ्यास्नी हासवत- खिदळवत हिंग्लजच्या मोटार टायनावर घीवून आलं आणि सगळ्यास्नी टायनावर सोडून मदीच कुठतरी गुडूप झालं. गडी मदीच कुठं उधाळला तायाप्पाला कायबी लक्षात येईना. त्यानं साताप्पाजवळ जाताच त्याला बाजूला घेतलं.

"यमन्या कुठं गेला म्हणायचा?"

"आणि कुठं जातंयऽ. ईल बग आता मूत पिऊन. तिथं कुठं प्यायला जमायचं न्हाई म्हणून हितनंच मारून ईल झालं."

साताप्पानं तोंडावरची रेघसुद्धा न हालता सांगितलं आणि कमळाक्काजवळ जावून टेकला. तायाप्पानं डोळं सगळ्या मोटार टायनावर फिराय लागलं.

गरगाच्या हाटेलाकडनं यमन्या डुलतच येत्यालं दिसलं. तायाप्पाचं डोळं बिथारलं. त्याच्या बरबर आणि कोणतरी लडबडतच येत होता. त्याचा हात यमन्यानं खांद्यावरच रेटून धरलाता. आप्पयानं यमन्याला डुलत्यालं बघितलं आणि गड्याची शिरच उठली.

"आयला, भाड्या आला वाटतं मूत पिऊनऽऽ." तो बडबडाय लागला.

"इवू दे की गाऽऽ. जेवनं व्हईपोतर उतरती घेऽऽ." सुंदरानं त्याची साक भरली. एवढ्यात यमन्या बरोबरच्या माणसाला घीवून आप्पयाच्या समोर आला.

"ह्येच्या गावाला मंगळवाराला इडा द्या म्हणतोयऽऽ."

"त्येला पिल्याली उतरल्यावर इवून सांग म्हणावं." साताप्पानं यमन्याला निम्म खाली आणलं.

"ये उतरल्यावर सांगायऽऽ. मी काय नाबर हाय कायऽऽ. कुठंऽऽ हायऽऽ कमळाऽऽ." म्हणतच यमन्याच्या खांद्यावरचा हात झटकत पावणा लवंदाडला. आप्पया आता काय ह्येच्या तोंडाला लागाय नको म्हणून बाजूला झाला. यमन्यानं तालामाला वळीकला आणि तेबी सटकलं. पावणा एकटाच उभा राहून बडबडाय लागला.

म्हागाव गाडी लागली आणि सगळ्यांचीच यमन्याला शोधता शोधता तारांबळ उडाली. कमळाक्का, सुंदरा, मल्लव्वा मागंपुढं न बघताच गर्दीतनं गाडीत घुसल्या. मिळंल तिथं जागा धरून बसल्या. तायाप्पा हात हालवतच गाडीत चढला. आप्पया कुठनं तरी बकोटीला धरून यमन्याला घीवून आला. आता मात्र गडी हेंदकाळायला लागलाता. तायाप्पा एकदम पुढच्या कडंला जावून बसलाता. आप्पयानं कसाबसा यमन्याला गाडीत ढकलला. हिकडं तिकडं बघितलं. कुठचं जागा न्हाई म्हटल्यावर आप्पयानं तायाप्पाला हाळी मारूनच सांगितलं,

"ह्येला जरा टेकाय जागा दे आणि तू हुबाराऽऽ." सगळी गाडी यमन्याकडं बघाय लागली. काहींना हसू फुटलं. काहींनी तोंड लपवली. तायाप्पानं यमन्याला बकोटीला धरून आपल्या जाग्यावर बसवलं. यमन्या बसल्या जागेवर डुलाय लागलं...

गाडी टायनातनं भाईर पडली. भडगावर रस्त्यावर लागली. गाडीत जरा जरा वारं खेळाय लागलं. यमन्या जरा जरा शुद्धीवर यायला लागलं. आजूबाजूची माणसं बघून थोडंसं दचकलं. गड्याच्या डोक्यातली तार अजूनबी तापायलाच लागलीती. तायापाला मागच्या कडंला जागा मिळाली. तशी कमळाक्का त्याच्याकडं बघतच म्हणाली,

"आरंऽऽ पुढं कुठंतरी बसला असतास तर बरं झालं असतं. त्यो भाड्या आडवा-बिडवा व्हईल-"

"आता न्हाई व्हईत घे तूऽऽ." म्हणतच तायाप्पा टेकला. गाडीनं पुन्हा वेग घेतला. आप्पया आपल्याच विचारात गुतपळला. कमळाक्का, सुंदरा, कायबाय बोलण्यात गढल्या. तायाप्पाला बसल्या बसल्याच झोप लागली.

गाडीनं हारळी सोडली आणि गाडीच्या पुढच्या बाजूला कुणाचं तरी त्वाँड वाजलं.

"आयला, असल्या रांडाच्यास्नी गाडीत कशाला घेत्यातऽऽ." म्हणतच चंदगड्या माणसानं बेल वडली. ड्रायव्हर दचकला. गाडी थांबली आणि चंदगड्या माणसानं यमन्याच्या आईभनीचा उद्धार सुरू केला. कंडक्टर पळतच पुढच्या बाजूला गेला.

"काय झालं? काय झालं?"

"व्हतंय काय ह्येच्या आयला. रांडंचा पिऊन आलाय आनी मघाधरन सारखा माझ्या जांगंत हात घालाय लागलाय..."

कंडक्टरनं यमन्याच्या बावट्याला हात घातला. तसं यमन्या चवताळलं. 'ये मुडद्या' म्हणतच कंडक्टरच्या अंगावर धावलं, तसा कंडक्टर घाबरून मागं सरला. लगबगीनं आप्पयानं पुढं सरकून यमन्याच्या थोबाडात लगवली. यमन्या गळाटल्यागत गप्प बसलं. वडतच मागं आणलं. सगळ्या गाडीतली तोंड वाजाय लागली. आप्पयानं पाया पडून माफी मागितली... सगळी गाडी गजबजून गेली. यमन्या काय न झाल्यासारखं खिडकीतनं भाईर बघत बसलं.

म्हागावात उतरल्या उतरल्या कमळाक्कानं तोंडाचा पट्टा सोडला. यमन्यानं आता काय धडगत न्हाय ह्ये वळीकलं. त्यानं खालमान घातली. नजर खाली टाकली. गुमान सगळं ऐकत चालाय सुरवात केली.

"भाड्याला पिल्यावरच आसं काय व्हतंय कुणासधक्कल? कधी काय

सरळ ईत न्हाई... सारखं बापयाच्या अंगलाच डसतंय. ह्येच्या परास एक चांगला जात्याचा खूट्टा जवळ ठेवाय काय व्हतंय कुणास धक्कल...''
कमळाक्काच्या तोंडाला हाड राहिलं नाही. यमन्या मेल्या जनावरागत पाटणं वडत चाललं. तायाप्पाला त्याचं सगळंच आप्रुप वाटाय लागलं...

...कोकितकरच्या दारातल्या मांडवात आप्पयानं चौंडकं सुरू केलं. कमळाक्कानं पदराचं टोक बोटाला गुतपळतच पायाला ताल धरला. आणि यमन्याची प्यालेली सगळीच उतरली. त्याच्या अंगात चौंडक्याचा टाँगऽऽ टाँगऽऽ गुडऽ गुडऽ टाँगऽ' ताल भरत गेला. ताल चढता चढता कमळाक्कानं सूर धरला. यमन्याच्या पायाचा धर सुटला ल्हाया उडाल्यागत त्याचं पाय उडाय लागलं आणि भरलेल्या गल्लीतनं शिट्यांचा पूर आला... बायाबापड्या यडबडून बघाय लागल्या. त्यांच्या पापण्या ताठरल्या... एकादुसरं पोरगं तोल सुटून उठलं आणि यमन्याच्या तालातच नाचाय लागलं तशी सगळी माणसं खळखळून हसत सुटली...

कमळाक्काची कथा ऐन रंगात आली. तिनं नमन घोळता घोळता लोकांच्या समोर रेणुका उभा करायला सुरवात केली. आप्पयाचं चौंडकं मधीच खूडखुडू लागलं. साताप्पा सवडीनं एक एक थाप टाकाय लागला. सुंदराचं सुती चौंडकं तेवढं टाँगऽ टाँगऽ करत होतं. यमन्या उगचच पाय हालवत लचकं देत, मदीच कुणाकडं तरी बघून डोळं मिचकवत उभा व्हतं. एकाएकी कमळाक्कानं मध्येच कथेत भंडाऱ्याचं गाणं घातलं. साताप्पा गडबडला. आप्पयानं ताल सुधरून घेतला. कंटाळलेल्या यमन्यानं पाय हालवलं. कमळाक्काचा सूर चांगलाच ताणला-

लाव भंडारा, कपाळीऽऽ आई यल्लूचं सांगणंऽऽ
वाट चलतानं बाइऽऽ कर बळाचं मागणंऽऽ
काय सतपन तिचंऽऽ रान डोंगरी बोलवीऽऽ
तिच्या वाटंवर म्हणऽऽ आग झाडाला लागतीऽऽ.

गाणं ऐन रंगात आलं आणि जांभ्या देत बसलेल्या तायाप्पाला यमन्यानं एकदम उठवून कमळाक्कासमोर आणलं. हात धरून भोत्याभर फिरवून स्वतःबरबर नाचायला लावलं.

पयल्या पयल्यानं तायाप्पा नुस्तं पायच हालवत राहिलं. आता काय सुटणूक नाही म्हटल्यावर कमरेला हिसकं द्यायला सुरवात केली. त्याचं हात आपोआपच हालाय लागलं. गल्लीतली माणसं मांड्या काढून चण्यावर बसली. बारकी सारकी पोरं उभाच राहिली. पोरांनी शिट्याच शिट्या घालायला सुरवात केली. तायाप्पा बेताल झाला. पाय भिंगरीगत फिराय लागलं. कमळाक्का

गाण्याच्या ओघात फूलारली. सुंदराचं सुती चौंडक बेदाद सुटलं. आप्पयानं एवढीच संधी साधून चौंडकं बेदाद घुमवायला सुरवात केली. चौंडक घुमलं तसं तायाप्पा अंगात कायतरी संचारल्यागत नाचाय लागला. त्याच्या पदरानं ताल सोडला. हातानं मांडव यरगटला. आप्पयाच्या चौंडक्याची घुमवाघुमवी शिगेला पोहचली. तायाप्पा सगळंच इसरला. यमन्या कडंला उभा राहिला. कमळाक्काचं गाणं कव्वाच संपलं तरी आप्पयाचं चौंडकं थांबत नव्हतं. ते तायाप्पाच्या पायावर बेताल झालं...

आप्पयानं घामाघूम होऊन चौंडकं थांबवलं...

तायाप्पाचा पाय अडखळला. फेसाळलेल्या बैलासारखा तो गर्रकन वळला. पाय लुळं पडल्यागत झालं. अंग गळाटलं पेंडरीतनं कायतरी निरपून चालल्यागत वाटाय लागलं. तायाप्पा मट्टकत खाली बसला. अंग थरथराय लागलं. घाम कपाळावरनं निथळालता. कमळाक्का कमरं ची पिसवी काढून त्याच्याजवळ टेकली. तिनं यल्लमाला हात जोडतच तायाप्पाचं कपाळ भंडाऱ्यानं भरलं. सुंदरानं त्याच्या गालावनं बोट फिरवतच कडाड मोडली. तायाप्पा नुस्ताच मुसमुसायला लागलाता. त्याला समोरची कमळाक्का सुद्धा दिसत नव्हती. यमन्यानं पाण्याचा तांब्या त्याच्या तोंडाला लावला. नुस्ताच घटा घटा आवाज आला. तायाप्पानं लांबलचक सुस्कारा सोडला. आता जराजरा आठवायला लागलं... आपण नाचत व्हतो... नाचता नाचता आपण चौंडक्याच्या तालात गुतपळलो... पुढचं त्याला काहीच आठवंना. कमळाक्कानं परसूरामाचं गाणं सुरू केलं आणि तायाप्पा सव्वासनीच्या फुलागत हालका हलका होत गेला...

..म्हादू जोग्याचं घर जो-जोगतिणींनी भरून गेलतं. पाय ठेवाय जागा नव्हता. वीस-पंचवीस जोगतिणी. पंधरा-वीस जोगे. त्यात आलती भलती मिळून साठ-सत्तर माणसं जमा झालती. तीन-चार गावचं मेळं आलतं, ते निराळंच! त्येच्यासाठीएक येगळं घरच दिलतं. खासगल जोगत्यांनी पाठीमागचा सोपा धरलाता. सलगी पडल्याली दाटीवाटीनं मधल्या सोप्यात बसलीती. लग्गीवर कोण ईल तो टेकालता. सगळ्या घरभर कांकणाच्या आवाजाचं किंग्यान माजलंतं. जोग्यांचा भसाडा आवाज. बायकी हातवार, मध्येच खिंकाळणं, सगळ्या वातावरणात उठून दिसालंतं. परड्यातल्या चपरात दहा- बारा तवं चुलीवर रणरणाय लागलंतं. भाताचा हंडा इटंच्या चुलीवर गदगदाय लागलाता. पंधरा-वीस बायका इस्त्यापुढं बसून पुरत्या घामाळल्यात्या. जेवनाच्या चपराची सगळी मालकी आडकूरच्या गंगव्वा जोगतिणीच्या हातात एकवटलीती. लागंल ते समान तीच आपल्या हातानं काढून देत होती. राघू जोग्या येणाऱ्या-

जाणाऱ्याची ऊठबस करालता. काशाप्पा जोग्याकडं मांडवबिंडव, सटरफटर कामं दिलती. शेवन्ताक्काकडं देव्हारा आणि गादी सोपवलीती. सगळ्यांचीच सगळी धांदल उडालती. सगळ्या वातावरणात प्रचंड भारावलेपणा आलंता. म्हादू जोग्या नुस्ता आदबीनं सगळीकडं फिरालता. त्यानं आज नवं जरीकाटी लुगडं नेसलंतं. खडीची चोळी घातलीती. हातात खोरापर्यंत चुडा भरलाता. सगळाच अवतार महाराणीगत दिसालता. येणारा प्रत्येक जोग्या लांबसडक डोकं टेकून म्हादूच्या पायावर आडवा होत होता. जोगतिणी जीवाभावानं मिठ्ठी मारून भेटत होत्या... म्हादू सगळ्याच्यातनं फिरून सगळ्यांची बारीकसारीक चौकशी करत होता. गावातल्या मानसास्नी सटरफटर कामं लावत होता... सगळीच आज म्हातमानं वाकल्यागत म्हादूच्या शब्दानं वाकालती...

तायाप्पा शेवन्ताक्काच्या शेजारी बसून देव्हाऱ्यावर काय हवं नको बघालता. लागलं ते हलक्या हातानं उचलून द्यालता. शेवन्ताक्कानं गादी सजवून घेतली. भल्या मोठ्या आसनावर अंथरलेला नव्या कपड्याचा ढीग. त्यावर पूजलेला देवीचा पितळी मुकोटा. त्याच्या पाठीमागं मोराची पिसंच पिसं. अर्धा हात भित मोराच्या पिसांनीच भरलेली. लाकडी बसकन. त्यावर ह्ये आसन. सगळ्या बसकनीभर लहान, लहान देवीचे टाक. प्रत्येक टाकंला शेजारीच कांकण आडकलेली. मोठ्या मुकोट्यासमोर परडी. परडीत कवड्यांची माळ. बारकी कुरकू, त्यात सांडलेला भंडारा, कुंकू आणि बरंच काही. शेवन्ताक्कानं सगळं बयवार लावून घेतलं. लांब उभं राहून एकटक सगळं बघून घेतलं. मग तायाप्पाला विचारतच म्हणाली,

"कसं रंऽ. जमलंय काय?"

"जमाय काय बाई. तू असल्यावर."

"तसं नव्ह रंऽ दहा गावची माणसं येणार. खरं काय ते सांग."

"झकास जमलंय-" तायाप्पा गालात हसला.

"मग ती घागर घे हिकडं-" शेवन्ताक्कानं पुन्हा गादीकडं बघतच सांगितलं. तायाप्पानं पाण्यानं भरलेली बारकी कळशी शेवन्ताक्कासमोर ठेवली. तिनं तांदळाची गादी तयार केली. त्यावर आळं करून घागर बसवली. घागरीच्या गळ्यात भोरमाळ अडकली. पांढऱ्या तांबड्या मनाचं दर्शन बांधलं. लांबसडक आंब्याची पानं हुडकून काढली. घागरीच्या तोंडात बसवली. त्यावर नारळ ठेवला आणि तिनं सुस्कारा सोडला.

"एकदा गादीजवळचं तरी काम संपलं बाबा",म्हणतच ती बाजूला झाली.

"आता आणि काय ऱ्हायलं...?" तायाप्पाच्या कमरंला कड आलता.

"आजून माप हाय बाबाऽ ह्यो जग सजवाय पायजे, देवारा लावून घ्याय पायजे. आता परड्या पुजायचा टाईम व्हईल." म्हणत शेवन्ताक्का अंग झटकत उठली. तिनं गादीशेजारी जग वडला. म्हादूचा जग म्हणजे ह्या भागातला म्होरक्या जग. गादीचा जग. ह्या जगाच्या म्होरं कुठला जग न्हाई. त्यामुळं त्याचा माट बी चांगला डालग्याएवढा. त्यातला देवाचा टाक चांगला नारळाएवढा. भोतेभोर शे-दोनशे कांकणं. गुरुपद जोग्याचा जग. म्हातमाचा जग. शेवन्ताक्कानं जगातलं सगळं बदललं. टाक धुवून व्हता तसा बसवला. जग चांगला बसकान लावून ठेवतच तिनं तायाप्पाला विचारलं,

"तानाक्का आल्याली दिसली व्हय रं?"

"न्हाई बाऽ"

"मग ईल आता. ह्या गादीच्या भंडाऱ्याला कधी चुकत न्हाई." म्हणतच शेवन्ताक्का देव्हाऱ्याकडं वळली. तिनं सगळी अस्तरं झाडतच विचारलं.

"गाव सोडल्यापास्न कव्वा भेटलीती?"

"न्हाई बा. मदी एकदा तानाप्पाकडनं सांगाव दिलतीन."

"काय?"

"गावाकडं इवून भेटून जा म्हणून."

"मग जायाचा न्हाईसऽ"

"न्हाय गेलो. आता हितं भेटलं की."

"नाचायबी शिकलास म्हण."

"काय करायचं? जलमच आसा काढायचा म्हणजे शिकाय नको!"

"मेळ्यात जीव रमतोय?"

"पयल्या पयल्यानं गमायचं न्हाई. खरं आता मेळ्याबिगार जमतच न्हाई."

"मग बेस झालं! यमन्या आसतंय नव्हं कमळाक्काच्या मेळ्यात?"

"आसतंय की- आलाय न्हवं."

"इवूदे खरंऽ त्येच्या लई खासगतीत जाऊ नको. त्येचं काय खरं न्हाई... त्येच्या परास-" शेवन्ताक्का हातातला टाक तसाच धरून थांबली. पुन्हा बोलती झाली,

"त्येच्या परास तुझ्या गावातच कुठं तरी घर करून का ऱ्हाईत न्हाईस?"

"तसंच करायचं म्हणतोय, तूबी तानाक्काला बोल."

"आईनं कव्वा चौकशी केलतीन?"

"मदी दोघा-तिघास्नी लावून दिलतीन बलवाय. खरं जाण्यासारखं काय ऱ्हायाय न्हाई. सगळंच बदलल्यागत वाटतय..." म्हणत तायाप्पा गार पडला.

"कशाचं रं?"

"सगळ्याचंच. कशातच काय उराय न्हाई. कशाला त्येंच्याजवळ जाऊ आता? ह्येच बरं वाटाय लागलंय."

"आरं बाबाऽ ह्यातच जलम हाय. ह्येच्यातच आनंद मानायचा. ह्या बाईच्या सेवंत वल्ल्या लाकडागत जळायचं." शेवन्ताक्का बोलून गेली आणि तायाप्पासमोर आळत्याच्या माळावर लाकडाचा काच उभा राहिला. त्याच्या कानात त्योच आवाज घुमाय लागला.

"आसा काय बसलास रं." शेवन्ताक्कानं त्याला खोचरलं.

तायाप्पा भानावर आला तशी शेवन्ताक्कानं म्हणाली,

"गावात ऱ्हायला गेलास तर मेळ्यांचं कसं?"

"यायचं तसंच! जरासा तरास पडल खरं मेळ्यात यायचंच. एकदा मेळ्यात नाचलं की आठ दिवस फुलागत जात्यात."

"बाईची सेवा!" म्हणतच शेवन्ताक्कानं देव्हाऱ्याजवळचं सगळं आवरलं. ती मागच्या सोप्याला गेली. तायाप्पा तिथंच वळवळत बसला. सोप्याला जोगतिणींचा आवाज आता वाढायला लागलाता...

...चारच्या टायमाला तानाक्का घाम्याभुम व्हईतच आली. संगतीला पारव्वा. दोघी मिळून लग्गीवर आल्या. म्हदूच्या पायावर डोकं ठेवून पाया पडल्या. म्हादूनं पिसवीतला कुडचाच्या कुडचा भंडारा दोघींच्या कपाळाला माखला. दोघी आत सरकल्या. वळकीपाळखीच्या जोगतिणीस्नी कडकडून भेटल्या. तानाक्का सगळ्या जोगतिणीस्नी भेटत ख्याली-खुशाली इच्चारत इच्चारत मागच्या सोप्याला आली. सगळ्या घोळक्याच्या मदी शेवन्ताक्का बसलीती. गळ्यात भोमाळ. डोक्यावरची जट गोल करून बांधलीती. पिवळ्या लुगड्याचा पदर चांगला अंग भरून काढलेला, हातात हिरवा चुडा. नाकात नथ. कपाळावर भंडारा, त्यात उठून दिसणारं कुंकू! तानाक्का घाईघाईनं शेवन्ताक्काच्या गळ्यातपडली आणि तिची नजर एकदम तायाप्पावर पडली. तोंड फटफटीत पडलेलं. दंड काढलेलं जुनेर अंगावर. खिडमीड्या काडीगत झालेलं अंग! तानाक्काला एकदम रडू फुटूलं. तायाप्पाला कडकडून मिठी मारतच तिनं हुंदका रिकामा केला. बाकीच्या जोगतिणी तिच्याकडं बघतच बसल्या.

"लई दिसानं भेटलीया म्हटल्यावर उचंबळून आलंय." शेवन्ताक्कानं सगळ्यांच्याकडं बघतच सांगितलं.

"खरं ह्यो त्येंच्याच गावचा न्हवं?" कोणतरी बोलली.

"आत गाव सोडलंय. कमळाच्या मेळ्यात हाय." शेवन्ताक्का पुटपुटली.

"ह्येनं नुस्तं माझ्या रागानं गाव सोडलंय. आसं मीन काय ह्येंचं मारलंत? तूच सांग ग, शेवन्ताक्का." म्हणत तानाक्कानं हुंदका आवरला. तायाप्पाकडं डोळं भरून बघू लागली. तायाप्पाला घुसटल्यागत झालं. त्यानं पदर डोक्यावर वडला.

"आता ह्येला माझ्याकडं बघाय बी व्हईना आसं मी वाटूळं केलं?" तानाक्काचा आवाज भलताच घोगरा झाला.

"माझ्या नशिबानं माझं झालंय बाई. तुला कोण दोस देतंय?" तायाप्पा पुटपुटला. पारव्वा नुस्ती त्याच्याकडं बघत राहिली.

"गावातनं गेल्यापास्नं कुठ भेटाय बिटाय न्हाई. सांगावा दिला तरी आला न्हाई. ह्येच्या आईनं नुस्ती किरीकात लावलीन हाय. शेवन्ताक्का, तू तरी सांग..." म्हणतच तानाक्कानं पदरानं डोळं निरपलं.

"मी सगळं सांगितलंय. तू जरा शांत हो बाई. मागनं बोलू या. रात आमची हाय. जरा धीरानं घे." म्हणत शेवताक्कानं तानाक्काची समजूत काढायला सुरुवात केली. बाहेर हालगीवर थाप पडली आणि सगळ्याच जोगतिणी राणी माशीला सोडून म्हऊ उठावं तशा शेवन्ताक्काला सोडून बाहेर आल्या.

दारात दोन-तीन हालग्या घुमायला लागल्या. ताल चढत गेला. गल्लीतली पोरं टारं चड्ड्या वडत गोळा झाली. जमलेल्या जोगतिणी- जोगत्यांनी कडं केलं. म्हादू जोग्याला सगळ्यांच्या मदी उभा केलं. तिघी-चौघी पाण्याच्या घागरी घेऊन आल्या. पाट मांडला. त्यावर म्हादू उभा राहिल्यावर घागरी रिकाम्या झाल्या. सव्वासनी आरत्या घेऊन पुढं झाल्या. बाळजोगतिणी परड्या घेऊन उभ्या राहिल्या. म्हादूचं पाय पुजलं. कपाळावर भंडाऱ्याचा लेपच चढला. त्याच्याकडं सजवलेली परडी दिली. हालग्यांनी रण मांडला. आवाजाला ताल चढला. नेमानं अंगात येणाऱ्या जोगतिणींच्या अंगात ताल घुमला. एक म्हणता पंधरा-वीस जोगतिणी पदर खोचून नाचाय लागल्या. पाच-सहा जोगत्यांनी ताल धरला. गल्लीत घुमण्याचा आणि पायांच्या आपटण्याचा आवाज भरला. जोगतिणींच्या घोळक्यातनं जोगत्यांनी आपला एक वायलाच घोळका केला. गल्ली तुडुंब झाली. म्हादूला कुंडाला आणि देवाला वाजत गाजत नेण्यासाठी गावातली चिल्लीपिल्ली जमा झाली.

सगळ्या गर्दीत म्हादू उठून दिसालता. त्याला जोग्यांनी येरगटलातं. बायकी आवाजानं त्याच्या भोत्यानं लोट तयार केलता. गंगव्वा जोगतीण त्याच्याबरबर परडी घीऊन पुढंपुढं सरकत होती. सगळ्यांच्या मनात म्हादूच्या गादीचं म्हातम दाटालतं. गावातली माणसं जोग्या-जोगतिणींचा कळप बघून

आप्रुप करालती. तायाप्पा राघूच्या संगतीनं हळूहळू पाय उचलत होता. यमन्या सगळ्यात पुढं झालता. त्याच्या बरबर सरोळीचं तीन-चार जोगतं नुस्तंच खिदळालतं. त्यांच्या हातवाऱ्याला ऊत आला. आप्पया, रामाण्णा, तुका आणि सखा चौंडके घोळक्याच्या मागनं मागनं सरकत होतं. त्याच्या बरोबर पोराबाळातनं देवीची सेवा करणारं जोगतं फरफटत चाललतं. जेच्या तेच्या घोळक्यात नुस्ता म्हादू. म्हादूचं म्हातमच चाललंतं. दुसला विषय कुणाला सुचतच नव्हता.

तानाक्का ऐनापूरच्या आक्काव्वाला कायबाय सांगण्यात रंगलीती. पारव्वा आपल्या भोत्यानं जोगतिणीचा घोळका करून पुढं चाललीती. सगळ्यांच्या मदनं शेवन्ताक्का आदबीनं चालत होती. 'उदंऽऽ गं आई उदंऽऽ'चा आवाज समुद्रातल्या लाटंगत गावभर आदळालता. गल्लीतल्या बायाबापड्या आपापल्या दारात म्हादूची वरात आली की पायावर पाणी वतून आरती ववाळाय लागल्यात्या. सगळा जनसमुदाय गल्लीतनं लोंढ्यागत सरकत होता. प्रत्येकाच्या पायात हालगीचा ठेका रुतल्यागत झालता...

म्हादेवाच्या देवळाजवळ आल्यावर हालग्या कमी-जास्त कमी-जास्त होत गेल्या. पाठीमागून येणाऱ्या चौंडक्यास्नी पुढं आणलं गेलं. आप्पयानं चौंडक्यावरचं धोतराचं फडकं मुंड्याच्या खिशात कोंबलं. रामाण्णानं चौंडक्यावर रेशमाचं अस्तर सोडलं. त्याचं चांदीच्या काटात मढवलेलं चौंडक पाण्यातला मासा भाईर काढल्यागत काखतनं भाईर आलं. तिघाचौघांनीबी आपापल्या चौंडक्याचा आवाज बाहेर काढला. नाचणाऱ्यांची तारांबळ उडाय लागली. गर्दी चौंडक्याच्या हालणाऱ्या बावकाडाकडं, हाताकडं नुस्ती बघतच राहिली. सगळ्यांच्या कानांत चौंडक्यांचा आवाज घुमाय लागला. आपण गल्लीत आहोत याचाही सगळ्यांस्नी इसर पडला. ...म्हादू जोग्याची वरात कुंडाजवळनं परातली. म्हारोड्याच्या वाटंला लागली. पारव्वा जोगतिणींचा कळप सोडून बाजूला झाली. तिनं तानाक्काला हातानंच खूण करत बाजूला बलीवलं. तानाक्काबरबर आक्कव्वा जोगतीणबी पाय बडवतच पारव्वाजवळ आली.

"का ग चलून चलून कटाळलीस?" आक्काव्वानं इच्यारलं.

"न्हाई बाऽऽ" म्हणतच पारव्वानं तायाप्पाकडं बोट करून तानाक्काला दाखवलं. तायाप्पा सगळ्या जोग्यांमध्ये हात हालवत चाललाता.

"पोरात काय बी व्हायलं न्हाईऽऽ" तानाक्का पुटपुटली.

"ह्ये तुमच्याच गावचं न्हवं?" आक्कव्वानं तायाप्पावर नजर खिळवली.

"व्ह गऽऽ. खरं गाव सोडल्यान हाय. तव्वापास्नं आसं वाळलंय."

"खरं एक झालंय, तानाक्का त्येच्या चलण्यात, वागण्यात बदल दिसतोय. त्ये बघ की त्येचा हात बी आता यमन्यासारखाच हालाय लागलाय. लचकत

लचकत चलणं सुरू केल्यानं हाय. मघाशी तुझ्याबरबर बोलतानं मुरकासलाबी कसा बघितलीस न्हवं.''

''आगं जोग्याच हाय म्हटल्यावर ह्ये येतंयचकी.'' आक्कव्वा ठिसाकली. तानाक्का तायाप्पाच्या हालचाली निरखत उभा राहिली.

''काय बी करून शेवन्ताक्काला तेवढं लावच.''पारव्वा पुटपुटली.

''आता तसं न्हाई करायचं. उद्या जातानंच शेवन्ताक्काला घीऊन यायला लावायचं. तिच्या शब्दाभाईर जाईल आसं वाटत न्हाई.'' तानाक्का त्याच्यावरची नजर हालवतच म्हणाली. तिघींच्याजवळ आणि पाच-दहा जोगतिणी जमा झाल्या. पारव्वाचा सगळा फज्जाच उडाला. ती पुन्हा गर्दीत मिसळली. जोगतिणीच्या आवाजात आवाज मिळवून कुचकुचाय लागली.

...जोग्याच्या गादीची वरात गावदुंडून दारात आली आणि नाचणाऱ्यास्नी भलताच चेव चढला. जोग्याच्या अंगाच्या हलचाली वाढत गेल्या. अंगावरच्या पदाराचीबी धर राहिली नाही. तिघं बी हालगीवालं अंगाला लचक देत हालगी पळवाय लागलं. भोत्यानं उभ्या राहिलेल्या सगळ्या जोग्यास्नी हुक्की चढली. आपल्या भसाड्या आवाजात त्यानं उदंऽऽ घालायला सुरवात केली. एवढ्यात गंगव्वा पिवळधम्मक कपाळ घीऊन पुढं झाली. नाचणाऱ्या झाडांच्या घोळक्यात आली. सगळ्यात जुनं झाड म्हणजे करंबळीची तमनाक्का. ती तमनाक्काच्या पायावर पडली. तमनाक्का नाचत नाचतच थांबली. नुस्तीच घुमाय लागली. हालगीवाल्याची हालगी हळूहळू थंड होत गेली. तमनाक्काच्या पायाजवळनं गंगव्वा बाजूला होती न होती तवर नाचणारा आप्पा जोग्या एकदम किंचाळला.

''माझ्या झाडाची किमत न्हाईऽऽ सरळ व्हणार न्हाईऽऽ जड लागंलऽऽ'' त्याचा आवाज सगळ्या गर्दीत भरला. कुणालाच काय समजंना. गंगव्वा गदबाळली.

''देवा, काय चुकलं माकलं मान्य करऽऽ.'' म्हणतच पुढं झाली. आप्पा जोग्याचा आवाज पुन्हा वाढला. सगळीच गदबाळली. जमलेली सगळी गर्दी थंडगार झाली. जोगतिणी आपआपसात कायबाय कुचकुचाय लागल्या.

''झाडाला वायलं टाकलंयऽऽ गादीचा आपमान चाललायऽऽ'' आप्पाच्या आवाजानं सगळ्यांच्या छातीत धडकी भरली. गंगव्वा भिरबाटली. शेवन्ताक्कानं काय वळखायचं त्ये वळीकलं. ती गर्दीतनं पुढं झाली. आप्पा जोग्याजवळ उभा रातच ओरडली,

''तुझ्या गादीचाच भंडारा चाललायऽऽ काय ते सप्पय बोलायचंऽ न्हाई तर मी बी जोगतीणच हायऽऽ'' शेवन्ताक्काच्या आव्जानं आप्पा जोग्या

बुचकाळला. त्याला काय बोलावं सुचंचना. त्यातनंबी संबाळतच तो हळू आवाजातच पुटपुटला,

"जोग्याची पूजा कुठं झाली? नुस्ती जोगतिणीचीच पूजा झाली," सगळी गंगव्वकडं बघून कुचकुचाय लागली. शेवन्ताक्कानं जीभ चावली.

"झाडाची पूजा व्हतीय देवाऽऽ जरा धीर धरऽऽ" म्हणतच तायाप्पाला जवळ बलीवलं. त्याच्या पायावर पाणी वतून पूजा कराय लागली. हळूहळू एक एक झाड सुटाय लागलं. मोकळं व्हायला लागलं. तायाप्पाच्या मनात नाचणाऱ्या झाडांच्याबद्दल कोडं तयार व्हायला लागलं...

म्हादू जोग्याच्या गादीसमोर पाच जोग्यांच्या पाच जोगतिणींच्या परड्या पूजल्या गेल्या. 'उदंऽऽ गंऽऽ आई उदंऽऽ' नं घर भरून गेलं. जेवायच्या पक्तीला झुंबड उडाली. निम्मं-शिम्मं जोगतं कपकपभर टाकून आल्यामुळं पुरतं बिघाडलंत. सगळी पंगत त्याच्या आवाजानं बिचाललीती. पंगतीला त्यांच्या कांकणांच्या आवाजानं घेरलंत. भाईर मांडवात चांगला पाच-सहा हाताचा चौक पिंजरानं झाकलाता. त्याच्यावर फाळक्या टाकल्यात्या. गावातली पोरं समोरची जागा यरगटून बसलीती. मांडवाला तीन-चार गॅसबत्त्या झगमगालल्या. मेळ्याच्या माणसांस्नी बसायला दिलेल्या घरात सगळ्यांची तारांबळा उडालती. सुंदराच्या सुती चौंडक्याची तार काय केलं तर जुळायला तयार नव्हती. कमळा आज कसं कसं, काय काय घ्यायचं, कुठल्या मेळ्यातनं कुठनं गाणं आलं तर उत्तर कसं द्यायचं ह्ये समजून सांगालती. मल्लव्वा आरशात बघून नट्टापट्टा करालती. शेजारीच ऐनापूरचा तंगव्वाचा मेळा आपल्या तयारीला लागलाता. चौंडक्या रामाण्णा चौंडक्यावरनं परत परत हात फिरवालता. आजची रात मेळ्यातल्या लोकांची लई म्हत्वाची. हितं मेळा सरस ठरला की, चार गावचं इडं वाढलंच म्हणायचं. त्यामुळं वरसाला आपापलं ठेवणीतलं पद इथं प्रत्येकजन वाजवायचा. जोग-जोगतिणींच्या मनात बसण्याचा आटोकाट प्रयत्न व्हायचा. सगळं मेळंवालं ह्याच जोडणीला लागलतं... रामाण्णाच्या चौंडक्याचा आवाज गल्लीभर घुमला आणि बऱ्याच जोगतिणींच्या काळजाचा ठोका चुकला. हातातलं काम टाकून जोगतिणी दारात आल्या. शेवन्ताक्कानं सगळ्या गल्लीभर नजर फिरवली. माणसंच माणसं. रामाण्णा कसलेला चौंडक्या. ह्या मांडवातला पयला मान त्याचा. त्याचं चौंडकं म्हणजे सगळ्यांच्याच काळजात बसलेलं. रामाण्णाचा हात वीज लखलखल्यागत फिराय लागला. हातातला घुंगरबोळा लवलवाय लागला. चौंडक्याचा आवाज लईत बारीक मोठा व्हायला लागला. आणि आप्पयाच्या छातीत ठोकं वाढाय लागलं. रामाण्णाच्या मेळ्याचं पद झालं की ह्येचीच पाळी. औदातरी जराशी चौंडक्याची

करामत दाखवायचीच. या ईर्ष्येनं पेटलेला आप्पया रामाण्णाचं चौंडकं ऐकून खुळ्यागत झाला. घटंक-घटकंला त्याच्या चौंडक्याचा ताल होता. तंगव्वा मध्येच उठली आणि तिचा सूर रामाण्णाच्या चौंडक्यात मिसळला. दोन्ही आवाजांची साय, बसलेल्या सगळ्यांच्या कानांत पसरत गेली. माणसं बसलेलं बूडबी विसरली. तंगव्वानं नवीनच पद काढलं-

आई तुझ्या नादानं नाव गाव सोडलं
कसं बाई नीतीन ताळमेळ मोडलंऽऽ
डोंगरच्ये आये तुझं म्हातम मी ताडलं
कापाळाच्या रेघोड्यानी वैर कसं मांडलं...ऽऽ

पदाच्या आवाजातच डुलणाऱ्या जोगतिणी पदाच्या तालातच मनातल्या मनात रुतत गेल्या आणि आप्पय्या छपरीमिशीवर हात फिरवतच उभा राहिला. त्यानं तायाप्पाला खूण केली. चौंडक्याला हात लावला. रेणुका देवीला नमस्कार केला. चौंडक्याच्या घुंगरबोळ्याला भंडारा लागला. आणि हात छेडला. 'टाँगऽऽ टाँगऽऽ' आवाज घुमत गेला. घटकंतच तायाप्पा पायांत वारं शिरल्यागत उभा राहिला. पदराचं टोकं अंगभर फिराय लागलं... हाताची हलचल झणझण झाल्यागत वाढत गेली. माणसं चौंडक्याचा आवाज कवाच इसरून गेली. तायाप्पाच्या गवताच्या पात्यागत लवलवणाऱ्या पायांतच सगळी गुतपाळली. कमळाक्कानं बसून देवीचा गजर सुरू केला. पारव्वा चकारल्यागत तायाप्पाकडं बघाय लागली. तानाक्काचं काळीज भरून आलं. शेवन्ताक्का तायाप्पाच्या पायावर भंडारा फुकत राहिली. गल्ली शिटीच्या आवाजानं भणाणली...

"काय बाईऽऽ नाचतोय गऽऽ जोग्याऽऽ" म्हणतच अनेकजणी डोळं इसरून बसल्या. पारव्वाला त्याला कुठं ठेवू, कुठं नको झालं... गंगव्वानं गाणं संपता संपतनंच आरतीतनं काळं आणून तायाप्पाच्या गालाला लावलं. आप्पयाचं काळीज फुटलेल्या नदीगत चौमाळ झालं...

...जेवनावक्तापतर तायाप्पा गावात आलाय ही बातमी वाऱ्यासारखी गावभर पसरली. कल्लव्वा दाराकडं डोळं लावून बसली. तिचं कशातच ध्यान लागंना. ह्यो आता ईल, मागनं ईल ह्येच्यातच ती गुतपळली. सारखी आतभाईर करायला लागली. कंच्यातरी पोराला तानाक्काच्या घरला लाऊन देवावं असं तिच्या मनात आलं. तिनं तो विचार लगेच झटकला. 'आमालाच एवढी मय्या हाय. त्येचं कोण मागं न्हाई. इलपाजेतर.... ती स्वतःशीच पुटपुटली. तरी तिच्या पायाचा धर तुटला. सारखं ह्या सोप्यातनं त्या सोप्यात येरझाऱ्या घालाय लागली. जरा दार वाजलं की दचकून दचकून दाराकडं

सरकाय लागली. तिची अस्वस्थता शिगंला पोचली. पोरं कायबाय करत दिव्याभोत्यानं बसलती. किसन्या पुस्तक पसरून बसलंतं. त्याच्या जवळ येतच कल्लव्वा म्हणाली,

"लई ठकलंय व्हय रंऽऽ?"

"कोण?" किसन्या एकदम दचकलं.

"तुला भेटाय न्हाईऽऽ" कल्लव्वानं विचारलं. किसन्याच्या लक्षात आलं.

"मला कुठं दिसायलाच न्हाई. व्हगाड्याचं पक्या म्हणालतं!"

"त्येनं तरी बगीतल्यानं?"

"काय की बाईऽऽ" म्हणतच किसन्या पुन्हा वाचाय लागलं. कल्लव्वा झटक्यासरसी उठली. चौकट वलंडून गल्लीत आली. अंधार दाट झालेला. कोंडकराच्या घरातनं पोरंग रडत असल्याचा आवाज तेवढाच गल्ली भरभरलेला. कल्लव्वा खुळ्यागत काळू पाटलाच्या चढतीला बघत राहिली. अंधारातनं कोण तरी येतेलं दिसलं की तायाप्पाच आलाय असं वाटून चार पावलं पुढं व्हायची. पुन्हा दचकून दारात येऊन उभा राहायची. संगाप्पा घरात आला तशी कल्लव्वा त्याच्या पाठोपाठ घरात आली. तिला वाटाय लागलं... विचारावं. पुन्हा भांडणाचा कल्लेव नको म्हणून तिची तीच गप्प बसली. बसता बसताच उठली. चुलीजवळ गेली.

"मी तरी जाऊ व्हय ग तानाक्काकडं?"

"आता कशाला. इलच झोपायच्या वक्ताला. उगच ह्येंच्या डोस्क्यात आणि राक नको-" आक्कव्वानं सांगितलं. कल्लव्वा पदर तोंडाला लावून तिथंच बसली. बाहेरच्या सोप्याचं दार वाजलं आणि कल्लव्वा झटकन उठून दाराला आली. बघती तर थोरला आत येऊन अंगावरचा टावेल खुट्टीवर टाकलता.

"तुमाला दिसला?"

"कोण?"

"आणि कोण? त्योच की तुझा पोरगा आलाय. खरं वयनी मीबी सांगून ठेवतो. आज त्यो घरात आला तर उद्या मी घरातनं भाईर पडणार. सांगितलं न्हाई म्हणशील. घरात भांडनाचा कल्लेव व्हईल." संगाप्पा बार उडवल्यागत बोलला.

"त्येनं आसं काय तुमचं मारलय? झालं त्ये झालं की." कल्लव्वा काकुळतीला आली. संगाप्पा गप्प बसला.

"मला बाकी काय ऐकायचं न्हाई! एकतर त्यो घरात ऱ्हाईल न्हाईतर मी-" संगाप्पा निकरानं बोलला. कल्लव्वाचं डोळं भरून आलं. ती आतल्या

सोप्याला वळली. तिचा तिच्यावरचाच तोल सुटला.

...हातरुणं पडली. पोरं पडल्या पडल्याच डाराडूर झाली. आक्कव्वानं चिमणी इजवली. सगळं घर अंधारात बुडालं. कल्लव्वाची कसली ती पापणी मिटंना... तायाप्पानं घरला इवूवने न्हाईतर आल्यावर आनी कलागती वाडायलाच लागतील... चालल्यालं घर मोडून बसलं... ह्येचं काय घसाघसा राबणारा गडी हाय, पोरं हाताखाली येतील. आमचं कसं? न्हाई म्हटलं तरी बबन्या हाताखाली यायला चार-पाच वरसं लागतील. तवर सुमी आताच लग्नाला आल्यागत दिसाय लागलीया. सगळाच ख्योळ मोडंल. खरं ह्येचं एवढं त्येनं काय घोडं मारलंय...? त्या दिसी भांडला तेवढाच की. मग माझी रोज झणपण व्हतीया. आनी बोलतोय मग त्येचंच एवढं तिक का लागाय लागलंय...

कल्लव्वा आपल्याच विचारात गुतपळली. अशातच मावळतीची पाल चुकचुकली. कल्लव्वा एकदम उठून बसली. तिला एकदम भ्या वाटाय लागलं. आक्कव्वाला जागी करावी म्हणून तिनं हात पुढं केला. तिचं तिलाच वरमल्यागत झालं. ती पुन्हा आडवी पडली. पोटचं पोरगं... परदेशी झालं. आज्यारी पडलं तव्वाच संपलं आसतं तर बरं झालं आसतं. ही वडतान तरी वाट्याला आली नसती. आता आसून तरी काय उपेग? नसल्यागतच की- देव बी कसला इदरकल्याणी!

कल्लव्वा भलतीच वाहत चालली. हुंदका गळ्यात आला. वाकळंचा कोपरा तिनं तोंडात कोंबला. यरगुड्याच्या बाजूला कुणाचं कुत्र ताल धरून रडायला लागलं. त्याच्या आवाजानं कल्लव्वाचं आतडं पिळवटून निघालं...

अर्धं गाव मागून व्हतंय न व्हतंय तवर तानाक्काच्या नातवानं तायाप्पाला गाठलं आणि निगनूरचा सांगावा सांगितला. तायाप्पा तिथल्या तितनंच माघारी वळला. परडीत लई लई तर मापटंभर तांदूळ जमलंतं. तायाप्पानं खोपटात आल्या आल्या तांदूळ पिसवीत वतून ठेवलं. चुलीवरचं भाताचं गाडगं ताटलीत वढून घेतलं. गपाप्पा चार घास खाऊन करंबळीचा रस्ता धरायचा होता. म्हयन्याभरात कुठलाच इडा न आल्यामुळं तायाप्पालाबी तुंबल्यागत वाटाय लागलंतं. करंबळीचा सांगावा मिळाल्या मिळाल्या त्याचं त्यालाच हालकं हालकं वाटाय लागलं. रातीला इडा धरून नाचायचं व्यसन आता त्येच्यात भिनत गेलतं. जगण्याचं एक नवं साधनच त्याला मिळाल्यागत झालतं. आतापर्यंत कितीदा तरी डोकं फिरल्यागत व्हयाचं, खरं एक रात नाचलं की पंधरा दिवस फुलागत न्हाईनपत व्हायचं. त्याला करंबळीची

भलतीच उत्सुकता लागली. त्यात म्हयान्यात यमन्या एकदाबी भेटाय नव्हतं. तिकडच्या भागातला कायच हालहावाला कळाय नव्हता. तायप्पाला कव्वा एकदा करंबळी गाठतोय असं झालं...

भाताचं गाडगं, सांबाऱ्याचं लोटकं त्यानं गडबडीनं धुतलं. अंगावरचं लुगडं बदललं. चांगला व्वभर लांब पदर काढला. आरसा घेतला. गोण्ण भरून कुंकू लावला. दाडवाणावर सकाळी दोनच केस कसं चुकून राहिलं याचं त्याला आश्चर्य वाटाय लागलं. पुन्हा एकदा हात सगळ्या गालभर फिरवला. आरशात निरखून बघितलं. मेढीला अडकलेला चिमटा घेतला. आरशात भघून एक एक केस चिमट्यात पकडायचा प्रयत्न सुरू केला. दोन केस चिमट्यानं काढाय चार घटका लागल्या. त्याचं त्यालाच हसू आलं. आरशातल्या तोंडावरचं हसू, गालावरच्या हालचाली बघून हातातला आरसा विसरून त्याचा तोच हसत सुटला. हसता हसताच त्यानं तीन-चार गिरक्या घेतल्या. पदर गर्रकन फुगा करून अंगाला डसला. कंबरंला लचका देऊन तो गप्पगार थांबला. अंगावर एकदम काटा आला... त्यानं दांडीवरनं पोपटी झंपर हुडकून काढलं. हातात धरून झाडलं. जरासं गालाला लावून उभा राहिला. एकदम काय तरी आठवलं. अंगावरच्या झंपरची पटापट बटनं काढली. झंपर अंगातनं काढता काढता त्याचं त्यालाच कायतरी वाटलं. गळ्यातलं दर्शन हाललं. नाकावर बडवलं. त्यानं एकदा उघड्या अंगाकडं बघितलं. पोटावरच्या केळावर चमड्याची घडी पडल्यागत दिसाय लागली. त्यानं हळूच पोटावरनं हात फिरवला. त्याचा स्पर्श त्यालाच गोड-गोड वाटाय लागला. त्यानं गडबडीनं उजव्या हातातलं झंपर दांडीवर टाकलं. दातात धरलेलं अंगात चढवलं. दंडावर सरळ केलं. कांकणांचा आवाज त्याचा त्यालाच हवाहवासा वाटाय लागला.

...तायाप्पा खोपटातनं भाईर पडला.

करंबळीची शिव गाठायला धुंदरूक पडली. तायाप्पानं आठवून बघितलं. कुणाच्यात देव बसवणार हाईत ह्येच कळंना. कुणाच्या घरला जायाचं हेच समजंना. गावात कुठं हालगीचा आवाजबी येईना. तो पांदीतच यडबाडला. पुन्हा मनातच त्याला धीर आला. सरळ गंगव्वाचं घर हुडकून काढायचं म्हणजे आपोआपच ठिकाण गावतंय- त्यानं मनाशीच ठरवलं. तो गावच्या पयल्या गल्लीत आला. लक्ष्मीचं देऊळ. भला मोठा चौथरा. चौथऱ्यावर तीनचार पोरं बसल्याली. तायाप्पा त्यांच्याजवळ जाऊन थांबला. "गंगू जोगतिणीचं घर कुठल्या बाजूला?" त्यानं विचारलं.

पोरं आपल्या आपल्यातच हसली. एकजण आपल्या जाग्यावरनं उठतच

म्हणाला, "ह्या गल्लीस्नं वर व्हायाचं. वरनं खाली व्हयाचं. दिसलं त्या गल्लीला जायाचं. तिथं हायंच."

"लेका, सरळ सांग. देवाचं माणूस हाय." दुसरं पुटपुटलं.

"देवा, कुठल्या गावचं?" तिसऱ्यानं उगाचच विचारलं.

"कितवी शिकलास रंऽऽ?" तायाप्पानं दरडावत विचारलं.

"देवा, तुझ्याएवढं-" मध्येच एक बेणं पिसपिसलं.

"भाड्या, मी पाचवी झालोय." तायाप्पानं तोंड सोडलं. पोरं एकदम गडबडली. तरी त्यातनं एकटं पुटपुटलंच,

"आयला, देव शिकलाय की रंऽऽ." बाकीची हासली. जागा सोडून हालली. तायाप्पा मनातल्या मनात चडफडला. सरळ दिसणाऱ्या गल्लीला चालू लागला.

कुणाबिनाला इच्यारत इच्यारत एकदास गंगव्वाचं घर गावलं आणि तायप्पानं सुस्कारा सोडला. खरं गंगव्वाचं घरात नाही. त्यानं गल्लीतल्या बारक्या पोराला संगतीला घेतलं. चौगल्याच्या घरात देव बसवालत्यानी. गंगव्वा कधाएका आलती. तायाप्पाला बघितल्या बघितल्या तिचा जीव भांड्यात पडला.

"देवा, वाट बघून कटाळलावऽऽ" गंगव्वानं तायाप्पाला बसाय टाकलं.

"कमळाक्का त्येन आल्यानी?"

"कव्वाच! चारच्या टायमाला आल्यात. सखुबाईच्या घरला गेल्यात."

"मग मीबी तिकडंच जातो की-" म्हणत तायाप्पा उठायच्या बेतात होता.

"आणि हे सगळं काय मी करू? देवा, आमच्या गावात कोण बालजोगतीणबी न्हाई म्हणून तुला लवकर यायला सांगितलं- आता ह्ये सगळं तूच आटपायचं."

"तू हाईस की-"

"देवा, तुझं निराळं. माझं निराळं. मी झुलव्याची जोगतीण-" गंगव्वा पुटपुटली. तायाप्पा चांगलाच लाजला. अंग झाडून उठला. सगळ्या देव्हाऱ्याचा कब्जा घेतला.

"बाईला कुठनं डोंगरास्नं आणलं काय कोटास्नं?" त्यानं देव्हाऱ्यावरच्या सगळ्या वस्तूकडं बघतच विचारलं.

"डोंगरास्नं आणली. मी गेलतो संगट. ह्या घराचं सगळंच इपरीत हाय बाबा. वरसात पाच जनावरं गेली. ह्यास्नी कितीदा सांगितलं बाईला घरात आणा. बाईला घरात आणा. आता कशी वाकून अल्यानी."

“आसतंय एकाएकाचं. बाईचं म्हातम मागनं कळतंय. त्येला कोण काय करायचं.” म्हणतच तायाप्पान ताटात चोळीच्या खणावर ठेवलेला देवीचा टाक बघितला. गंगव्वा सरकून त्याच्या कानाजवळ तोंड न्हेतच म्हणाली,

“तुला काय समाजलं?” तायाप्पाच्या ध्येनातच येईना. त्यानं मान हालवली तशी हळू आवाजातच म्हणाली,

“दुडग्याचा रामू चौंडक्या भेटलाता.” तायाप्पाच्या मनात परत गोंधळ उडाला.

“काय म्हणालता?”

“म्हणतोय काय? आक्कू जोगतिणीला गावानं धरली म्हणं.” गंगव्वा थांबली. तायाप्पाचं कान टवकारलं. ही आणि नवीनच बैदा दिसती म्हणून त्यानं हातातलं काम टाकलं. गंगव्वाकडं पुढा करून बसला.

“लई वंगाळ झालं. कसली देवागत बाई. तिच्या वाटंला लई वाईट आलं.”

“काय झालं, काय?”

“व्हतंय काय, बाबा. ती पयल्यानं तिथल्या पाटलाला लागू व्हती. त्येनं ठेवूनच घेतलीती म्हण की, त्येच्याकडनं सगळं यायचं. लईसं जोगव्यालाबी जायाची न्हाई. नुस्ती त्येच्या सेववरच आसायची. मागच्या आठवड्यात म्हण त्येच्या गावात कसली निवडणूक लागली.”

‘मग काय? आता हिचा पाटीलच हुबारलाय म्हटल्यावर कुणालातरी आयाबायास्नी भंडाऱ्याचा धाक दाखवून म्हणाली आसंल, मत द्येवा. भंडाऱ्याची शपत हाय. म्हणणारच की, त्यात काय? खरं त्येंच्या उलट बाजूच्या माणसास्नी ह्ये समाजलं, आनी घडूने त्ये घडलं?”

“मारलं आसंल?” तायाप्पा हात गालावर ठेवून बसला.

“नुस्त मारलं आसतं तरबी बरं झालं आसतं. रातीला दहा-बाराजनांनी वडली. लुगड्याच्या चिंध्या केल्या. सकाळी तोंडावर तांब्याभर पाणी मारलं शेजारनींनी तव्वा सुदीवर आली! बघतीतर अंगावर काय बी न्हाई. शेळीगत आरडली. गाव गोळा झालं. पाटलानं हिंग्लज ठाण्याला फिर्याद केलीया. सगळं इपरीतच झालंय बाबाऽऽ आता ही जोगतीण. कशाला पायजे व्हती फिरयाद? गावातच दिवस घालवायचं म्हणजे आसं करून जमंल?” गंगव्वानं हात नाचवला. तायाप्पा भिन झाला.

“मग करायलाच पायजे की.” तो जोरात बडबडला.

“तस न्हाई बाबाऽऽ आता सगळा पागोर लागंल. मग बघशील?” गंगव्वा मांडी बदलून बसली. एवढ्यात चौगल्याची म्हातारी देव्हाऱ्याजवळ

आली आणि सगळाच विषय बंद झाला. तायाप्पाच्या डोक्यात मात्र मुंगीच रीवाण उठलं. त्याच्या भोत्यान ठेवलेल्या परडीतली कवडीची माळ किड्याच्या रांगगत दिसाय लागली.

जेवनं-खावणं आवरायला आठनऊचा टायम झालाच. तायाप्पा यमन्याबरबर गाव दुडूंन आला. आप्पयाचा हालहवाल विचारला. कमळाक्काचं अजून आवरायलच लागलतं. सुंदरा आपल्याच तालात बसलीती. मल्लव्वाच्या कपाळाला मात्र आज आट्या पडल्यात्या. किती बोलून बोलून तायाप्पानं खुलवायचा प्रयत्न केला पण भाद्दरीन काय जरासुद्धा आपला ह्येका सोडायला तयार नव्हती. तायाप्पाला काय कळायलाच तयार नव्हतं. त्यानं यमन्याला बाजूला घेतला.

"आज आशी काय बिघाडलीया?"

"लई न्यारं झालंयऽऽ तुलाबाई कळायचं न्हाई! त्यो ह्यो व्हता म्हाईत हायऽऽ?" यमन्यानं हात हवेतच फिरवला. तायाप्पानं होकार भरला.

"त्येच्या बायकोनं कल गावातल्या दुकानासमोर झिंज्या धरल्या. काय सांगू बाई आख्खं गाव जमलं." म्हणतच यमन्याचा हात हनुवटीवर आला. तायाप्पानं सगळाच विषय जाणला. तो गप्पगार पाठीमागं सरला.

...कमळाक्कानं मांडवात रेणुका पूजा केली. यलाप्पाचं चौंडक नेहमीगत घुमाय लागलं. तायाप्पाचं नाचणं सुरू झालं. करंबळी गावातली पारं चेकाळली. कुणीतरी रुपायाची नोटांची माळ तायाप्पाच्या गळ्यात घातली. तायाप्पाला चेव चढला. आप्पयाच्या चौंडक्याला पाचची नोट बांधली. त्याच्या हाताचा धर सुटला. तायाप्पा निम्या रातीपतोर नुस्ताच नाचत राहिला. दमाला गाणं थांबलं. चहा आला. तायाप्पा इरागतीला म्हणून गर्दीतनं बाजूला गेला. त्येच्या पाठीमागनं तीन-चार पोरांचा घोळका उठला. तायाप्पा परत मांडवाकडं यायला लागला. आणि पोरांनी त्याला यरगटलं. तायाप्पाबी गोडीला आला. पोरांशी आंगलट कराय लागला. त्यांतल्याच एकाला घिऊन भर गर्दीतनं कमळाक्काजवळ टेकला. कमळाक्कासमोर त्याचा गालगुच्चा घेतच म्हणाला,

"हेनं मघाशी रुपयची माळ घातली." कमळाक्कानं त्याच्याकडं बघितलंही नाही. पोरगं तायाप्पाला खेटून बसलं. त्याचा हात तायाप्पाच्या खोपरातनं बाहेर आला. कमळाक्का बारकाईनं सगळं बघालती. पोरानं जास्तच सलगी दाखवायला सुरवात केली. तशी कमळाक्का गडबडीनं गाण्याला उभा राहिली.

गाणं पुन्हा रंगात आलं. बायाबापड्या परसरामाच्या कथेत रंगल्या. पोरांनी यमन्यालाबी आपल्या पटडीत घ्यायला सुरवात केली. पोरांच्या गलक्यानं सगळंच इस्कटायला लागलं. तायाप्पा पोरांच्यात जास्तच सलगीनं डुलाय लागला. कमळाक्काच्या तळपायाची आग मस्तकात चालली. तिचा ताल

चुकाय लागला. तिला काय सुदरनासंच झालं. आप्पयानं सगळाच तालामाला बघितला. तायाप्पाला आणि यमन्याला खाली बसवलं. गाण्याला जरासा सूर लागला तवर पोरं आरडली,

"त्या जोगत्याला नाचवाऽऽ" कमळाक्कानं गाणं मध्येच बंद केलं. सगळ्यास्नी हात जोडून सांगितलं.

"ह्यो तमाशा न्हवं, देवीचं गाणं हाय."

"त्ये काय बी असू दे, जोगतं नाचलं पायजे." कोणतरी आरडलं. कमळाक्काचा तोल सुटला, तिनं तोंड सुरू केलं. पोरं गोंधळली. चौलग्या मध्ये येऊन म्हणाला,"गाणं माझ्या दारात हाय. कोण काय मदी बोललं तर दात पडतील!"

पोरं एकदम गप्प झाली. गाणं पुन्हा सुरू झालं. एवढ्यात कुणीतरी तायाप्पाला खुणवलं. तायाप्पानं खाल मान घातली. एवढंच बघून जवळ बसलेलं पोरगं सरकत सरकत तायाप्पाला भिडलं. त्यानं तायाप्पाच्या अंगावर हात टाकला. तायाप्पा एकदम बिघडला. जागा सोडून घरात गेला. त्याचं त्यालाच कळंना. मघाशी पोरांच्या बरबर बोलतानं गोड वाटालतं. त्या पोरानं खोपरात हात घातला तवा अंगात काय तरी भिनल्यागत झालतं. आनी एकदम पोराचा राग आला. ह्ये आसं का व्हवावं? त्याचा तोच गडबडला. बाहेर चालत्यालं गाणं बी त्याला ऐकू येईनासं झालं. त्याचं मन उडत उडत लांब गेलं...

...शिरपाचा पानपट्टीचा खोका रोज सांजला पोरांनी यरगटलेला. पयल्या पयल्यानं तायाप्पा जरा लाजायचा, खरं शिरपा पडला शाळंतला दोस्त नाइलाजानं गडी जायला लागला आणि रुळलाच. सांज झालीकी शिरपाच्या खोक्याजवळ आल्याबिगर गड्याला चैनच पडायची नाही, त्यात कदी-मदी आप्पयामुळं तंबाखू चोळायची बी सवय लागल्याती. त्यामुळं शिरपाच्या खोक्याला पाय लागायचाच! एखादा दिवस जागराला तायाप्पा भाईर गेला तर शिरपालाबी चुकल्या चुकल्यागत व्हयाचं...

...तायाप्पा शिरपाजवळ आला तवा खोक्याला एक बी गिराक नव्हतं. शिरपा आपल्याच तालात पिवळा हत्ती वडत बसलेला. तायाप्पा आल्याआल्या शिरपा जरासा रेलून बसतच मिशीत हसला. त्याच्या लांबसडक मिशा गोल तोंडावर जराशा हालल्यागत झाल्या.

"देवा, येळ झाला?" शिरपानं नेहमीचा आवाज काढला.

"जाला बाईऽ तुला काय टेकून बसतोस. तरास काय बिरास! खारं

पोटा आनी जारं दिसा!'' तायाप्पानं खोक्या समोरच्या फळीवर टेकतच हात नाचवला.

''तर तिच्या आयला! सगळी कामं तुलाच म्हण की- वाकलास कामान कामान!'' शिरपा तालात हसला. तायाप्पानं नेहमीच्या सवयीनं पाय वर घेऊन बैठक मारली.

''देवा, आज काय केलं?''

''त्या कुंडल्याचं मडं बशीवलं?'' तायाप्पा ठिसाकला.

''त्येंचं मडं बसवाय देव लागत न्हाई. त्येंचा गणगोताळा हाय!''

''आरं, घीरण्यानं येतो म्हणून सांगितलं आनी घ्याडभर आला न्हाई. आता काय करायचं सांग?''

''त्येला कशाला बलीवलास? हितं मापजन व्हती की.'' शिरपानं फिरकी घेतली.

''हितल्यास्नी काय कापायचं? माझं बाई खोपाट जरा शेकरायचं व्हतं... आता वळीव पडाय लागलं म्हणजे तारांबळा उडंल.'' म्हणत तायाप्पा आभाळ पारखून बघाय लागला.

उंडग्याचं संब्या तंबाकूची गोळी दाढंत धरतच खोक्याजवळ आलं. त्याच्या बरबर लाकडीचं आशा, मान्याचा पब्या डुलतच थांबली. पब्या न्हेमीच्या सवयीनं तायाप्पाजवळ टेकतच म्हणाला,

''देवा, आज कुठलं गाव केलं?''

''आज न्हाई बा कुठल्या गावाला. हितंच घरात काढला ध्याडा.''

''आयला, देवाची चंगळ हाय. चार गाव फिरली की आठ पायली तांदूळ! देवा, एवढं कशाला लागतंय एकट्या गड्याला?'' आशानं तायाप्पाला डिवचाय सुरवात केली.

''ये दानतीच्या बेण्या! दारात आल्यावर कव्वा मूठ तरी तुझ्या आईनं वाढलीया व्हय रं? आई फुक्टचा भंडारा तेवढी घेती बघ. तुमच्या सारकीच लोकं बी!''

''देवा, खरं सांग. आठवड्याला जोगव्याचं तांदूळ किती जमत्यात?'' उंडग्याचा संब्या गमतीला आलं.

''तुला काय करायचं? मला किती बी व्हतील? का तू बी लुगडं नेसतोस?'' तायाप्पानं हात नाचवला तशी सगळीच पोरं हसाय लागली.

''देवा, तू बी जरा दान धरम करत जा की. आमच्यासारख्या पोरास्नी काय बाय दीत जा.'' मान्याच्या पब्यानं पुन्हा विषय वाढवला.

''देतो की रं, माझ्या सुडक्या.'' म्हणत तायाप्पानं त्याला जवळ वडलं.

"सगळं म्हणजे काय पायजे रऽ माझ्या पिल्ला?" म्हणत त्याच्या डोक्यावरनं हात फिरवत कपाळावर आणला. पोर उपडी पडून हसाय लागली. पब्या लगटून बसलं.

"देवा, दत्तकच घे की मला!" म्हणतच त्याच्या मांडीवर खोपरं ठेवून बसलं.

"घेतो की रंऽ दत्तक कशाला. तुला ठेवूनच घेतो की." म्हणत तायाप्पानं त्याच्या गालाचा चिमटा काढला. पोरांच्यात हास्याच्या चिळकांड्या पुटल्या. तायापाप्पाबी त्यांच्याबरबर हसत सुटला.

बऱ्याच वेळ तायाप्पा हसतच राहिला आणि त्याच्या लक्षात आलं की आपल्या हसण्यानं इथं माणसं जमाय लागल्यात. तसा तो गप्पगार बसला. संब्या, पब्या, आशा हसतच राहिली. हसता हसता सब्यानं तोंडातला तंबाखू कधी गिळला कळलं नाही. त्याला गचक लगाय लागलं. तसं त्ये पिचक्या हरिभाऊच्या हॉटेलाकडं सराकलं...

ढगऱ्याचं आंद्या, पेंगीचं पांड्या आता फिरत शिऊबाईकडं जाण्यासाठी हळूहळू रस्ता कातरत खोक्याजवळ आली. पब्या अजूनबी हसत्याल बघून ढगऱ्याचं आंद्या शिरपाल म्हवलं,

"काय शिरपतराव. आज देवाला घिऊन बसलास?" त्याच्या बोलण्यातला तिरकसपणा चटकन तायाप्पाच्या लक्षात आला.

"ह्ये काय ग बाई! मी तुला घिवून बसलोय, ह्येला का वाईट वाटतंय बघ बाबा?" त्यानं आंद्याला उत्तरलं. तस त्यांची साक भरतच पेंगीच पांड्या पुढं होतच म्हणालं,

"देवा, चिडू नगऽ त्येनं कुठं काय म्हटलं तुला? त्यो शिरपाबरबर बोलाय लागलाय. तुला का राग यालाय?"

"ऐक बाबा ऐक, कसा राघू बोलल्यागत बोललास, की रंऽ" तायाप्पा एकदम चिडला. पांड्यानं आता काय धडगत न्हाई हे वळकून काढता पाय घेतला. मागोमाग आंद्याबी सटकलं. तसा तायाप्पा स्वतःशीच पुटपुटला,

"घीरणं कुठलं?" त्याच्या मनंला हिसका बसला. कानांतल्या बुगड्या झम्मकन चमकल्या. शिरपा कानाकडं बघतच राहिला.

"देवा, बुगड्या कव्वा घेतलास?"

"घेतल्या की आईतवारी. पाच आणे भाराच्या. आता सोनं घ्यायचं काय ऱ्हायलं न्हाई बाबा..." तायाप्पा मागचं सगळंच इसरला.

"आयलाऽ आमाला खायला मिळंना आनी तू सोनं घ्यायलास. बरं हाय की रंऽऽ तुझचं!"

"खुळा काय खुळाखुळा! बाबा, दोन वरसाच्या जागराचं पैसं साटवलंतं खर त्यातबी तानाप्पाला शंभर घालाया लागलं. म्हईत हाय."

"काय संसाराच्या गोष्टी कराला गाऽऽ" म्हणतच तुका पाटील जवळ आला आणि तायाप्पा दचकून सरळ बसला.

"कुठलं काय बसलाव आपलं." म्हणत शिपानं बैठक बदलली.

"देवा, आई-बाबाकडं कधी जाईत न्हाईस?" तुका पाटलानं नको तोच विषय काढला.

"आता घरातनंच भाईर काढलंय म्हटल्यावर तो कशाला जाईल?" शिरपा म्होयत्यानं मध्येच विचारलं.

"तसं न्हवं रंऽऽ ह्यो गेला की काय नको म्हणत्यात?"

"नको म्हणत्यात? आगा चुलता डुंबरं मोडीन म्हणतोय." शिरपानं माहिती पुरविली.

"आरं तिच्या आयला. त्येला काय ह्येचं कडू लागतंय?"

"इच्यार की तूच कधी तरी..." म्हणतच शिपानं बोलणंच मोडून घातलं. तायाप्पाला जरासं मोकळं मोकळं वाटाय लागलं. तुका पाटील दहा पैस्याच्या बीड्या घेऊन वाटंला लागला. तसा शिरपानं विषय काढला.

"देवा, म्हातारी कव्वा आलती व्हय रंऽऽ आठवड्यात?"

"चार दिसाला फेरी आसतीयाच. आनी आता मीबी बगतोय नवं, घराकडं. कव्वा कव्वा पोर येत्यात, पमी तर हितंच पडून आसतीया." शिरपा आणि कायतरी बोलायच्या नादात व्हतं एवढ्यात तुका मास्तर खोक्याकडं येतेला दिसला आणि गप्प बसलं. मास्तर जवळ आला. तायाप्पाच्या डोक्यावर थाप मारतच शिरपाला म्हणाला,

"देव काय म्हणतोय? आज काय जागराचं आवातनं न्हाई वाटतं?"

"शिरपाला कशाला जागराला बलीवत्यात. कायतरीच गुरुजी इच्यारतासा?"

"आरं, शिरपाला न्हवं, तुलाच की."

"मग आसं मागं उभारून इच्यारा की." म्हणतच मास्तरला मागं सारलं.

"आयला, द्यावं बी बिघाडलं बाबाऽ काय शिरपा?"

"मास्तर, कुठं बिघडायचं ऱ्हायलयात बाबाऽऽ काय शिरपा? काढू काय सगळं भर तिट्ट्यावर?" तायाप्पा कमरंला लचका देतच उठला. मास्तर गांगरून हसला.

"मग देवा काय विशेष?" म्हणतच तायाप्पाच्या खांद्यावर हात टाकून उभा राहिला.

"गुरुजी, तुमच्या शाळंत एकदा आमचं गाणं ठेवा की." तायाप्पाला

एकदम कसली तरी हुक्की आली. मास्तर हसाय लागला. शिरपाला हसू आवरंना.

"व्हय, तुझं गाणं ठेवतो आनी पायतानं खातो!"

"कोण त्यो पायताण देणारा? देवाच्या म्होरं कोण लागून गेलाय सांगा बघू." तायाप्पानं पदर हातात धरून हात नाचवला.

"आसं कर. तू सरपंचालाच सांग." मास्तरला हसू आवरंना.

"त्यो तरी झक्कत ठेवंल. न्हाईतर त्येचं पारव्वाकडं यायचंच बंद करीन."

"तू काय बंद करतोस? तीच येतीया."

"गुरुजी, मी बी वस्तादीन हाय. त्येला चौकातच नागडा आणीन. आसलं सांगू नगंस. कसा गाईगत आसतोय माझ्या समोर म्हाईत हाय?"

तायाप्पाला चेव चढला. मास्तरला उगचच भीती वाटाय लागली. मास्तर बोलायचंच बंद झाला. बराच वेळ तिघं एकमेकांकडं बघतच बसली. पिसाळाचं जान्या शिऊसुतारणीच्या घराकडं उतरलं. तसा तायाप्पा शिरपाला खुणवत म्हणाला,

"आला बघ मूत पिऊन."

"आता तुला चिकाटतोय घे तुमी." मास्तर खाली बघतच बोलला तायाप्पा फिदीकन हसला. जान्या तायाप्पाजवळ आला. शिरपाकडं बघतच म्हणाला,

"चार आण्याचा तंबाखू दे गाऽ"

"दे बाबा. तेवढंच उरल्या असतील. सपू दे." तायाप्पानं तोंड घातलं. शिरपानं तंबाखूची पुडी समोर धरली.

"देवा, चल कीऽ" म्हणतच पुडी खिशात घातली. तायाप्पा न बालताच त्याच्याबरबर चालाय लागला. मास्तर दोघांच्याकडं बघतच राहिला.....

रत्नव्वाच्या दारात सगळं गाव फुटून जमा झालं... कुणालाच काय व्हतंय कळंना झालं. सगळी माणसं नुस्ती एकमेकात कुचकुचायला लागलीती. एकमेकांच्या तोंडाकडं बघून आत काय चाललंय ह्येचा अंदाज घ्यालती. घर तर माणसांनी नुस्त तुडुंब भरलंत. भाईरचं माणूस भाईर. आतलं आत. कुणालाच काय कळाय मार्ग नव्हता. आतल्या बाजूला रत्नव्वाच्या हाणून बडवून घेतल्याचा आवाज यायला लागलाता. बायका आत घुसायच्या बाहेर यायच्या, खरं कुणालाच काय झालंय ह्येचा अंदाज येत नव्हता. बाट्याचा दुकानदार गडबडीनं माणसं मागं सारत आत घुसला आणि त्यानं सरळ

रत्नीला लाथंखाली तुडवत भाईर वडली. माणसं आवाक व्हवून बघाय लागली. बाट्या भलताच तरवटून रत्नीला हाणाय लागला तसा जोतबा खडक्या मदी पडला.

"आगाऽ काय झालं त्ये तरी कळू दे. तू आलास लाथा घालालास. तुझा भाऊ मघाधरनं बडवून गेला. काय चाललंय काय? ही काय मोंगलाई हाय व्हय गा?"

"तात्या, ह्या रांडचं ख्याल तुला समाजायचं न्हाईत. तू मदी पडून नको." बाट्या तावदाराला तसं गर्दीतनं कोणतरी आरडलं,

"आगा त्येचं त्येंचं घरगुती हाय? आमाला कशाला! चला तिकडं."

"ए चलाच्या! पोरीचा जीव घेतील, मागनं शेजारी म्हणून आमचं वडावनं लागलं. कुणाला मारायचं आसंल त्येनं आपल्या दारात न्हीऊन मारावी." म्हणतच भुईला ढसलेल्या रत्नीला जोतबानं घरात ढकललं. बाट्याला दोघा-तिघांनी वडून बाजूला घेतलं. तवर तानाक्का पळपळतच दारात येऊन पोहचली. बघती तर माणसांची जत्रा. तानाक्काला बघितल्या बघितल्या बाट्याचं आणखी पित खवळलं.

"हीच रांड झुलवा लावाय निघालती. हिच्या आयला." म्हणत बाट्या तानाक्काच्या अंगावर धावला. गल्लीत पुन्हा गोंधळ उडाला.

"ये भाड्या-माझ्या नावानं खडं कशाला फोडतोस- तुझ्या भवाला दावं लाव जा- की. लई गुणाचा भाड्या आसल्यागत कड घिवून भांडाय आलाय. घिवून येजा त्येला, मग दावतो तुझी गम्मत."

तानाक्काचं तोंड सुटलं. बायका भिरंबाटल्यागत बघाय लागल्या. तोंडा-तोंडी वाढत जाऊन आणि कायतरी घडाय नको म्हणून बायकांनी तानाक्काला आत ढकललं. बाट्याला घराकडं तिरपटलं. गल्ली हळूहळू पांगत गेली...

किनीट पडायच्या टायमाला तानाक्कानं म्हादू पाटलाला बलवून आणलं. पारव्याला म्होयत्याच्या घराला लावून दिलं. गणपू मिसाळ आदीच युवून बसलाता. मोऱ्याच्या बाळूदानं आता येतो म्हणून सांगावा दिलता. तानाक्का नुस्ती आतल्या आत तळमळायला लागलीती. तिनं नातवाला भाईर बलीवलं. तायाप्पाच्या खोपाकडं धाडलं. सकाळधरनं तायाप्पा समजून बी फिरकाय नव्हता ह्येचंच तिला आबजूक वाटाय लागलं. म्होयत्याचा बंडा घरात आला. तानाक्कानं त्याला बसाय टाकलं. म्हादू पाटील खोपड्याला आपल्याच तालात बसलेला बघून बंडा म्होयत्या म्हणाला,

"काय सरपंच, गावात काय काय लई व्हयाय लागलंय."

"व्हयाचंच की- कलीयुग!" म्हादू पाटील तोंडातली गुळणी सांभाळतच

बडबडला.

"सरपंच, ह्ये सगळं जत्रा कराय न्हाई म्हणून व्हयालय. एकदा लक्ष्मीची जत्रा ठरवा बघू." गणपू मिसाळनं कुसपाट काढलं.

"आता लक्ष्मी काय बोंबलंल तुमचीच न्यात बदाललली. त्येला कोण काय करणार?" बंडू म्होयत्या गुरगुरला.

"आसं कसं बंडबाऽऽ देवाचं बी जरा हायंच की-"

"आसंल गाऽऽ आता ह्येच्यात देवाचं काय? ह्या इस्न्या बाट्याला काय देवानं बिघडलं?"

"मग कशानं? आगा त्यातलंच हाय."

"बोंबला त्येच्या आयला." बंडबाच्या तोंडातनं सहज भाईर पडलं.

"काय गाऽऽ." म्हणतच तानाक्का त्यांच्या जवळ आली.

"काय कुठलं? इस्न्याला देवानं बिघडला म्हणतोय मिसाळ!"

"हूऽऽ घीरण्याला देव बिघडतोय. भाड्याला म्हारत्या आयकना त्येला कोण काय करणार?"

"म्हणतोय काय म्हारत्या?" म्हादू पाटील चौकटीला येतच थुंकला.

"आता इच्यारा की तुमीच."

"बलवाय कोण गेलंय?"

"दगडू घिवून येतो म्हणलाय दोघास्नीबी..."

तानाक्काची सून चहा घिवून आली. सगळ्यांचंच बोलणं थांबलं. दगडू मोट्या इस्न्या, म्हारत्याला घीऊन आला. सगळ्या वातावरणात गंभीरता आली. तीन कप चहा पुन्हा भाईर आला. इस्न्या तांबारलेल्या डोळ्यानं हिकडं तिकडं बघालतं. तानाक्का नुस्तंच मानंला लचकं द्यालती.

"आणि कोण न्हायलं?"

"कोण न्हाई, तायाप्पाला बलवाय पोरगं गेलयं." तानाक्का पुटपुटली.

"त्येंचं काय गाऽऽ, ह्येंबला गडी. सुरू करा. ईल तवर."

"सुरू काय करायचं? ह्या भाड्यानं भर गल्लीत माझ्यावर आदावत घेतली ती कशाबद्दल ह्येची चौकशी करा."

"नुस्ती आदवत घेतली. गावली आसतीस तर तुडवली आसती." इस्न्या एकदम बिघडलं.

"हे बघ इस्नू, बायकावर हात उचलाय का नेट लागत न्हाई."

"चुकी कुणाची बी आसंल. हीनं मदी कशाला पडायचं गाऽऽ?"

"आसं कसं? जोगतिणीनं जोगतिणीला बघायचं न्हाई तर कोण बघणार?" बंडबानं पायंटाचा मुद्दा काढला.

"व्हय रं म्हारत्या! तुझ्या मनात झुलवा लावायचा हायंच काय?" पाटलानं मुद्दाला हात घातला.

"झुलवा कसला भोसड्याचा लावतोय. गुडघं तोडून घालीन." इस्न्या बिघडलं.

"ये पाय तोडणारऽऽ, आजून का बसलास. तोड जा की. भाऊ तुझा गुडघं तोडणार तूऽऽ कुणाला रांडवाणी भ्या घालतोस गाऽऽ." म्हणतच तायाप्पा लवणीत लचकत आत आला. म्हादू पाटील गदबाळला.

"तुझ्या भावाला काय आरती घिऊन गेलताव व्हय गाऽऽ लागलास बोलायला. झोपतानं गोड वाटतंय आनी निस्तरतानं कोडं पडतंयऽऽ." तायाप्पाचा बायकी आवाज सोप्यात घुसला.

"रातध्याड भाड्या पडून व्हता तवा भाऊ काय भाड खायाय गेलता?" तानाक्काला जोर चढला. म्हारत्या सरकून बसलं.

रत्नव्वा भाईर आली आणि तोंडाला तोंड वाढतच गेलं. बंडबा म्होयत्यानं सगळ्यास्नीच दरडावत शांत केलं.

"म्हारत्याऽऽ, तुझं काय सांग बाबा?" बंडबानं विचारलं. म्हारत्या कायच बोलला नाही. रत्नी गडबडली.

"सांग की आता, त्वाँड शिवल्यागत का बसलास?" रत्नीच्या आवाजानं म्हारत्या डचमळला.

"तानाक्का, ह्येला काय इच्यारत बसायचं न्हायऽ. ह्येला वडून काढून झुलवा लावायचाच!" तायाप्पानं झाडून सांगितलं.

"मला काय जमायचं न्हाय." म्हारत्यानं वर बघतच सांगितलं. तानाक्का धर तुटल्यागत लटपटली. रत्नीचं डोळं फोडलेल्या नारळागत पाझारलं.

"का रं ह्येबल्या, आदी लगटतानं कळत नव्हतं. तुला ती काय माळावरची भाजी वाटली। धीरणा, साळसुदासारखा म्हणतोय जमायचं न्हाई. परडी पालटून बुळा करीन. सोडणार न्हाई." तायाप्पा तणतणत राहिला.

"ये बुळा करणार? ती जोगतीण हाय आनी आमी हाय. आमचं आमी बघताव. तुला कशाला पायजे उचापती?" इस्न्याला जोर लागला.

"जोगतीण हाय म्हणूनच लई बोललास. तुझ्या घरातली आसती म्हणजे समाजलं असतं." तायाप्पाचा तोल सुटला. इस्न्या कावदारून तायाप्पाच्या अंगावर धावलं. गणपा मिसाळनं त्याला जाग्यावर बसवतच सांगितलं,

"इस्न्या, एवढं सलपं न्हाई. म्हारत्या म्हणला म्हणजे सपत न्हाई. चांगलं पंथाला लागशील. जरा दमानं घे."

"काय दमानं घ्यायची गरज न्हाईऽ तुमला कुठं जायाचा तिथं जावा.

परत आमच्या नादाला लागायचं न्हाई.'' म्हणतच इस्न्या उठला आणि म्हारत्याला घिऊन रस्त्याला लागला. म्हादू पाटील नुस्ताच बघत बसला. त्याला काय बोलावं हे बी सुचंना. गणपा मिसाळ आपल्याशीच काय तरी पुटपुटत राहिला.

"आता पोरगंच फितलं म्हटल्यावर काय करणार?'' बंडबा म्होयत्या बोलून गेला. रत्नीला घर फिरल्यागत वाटाय लागलं. तायाप्पानं दोन्ही हातांची बोटं भुईवर मोडतच सांगितलं.

"घीरण्याला भर तिट्यावरच धरायचा, तसा सोडायचा न्हाई. कुठ जातोय मी बघाय हाय की.'' गणपू मिसाळ गदबळला. लालेलाल झालेल्या तायाप्पाकडं बघतच राहिला.

हिंग्लाजात पोचायला न्हाई न्हाई म्हणत दहा वाजाय आलं. तायाप्पाला गरगाच्या हाटेलात चहा मारावा असं वाटाय लागलं. त्यानं केळातलं सुटं पैसं हातात काढून घेतलं. गरगाच्या हाटेलात चहा मारला आणि नदीवेसीला वळला. 'तानाप्पा आसला तर बरं न्हाई तर उगचच पायपीट व्हणार,' असं त्याला वाटाय लागलं. तानाप्पा नसला तर यल्लव्वाकडं जायचं असं मनात ठरवून तो तानाप्पाच्या खोपटाकडं सरकला.

तानाप्पा आपल्याच तालात खोपटात एक एक डालगं काढून बेळं घालाय लागलाता. तायाप्पाला बघितल्या बघितल्या गडी यडबाडला. हातातलं काम टाकतच उठला-

"मला बाई वाटलं तू हिंग्लज इसारलीसचऽऽ.''

"झालं, हिंग्लज इसरून काय करायचं? मला दुसरीच धास्ती लागलीती. घरात नसलीस तर काय घ्या- माझी बाई फुक्कट यरजारी जायाची...'' म्हणतच तायाप्पानं कडखोपडा डोळ्यांखालनं घातला.

"आज काय जागराचा इडा हायऽऽ?''

"न्हाई बाऽऽ म्हटलं जावावं बघून, काय काय चाललंय. त्यात यल्लव्वाचं बी समाजलं.''

"तुला कधी कळलं गऽ बाई?'' म्हणतच तानाप्पानं गुडघ्यावरचं लुगडं सरळ केलं.

"चार दिस झालं. खरं कुठली सवड व्हतीया. सुगी आलीय की आता. बघाय नको काय काय त्ये.''

"सुगीत आनी कुठं काय मळायचं पडलंय काय घराबिरात गेलीस न्हायाला?''

"हुं बाई, तेवढं कुठलं नशीबऽऽ. बाबा तेवढा बोलाय लागलाय आत्ता आत्ता. आजून तात्या मारक्या म्हशीगत बघतोय.''

"बघना, घेऽऽ. खरं, आई आता ठकली आसंल न्हवंऽऽ?"

"काय उराय न्हाईऽऽ. खरं त्यातनं बी येतीया माझ्याकडं."

"आतडं हाय. न इवून काय करंल? तानाक्का काय म्हणतीया?"

"काय म्हणायची! त्या रत्नीनंच डोस्क खालंय सगळ्यांचं!"

"तिचं आणि काय झालं ग बाई?" तानाप्पा एकदम कान बवकारून बसला.

"व्हतंय काय? मागं तुला सांगाय न्हवतं. बाट्याच्या पोराबरबर झुलवा लावणार हाय म्हणून. त्येच की-"

"मग?"

"मग काय- त्येच्या भावानं हिला गल्लीत वडली! पोरानं न्हाई म्हटलं. आता सगळंच बिगाडलं कान्हाई? त्यात हीला दीस जाऊन सहा म्हयने झालं. पाडून घे म्हणलं तवा तयार झाली न्हाई. आता पाडाय तरी येतंय..."

"आरं द्येवा! रांडंला एवढा इसवास नव्हता तर तव्हाच मोकळं व्हयाचं का न्हाई. आता त्या कार्ट्याला आनी कुणी संबाळायचं?"

"त्यो भाड्या आसा कसा बदलला ग बाई?"

"त्येचं काय, पुरूस म्हटल्यावर काका वर कराय येत्यात. हिला समजाय नको-"

"आता काय करायचं म्हणती?"

"कुठलं काय. हातरूण धरून पडलीया. उशाला तानाक्का हाय की बसून..." म्हणत तायाप्पा आपल्यातच बुडाला.

"वाईट बाई वाईट! जोगतिणीचा जलमच वाईट!" तानाप्पा काय बाय बडबडत समोरच्या उपराट्या पक्काच्या कोंबडीकडं बघत बसला.

"त्येचं वाईट आनी आमचं काय सरळ हाय?" तायाप्पा एकदम बोलून गेला. तानाप्पा डचमळला.

"निदान त्येंचं आसं काय तरी व्हईल. जीवाला मागनं तरी शांताई मिळंल. आमाला त्ये बी न्हाई! आता आता कशानं सगळंच इचित्र वाटाय लागलंय..." तायाप्पा पुटपुटला. तानाप्पा दचकला. कधी न्हाई त्ये तायाप्पा असं का बडबडाय लागलाय हेच समजंना. त्यानं तायाप्पावर नजर रुतवली. त्याचं डोळं डबडबाल्यागत वाटाय लागलं.

"आज आसं काय बोलाय लागलीस ग?"

"तर काय करू? तुझ्याकडं, म्हादूकडं बघितल्यावर माझं मलाच कळत न्हाई- कसा जलम काढल्यासा त्ये." तायाप्पा गंभीर झाला.

"एकदा भंडाऱ्यात रुतलं की आसंच व्हतंय... मी कोंबड्यात गुतलो. म्हादू देवरसी झाली. जेला कायच सुचत न्हाई त्ये दारू पिऊन मरतंय.

आता यमन्याचंच बघ की- भाऊचं काय येगळ हाय? हे सगळं असंच हाय बाई... एकदा डोंगराच्या बाईनं ह्ये पदरात टाकलंय म्हटल्यावर कडंला लावायचं!''

''खरं कधी कधी आवरत न्हाई?''

''सगळं आवारतंय. जरासं मन दगडाचं करायचं. न्हाई करून काय उपेग? माणसं जगू देत्यात? तुझं माझं बरं हाय, त्या सुबानानं काय करायचं सांग? तीन पोरं हाईत. मदीच त्येचं आसं झालं. लुगडं नेसली. बायको कुणाचा हात धरून पळून गेली. आता त्या पोरांनी कुणाकडं बघून जगायचं. आनी हिनं कसं जगवायचं? काय त्येच्यावरनी बी भंडारा टाकायचा. रात ध्याड पयल्या पयल्यानं रडायची. आत्ता आत्ता जरा वळणावर आलीय. गाव सोडून आता हितंच आलीय?'' तानाप्पा बोलत गेला. तायाप्पाचं डोकं भनानलं. त्याला खोपटातल्या डालग्याची बेळ बी दिसंनासी झाली...

समोर बसलेल्या तानाप्पाचं तोंड धोतरातनं बघितल्यागत वाटाय लागलं... डोकं आता फुटतंय काय मागनं आसं झालं. हातात कांबाट घेऊन त्यानं कटाऽऽ कटा मोडलं...

...सगळं गाव मागून झाल्यावर तायाप्पाला दमल्यागत वाटाय लागलं. हातातली परडी आणि खोपराची लोंबकळणारी पिसवीबी त्याला जड जड वाटाय लागली. रानातली घरं मागायचं आवसान त्याच्यात राहिलं नाही. तो माघारी वळला आणि सरळ खोपटाकडं चालू लागला. खोपटाच्या दारात येईपर्यंत त्याला पेकाळल्यागत झालं. कमरंचा हात्या कसाबसा त्यानं काढला. दार उघडलं. पिसवी आणि परडी तशीच ठेवून तो आडवा झाला. डोळ्यासमोर अंधाराची वर्तुळ फिरू लागली. त्यानं डोळं गच्च झाकलं. पिवळाधम्मक ठिपका डोळ्यांसमोर अंधारात सरकू लागला. तायाप्पाचं डोकं त्याच्या पाठलागात गुतलं. तो थोडा थोडा सैल होत गेला.

खोपीच्या पावळणीवर कावळा आरडाय लागला आणि तायाप्पा भलताच भिरबिटला. त्यानं आडवा झालेल्या जागेवरनं दारावर लाथ घातली. कावळा उडाल्याचा आवाज झाला. भूक मरून गेलती. आता जेववं असं बी वाटत नव्हतं. परडीतलं तांदूळ तरी बुद्दीत वतून ठेवालं म्हणून तो उठून बसला. कुडालगत ठेवलेल्या तांदळाच्या बुट्टीपर्यंत जाणं बी त्याला नको वाटाय लागलं. त्यानं परडीतलं तांदूळ पिसवीत वतलं. पिसवी तिथंच सरकली. चुलीजवळ मांजरानं रक्कंचं सगळं वाळवाण मांडलंतं. त्यानं मानातल्या मनातच मांजराला शिवी हसडली. आता दुपारी पयल्यानं कडखोपडा लोटायचा मगच दुसरं कायबी

करायचं. त्यानं मनाशीच ठरवलं आणि त्याला एकदम आठवलं- मान्याच्या हौसाकडं जायाचं हाय. तिनं आणि काय काढलंय कुणास धक्कल. आणि काय असणार? शेवंता आक्काकडं जाऊ या न्हाईतर म्हादूमाकडं जाऊ या. तिथं माझं ह्ये बघायचं हाय आणि त्ये करायचं हाय... नुस्तं पाठीमागं वडातनं... शेवन्ताक्का काय आणि म्हादूमा काय सगळी सारखीच! त्यानं मनाशीच कायबाय येवजलं. जरांस ताकद आल्यागत वाटाय लागली. त्यानं तांब्याभर पाणी पिऊन तोंड खळखळलं. पदारानं चांगलं निरपून तोंड पुसलं आणि दांडीवरची फाळकी भुईवर हातरली. डोळ्याला डोळा लागल्याशिवाय अंगातली मरगळ जाईत नाही असं त्याला वाटाय लागलं. खोपटाचं दार पुढं ढकललं आणि लवंडला... डोळा कव्वा लागला त्याला कळलंबी नाही...

...त्याला जाग आली तवा दारावर कोणतरी कडी वाजवालतं. कडीचा आवाज साऱ्या खोपटात भरलाता. कोण मुडदा टपकलाय म्हणत तायाप्पा उठला. पदर डोक्यावरनं घेतच दाराला आला. दार उघडलं आणि तायाप्पा यडबडला.

"कसली ग बाई झोप कव्वाधरनं कडी बडीवतोय. हा न्हाई का हू न्हाईऽऽ" म्हणतच भाऊ आत आला. त्याच्या बरबरचा पावणा दारातच उभा राहिला.

"आगा आत येऽऽ ह्ये आमचंच घर हायऽऽ" भाऊनं पावण्याला आत बोलवलं. पावणा अंग चोरून तायाप्पाकडं बघत फाळकीवर टेकला.

"ह्ये कौलग्याचं पावणं. हिंग्लजात भेटलं. म्हणलं, चला संग संग हितनं जाऊ याऽऽ" भाऊ एकटाच हसला. तायाप्पानं पावण्याकडं निखून बघितलं. पावणा भलताच गोंधळलेला दिसालता.

"खरं तू हिकडं कुठं?" तायाप्पानं तोंड उघडलं.

"कुठलं काय बाई जीव रमंना म्हटलं तुलातरी भेटून जावावं."

"मला वाटलं, कौलग्याला काय काम हाय वाटतं?"

"न्हाई बाई काम कसलं?" म्हणतच भाऊ पावण्याला खेटून बसला. तायाप्पाच्या डोळ्यांत झोप खच्चून भरलीती आणि लवंडावं असं त्याला वाटालतं. जांभया देतच तो शेजारी बसला.

"हितनं दुकान किती लांब हाय गऽऽ?" भाऊनं खोपटाच्या आड्याकडं बघत इच्चारलं.

"तरीबी गावाच्या मदी जायाय पायजे. न्हाई न्हाई म्हटलं तर जाऊन यायला आर्धा तास लागतोय..." तायाप्पानं सांगितलं.

"आगं बाई गऽऽ आदीच चलून पाय गेल्यात. आता आनी एवढं म्हटल्यावर काय जगत न्हाई बाईऽ" भाऊ आपल्याच तालात बडबडला.

"पावण्याबरबर आत्तीच्या पोरास्नी एक बटराची पिसवी घ्यावी म्हणतो."

"आत्ती कुठं कौलग्यात हाय?" तायाप्पानं चौकशी सुरू केली.

"व्हय बाई, एकची एक हाय... आसं कदीतरी कोणतरी भेटतंय. जीव तुटतोय." भाऊ व्याकुळल्यागत बोलला.

"आण हिकडं पैसे. मीच आणतो. तवर बस्सा-" म्हणत तायाप्पा उठला. भाऊच्या तोंडावर एकदम पाणी आलं... त्यानं झटक्यात दंडात घडी केल्याली दोनची नोट तायाप्पाच्या हातात ठेवली. त्याच्या बरबरचा पावणाबी जरासा अंग सैल सोडून बसला.

तायाप्पा गावातल्या दुकानाकडं वळला. त्याचं अंग धुंद झालतं. पाय उचलायचं जिवावर आलंतं. गल्लीच्या जवळपास कोण पारगं बी दिसत नव्हतं. भाऊला शिव्या घालत, शिव्या घालत तायाप्पानं दुकान गाठलं. बटराची पिसवी घेतली. आठ आण्याची चहापूड बांधून घेतली आणि तायाप्पा खोपटाकडं वळला. गावातनं त्याच्या खोपटाला जायचं म्हणजे मापून चार गल्लया पालथी घालायला लागायच्या. गावच्या भाईर म्हसकराच्या खोपड्याला खोपाट. त्यामुळं सहजासहजी जायाचं म्हटलं तरी कटाळा यायचा. आजच ह्यो कुठनं टपकला, ह्येच तायाप्पाला कळंना त्यात हिंग्लजातनं आलाय. तिथंच बटरची पिसवी घील का शाणा हितं आलाय, म्हणतच तायाप्पा दारात अला आणि दचकला.

खोपटाचं दार बंद करून घेतल्यालं. भाऊ कुठं सटकला ह्येच तायाप्पाला समजंना. त्यानं दार ढकललं तर आतनं कडी. ह्यो पासालला वाटतं. म्हणतच तायाप्पानं दाराला धडकी दिली. आतनं कांकणांची खळखळ झाली. तरीबी दार उघडंना. म्हटल्यावर तायाप्पानं हाळी मारली. भाऊनं दार उघडलं. बुचडा सुटलेला. कासोटा सोडलेला. तायाप्पा आत गेला तसा भाऊबरबरचा पावणा आंगीची बटनं घालतच भाईर पडला आणि तायाप्पाचं डोकं सणकलं. भाऊला खाऊ का गिळू आसं वाटाय लागलं. भाऊ मात्र पाण्याचा तांब्या भरून घिऊन खोपटातनं भाईर पडला...

तायाप्पानं उभ्या उभ्याच हातातली बटरची पिसवी आपटली. हातातली चहापावडरची पुडी भानुशीकडं व्हलपटली. तो तिथंच खुट्टा मारल्यागत उभा राहिला. त्याच्या अंगाची आग आग झाली. रागासरसी त्यानं हातरलेली फाळकी गोळा करून खोपड्याला व्हलपटली. मेडीवर पाय आपटला आणि भाऊ आत यायची वाट बघत उभा राहिला.

चांगल्या घटकाभरानं भाऊ जाम्म कसोटा घालत हातातला रिकामा तांब्या हालवतच आत अला. त्यानं तायाप्पाकडं बघतच केसावरनं हात

फिरवून बुचडा बांधला-

तायाप्पाच्या मनावरचा तोल सुटला-

"ह्ये आसं करायला तुला काय माझंच घर दिसलं? रान काय वशाड पडलंतं? रस्त्यावर झोपल्या असल्यासा तर काय बिघाडलं असतं? तरी मी म्हणतोय हिची आत्ती कुठली? ह्येच्यापरास कायतरी कोंबून घीत जाऽऽ कीऽऽ" तायाप्पा तणतणत राहिला. भाऊ गळाटल्यागत बसला. त्यानं तोंडातनं शब्द बी काढला नाही. तो उघड्या दारानं लांब पाहात बसला.

"आसलं काय आसलं तर माझ्या घरात पाय सुदीक टाकत जाऊ नको- ही काय रीत झाली- जरा तरी लाज भीडा काय हाय का न्हाई..."

"जरासं माझं ऐकशील?" भाऊ शांतपणे पुटपुटला.

"मला काय ऐकायचं न्हाई. तू माप सांगशील. श्याण खाणारं त्वाँड कधी चांगलं बोलतंय?"

"तायाप्पा, ऐक तरी- आता सगळंच बिघाडलंयऽऽ चमड्याला सवय पडलीया त्येला मी तरी काय करू? आवरून आवरत न्हाई. मला बी माप वाटतंय ह्ये बरं न्हवं. आशात कड लागायची न्हाई खरं अंगात आता त्येच भिनलंय. आवरून आवरून मेटाकुटीला आलं की आसं व्हतंय... तुला बाई कळायचं न्हाई. सुकानं सगळी करत न्हाईत... त्यात पडल्यावर समाजतं. तुझं काय बाई येगळं हाय. अजून ह्यातलं काय डसाय न्हाई... तवर बरं हाय. आमच्या जलमात काय ऱ्हाल्याय न्हाई." भाउचा आवाज बोलता बोलताच घोगरा झाला. त्याला आवंढा आला आणि त्याच्या डोळ्यांचा बांध फुटला. सणकलेला तायाप्पा चोकून टाकलेल्या आंब्याच्या कोईगत त्याच्याजवळ बसला...

...गजरगावात पाय ठेवल्यापास्नं कमळाक्का सगळं गाव कावळ्याच्या नजरेनं बघालती. ह्या गावात पयलाच इडा. ह्या आदी कव्वाच गाणं व्हयाला नव्हतं. त्यामुळं कमळाक्काला गाव नवं नवं वाटालतं. गल्लीतनं जाताना तिचं डोळं सारखं ह्या घरावरनं त्या भरावर हिंडालतं. गाव जरासं भाईर भाईरनं तरी खाऊन पिऊन बरं वाटलतं. त्यात गावाच्या चार कासऱ्यावरनं नदी. त्यामुळं रानात उसाबिगार काय दिसतच नव्हतं. कमळाक्का सुंदराला गावातलं नवं नवं कायबाय दावत चाललिती. आप्पया आजचं गाणं रंगलं तर ह्या गावातबी आपल्या मेळ्यांच बस्तान बसंल ह्याच विचारात गुतपाळलाता. मल्लव्वा आपली पाय मोजल्यागत घरं मापत चाललीती. तायाप्पाचं ध्यान तिसरीकडंच हिंडालंतं. त्येच्या मनात आजच्या गाण्यात एखादंतरी पद म्हणायला कमळाक्का सांगंल तर बरं व्हईल, असं यायला लागलतं. बरोबरचा रस्ता

दाखवणारा माणूस तरातरा चालललाता. निम्म गाव पालथं घातलं. तरी इड्याचं घर यायला तयार नव्हतं. मल्लव्वानं बरोबरच्या पावण्याला थांबवतच इच्यारलं,

"घर गावातच हाय न्हवं?"

"व्हय गावातच की. एवढी गल्ली संपली की पुढच्या गल्लीला आमचंच घर."

"गाव मोठं हाय की पावणं." कमळाक्कानं पावण्याला गाठलं.

"तर- अशाच वरच्या बाजूला चार गल्ल्या. त्येच्यावर म्हारोडा आनी मांगोडा. हितनं खाली गेलं की, वडारवाडी. त्येच्या वरल्या बाजूला कुंभाराची घरं. तिथनं पुढं रान सुरू व्हतंय. आता आता रानात बी लई न्हायाला गेल्यात!" पावणा न थांबता बोलत गेला. आप्पया सगळं ऐकता ऐकताच म्हणाला,

"गावात जोगतिणी किती हाईत?"

"काय मापाय न्हाईत, आसतील पाच-सा. खरं त्यांतल्या दोनतीनच जोगवा मागत्यात!"

"बाकीच्या?" सुंदरानं छेडलं.

"त्यास्नी कुणीबीनी ठेवून घेतलंय, म्हटल्यावर कशाला जोगवा मागत्यात?"

म्हणतच पावणा बोळात वळला. कमळाक्का मनातच गावाची कमाल कराय लागली. जरा कमी हिंग्लजाएवढं गाव. तिला अप्रूपच वाटाय लागलं.

"पावणं, ह्या गावाजवळ कुठं मेळा न्हाई व्हय?" कमळाक्कानं मनातली शंका बोलून दाखवली.

"त्ये का हितनं वर चढलंकी हारळीचं रान. हारळीत हाय की मेळा. खरं एवढा काय चांगला जागर घालत न्हाईत." पावण्याच्या पायाची गती वाढली. कमळाक्का मनातल्या मनात सुखावली. पावणा बोळ वलवंडून गल्लीत आला. समोरच्या गल्लीत चांगल्या दुमजली घरासमोर मांडव घातलाता. मांडवात पोरांनी धुडगूस चालवलाता. गल्ली चांगली चार वाव रुंदीची वाटालती. तायाप्पा दुमजली घराच्या समोर उभ्या असलेल्या मांडवाकडं बघूनच हाराकला. मांडवावर संकेसुरीची फुलं सड्यानं सगळीभर टांगलीती. सगळा मांडव लालभडक दिसलाता. त्यानं मांडवाकडं बघतच पावण्याला विचारलं,

"पावणं, भंडारा का आबील घुगऱ्या?"

"न्हाई बा. देव बसीवलाय" म्हणतच पावणा मांडवात शिरला. गडबडीनं घरात शिरला. घरातनं एका पटकंवाल्या माणसाला भाइर घिऊन आला.

त्यांचं कपाळ भंडऱ्यानं माखलंतं. बिब्यागत दिसणाऱ्या नाकावरबी भंडारा सांडलाता. मिशाचा खंगोलच्या खंगोल व्हटावर झुलालता. त्याच्या वझ्यानं वरचा व्हट खालच्या व्हटाला भिडल्यागत दिसलता.

"तरी डोळं उजेडी आल्यासा, बरं झालं." म्हणतच पटकंवाला हसला. आप्पयानं त्याला रामराम घातला. पटकेवाला पुढं व्हईतच म्हणाला,

"सगळं आटपंपतोर आता तुमी आमच्या ह्या घरातच बसाऽ" म्हणत घराशेजारच्या पडक्या घरात घुसला. तायाप्पानं पटकंवाल्याबरबर आत पाय ठेवला. तवर गोठ्यात बांधलेल्या म्हशीनं शेपूट उडवली. तायाप्पाच्या नाकात शेणामुताचा भपकारा शिरला. तो तसाच वर सरकला. गोठ्यावर लांबसडक लग. लगीवर मोडक्या फळ्यांचा खाट. शेजारी उलटं करून ठेवलेलं बाजलं. तायाप्पानं हातातली पिसवी खुंटीला आडकली. टाकलेल्या फाळकीवर टेकला. गोठ्यात सात-आठ म्हशी. सगळ्यांच्या सुस्काऱ्याचा आवाज. म्हशींच्या पाठीवर भला मोठा माळा. त्यावर रचून ठेवल्यालं गवात. तायाप्पा सगळा कड खोपडा डोळ्यांत साठवत बसला.

चहाचं कप आलं. यमन्याच्या तोंडावर जरासं पाणी आलं. त्यानं पुढं सरकतच पयला कप आपल्या हातात घेतला. मल्लव्वाला हसू आलं. तिनं हसू दडपतच बशी हातात घेतली. कमळाक्का अजून बी घरच बघत बसलीती. तिचं लक्ष भिंती वर लावलेल्या जुनाट फोटोंच्याकडं गेलं. सगळं काळवंडत चाललेलं, त्यांच्यावर घरोसा साचलेला. काही फोटोंवर गंधांचा लेप चढलेला. देवादिकाचं दोन-तीन फोटोतरी पार इटल्यागत झालेलं. म्हशीच्या रवंथ करणाऱ्या तोंडाकडं बघत बसला.

यमन्या चहा घोटल्या घोटल्या आडवं झालं. त्याला कंबारडं जरासं सैल पडल्यागत वाटाय लागलं.

"का रं, दमलास वाटतं... पासलायला?" कमळाक्कानं पान तोंडात घालतच विचारलं.

"दमतोय कुठला. जागा दिसला की आडवं व्हायची सवय कुटली जाईल..." मल्लव्वा बडबडली.

"झालं की बाई वय. आता पयल्यासारखं कुठलं झेपतंय. आता व्हायचंच की आडवं." सुंदरानं कड घेतली.

"वय व्हयाय ह्येची काय हाडं वड्यावर गेली? माप पोरागत सगळं करतंय, बघाय न्हाईस. तरी आज आनी वाटंनं कसा सरळ आलाय." मल्लव्वा बोलली आणि कमलाक्का हसू आवरतच पान चघळत बसली. यमन्या कुणाच्याच बोलण्याकडं लक्ष न देता डोळं मिटून लोळत पडलं.

आप्पयानं फडक्यात गुंडाळलेलं मांडीवरचं चौंडकं माळ्याच्या यळवाला अडकलं आणि कमळाक्काजवळ बसतच म्हणाला,

"ती वडरग्याची साकरा एकसारखी लागलीया."

"काय म्हणून?"

"कधी कधी आमच्या गावातल्या बायकास्नी बी गाणं शिकव म्हणून. मेळा काढायचा म्हणत्यात म्हणं."

"मग काढा म्हणावं की आणि शिकवायला आमी कशाला पायजे? त्यांचं त्यास्नी जमत न्हाई! काय रांडातरी, मेळा काढत्यात. गप्प जोगवा मागून खावा म्हणावं." कमळाक्का एकाएकी ठिसाकली. आप्पया फुटल्यागत इस्काटला. भुईर नजर टाकून बसला. यमन्याचं बघून त्येच्या जवळच सुंदराबी लवंडली. एवढ्यात भंडाऱ्याच्या घरातनं विचारत विचारत गावातली म्हातारी जोगतीण कमळाक्काला शोधत आत आली.

"हितं निगनूरची कमळा हाय व्हय गा?" म्हणून इच्चारत उभी राहिली. कमळा तिच्याकडं पारखून बघत राहिली. पण काय वळख लागंना तशी उजेडाला व्हईतच म्हणाली,

"मीच कमळा. इकडं वर लग्गीवर येवा की."

"आगं बाईऽऽ कव्वा पाच वरसामागं बघितलंतं. लईच बदाललीस की ग बाई!" म्हणत म्हातारी कमळाक्काजवळ टेकली.

"मला काय वळकाय नसशील. कशी वळक राहील खरं. मी दुडग्याच्या तंगव्वाची भन म्हणायची." म्हातारी बोलतच गेली. कमळाच्या डोक्यात एकदम प्रकाश पडला.

"आत्ता काय करायचं! काकू, तुला वळकलंच न्हाई बघ." म्हणत कमळाक्का तिच्या जवळ सरकली. तिच्यासमोर सगळं येत गेलं. ती एकदम भांबावल्यागत म्हणाली,

"काकू, ह्या गावात कशी ग तू?"

"आता लेकी कशी नि काय? हाय म्हणायची." एवढंच बोलून म्हातारी कळकट हसली. न बोलताच बसली.

"काय आटपत आलंय देवाचं?" कमळाक्कानं विषय बदलला.

"ते कुठलं लेकी! आजून परड्या पूजायचा तरनामा न्हाई. सगळं व्हवून तुमी मांडवात यायला निम्मी रात व्हईल." म्हातारीनं सांगितलं आणि मघापास्नं मेल्यागत पडल्यालं यमन्या गप्पकन उठून बसलं. त्यानं अंग मोडतच आळस दिला. आणि तायाप्पाला म्हणाला.

"चल बाईऽऽ बसून आंग आंबल. ह्या गल्लीतनं जरासं पाय मोकळं

करून इवू या.'' तायाप्पालाबी बरं वाटलं. पाय मोकळं केल्याबिगार खरं न्हाई असं वाटून तो यमन्याबरबर गल्लीत आला.

गल्लीत लायटीच्या दिव्याचा मिणमिणता उजेड. बाकी सगळीकडं अंधारच अंधार. कुठल्या बाजूला गाव हाय ह्ये बी कळत नव्हतं. तायाप्पा अंधारातन बुबुळं फिरवत चाचपडत चाचपडत चालाय लागला. यमन्याच्या पायाला मात्र भिंगरी लागली. गल्लीत कुठं माणसं उजेडात बसल्याली दिसत होती. बायका घोळक्या गोळक्यानं पुराण लावून बसलेल्या दिसालत्या. यमन्या एका गल्लीतनं दुसऱ्या गल्लीत घुसलं, तसा तायाप्पा त्याला घासून चालतच म्हणाला,

''आसं कुठं पतोर जायाचं?''

''चल की बाई. तिथं बसून त्या म्हातारीचं गाऱ्हाणं ऐकण्यापरीस ह्ये बरं.''

''ह्या गावात कुणाची वळख बी न्हाई आणि कशाला फिरत बसायचं?''

''गावात फिराय वळख लागती व्हय ग?'' म्हणतच यमन्या पुढं झालं. गल्ली लांबलचक दिसालती. अंधारानं पावळ्या यरगटल्यात्या. यमन्या एका घराच्या वट्टीजवळ थांबलं आणि वट्टीवर बसलेल्या बापयाजवळ जाईतच म्हणालं,

''हितं नवटाक कुठं मिळतंय पावणं?''

''कसलं सरकारी काय गावठी.''

''आता ग बाई, कुठलं बी चालतंय.''

''मग आसंच पुढं व्हयाचं. गल्ली सपाय सपायला चपार दिसतंय. तिथं माणसं दिसत्यातच. जावा तुमी.'' पावण्यानं बयवार सांगितलं आणि पुन्हा कट्टीवर बसला.

''आता गाण्याला उभा ऱ्हायचं हाय एवढं ध्यानात धर ग.''

''तवर उतारती घे की गऽऽ तुला बी लई लागतंय'' म्हणतच यमन्या लचकत लचकत पुढं चाललं. तायाप्पाच्या मनात भीतीनं घर करायला सुरवात केली.

गल्ली संपली. तायाप्पानं खालच्या बाजूला बघितलं. कंदिलाचा मिणमिणता उजेड. पाच-दहा माणसं तेवढी दिसालती. यमन्या चपराला जाऊन थडकलं. मागं बघतंय तर तायाप्पा तिथंच थांबलेला.

''आगऽऽ ये लाजणाऱ्या बाई! ये की!'' म्हणत यमन्या तिथंनच आरडलं. तायाप्पाचा जीव झार झार झाला. इथंच उभा ऱ्हावं तर जास्त चेकाळणार म्हणून तायाप्पानं पाय उचललं. चपरासमोर सातआठजण झिंगत बसलेलं. चपरात दोघंतिघं बिदग्यासमोर टेकलेलं. यमन्या सरळ जाऊन टेकलं. दंडाच्या घडीतलं पैसं काढून समोर टाकतच म्हणालं,

“पावणं, दोनाची वत्ता.” समोर बसलेलं दोघंजन नुस्तंच हासलं.

“देवा, तुला बी लागतीया?” त्यातला एकटा पुटपुटला.

“देवाला तरी आदी.” दुसऱ्यानं आवाज काढला. यमन्यानं पेला तोंडाला लावला. तसा बाहेर बसलेला एकजन लडबडत आत येतच म्हणाला,“कुठल्या गावचा मेळा? गाण्याला रंग चढाय पायजे.” यमन्या उठलं. तसा बसलेला दुसरा उठतच म्हणाला,

“ह्या देवाला बी पाज की रं, त्याशिवाय गाणं कसं रंगलं?”

“ये मुडद्या गप्प की, “म्हणत यमन्या त्याला ढकलत भाईर आलं. तायाप्पा अंग चोरून पाठीमागनं भाईर पडला.

“देव रागाचा दिसतोय.“ म्हणत भाईरचा यमन्याच्या आडवा झाला.

“ये मूत पिणाऱ्या मुडद्या, हो बाजूला न्हाईतर चोमनं काढून हातात दिन.” यमन्या तरपासलं.

उभा राहिलेल्यानं हातानं जांग चोळत “काढ बघू.” म्हणत यमन्याला मिठी मारली. यमन्यानं तोंड सोडलं.

“आयला, लई बरगाळतंय. धर रं ह्येला” म्हणत आतला भाईर आला. यमन्या धडपडाय लागलं. तायाप्पा काकुळतीला येतच मध्ये पडला. यमन्याच्या डोक्यात काय तरी संचारलं. त्यानं सरळ समोरच्याला कडकडून चावलं, आणि समळाच गोंधळ उडाला. तायाप्पाला काय व्हतंय कळायच्या आदीच दोघातिघांनी यरगटलं. चपराकडच्या अंधारात वडलं. तायाप्पानं आरडायसाठी तोंड उघडलं आणि त्याचं तोंड हालायचंच बंद झालं. अंगावरचं लुगडं कुठल्या कुठं उडालं... चपरातल्या माणसांचं हासणं तेवढंच वाढत गेलं. हात पाय झिंजाडून झिंजाडून तायाप्पा लुळा पडला-तवा त्याला उडपी केलं. चपराच्या पावळणीतनं अंधाराचं लगदं कोसळलं. चपराच्या कुडाचं चिंबल्यालं कांबट त्याच्या अंगाखाली चोळामोळा झालं. चपरातल्या पालीचं कुचकुचनं तेवढंच त्याच्या कानावर आलं... त्याचं अंग जुधळं झडल्या पीशीगत वळचणीला पडलं...

■

५

तायाप्पानं कडखोपड्यानं खोपाट झाडून घेतलं. दाराम्होरं दहा- बारा बुट्या खडाक पयलंच आणून ठेवलतं. ते सगळ्या दारातनं बयावर बसवून घेतलं. खोपटाच्या भोत्यानं झांजड झालती. ती सगळी काढली. कुड लिपाय लागल्याली सखूकाकू अजून निम्यावरच घोटमाळालती. तायाप्पाचं अंग वालवाल करून नुस्तं आंबून गेलतं. एक एक म्हणता पंचवीस-तीस जोग्यास्नी सांगावा गेलता. न्हाई न्हाई म्हणत पंधरा-वीस तरी येतील असं वाटाय लागलतं. निंगनुरास्नं आली तर कमळाक्का न्हाईतर आप्पया ईल म्हणून सांगावा आलता. म्हादूमा जरा यरवाळीच येतो म्हणालता. तायाप्पा येणाऱ्यास्नी कुठं काय काय करायचं ह्येच्याच यवजनात समोरचं काम वडालता.

आडोळ व्हयाला आला आणि सखूकाकू उजदारचा कुड अर्ध्यावर टाकून हात धुवायला भाईर आली. तायाप्पाचं खिडूक मिडूक चाललंतं.

"मी जरा आडोळ करून येतो आनी मग न्हायल्याला काला वडून घेतो गा." सखूकाकू हात धूतच म्हणाली.

"चालतंय खरं ही बाई, आता गोळा व्हतील एक एक, जरा लवकर आटीपलीस तर बरं व्हईल..." तायाप्पा पुटपुटला. जेवनकऱ्यांच्या घराला आणि एकदा फिराटी माराय पायजे व्हती. पारव्वानं काय काय केलंय बघाय पायजे. तानाक्का काय हातरुणालाच डसून हाय. येती का न्हाय अजून कळाय तयार नाही. फूला तेवढी भगटायला येऊन गेलती. तिला सांगितलेल्या कामाचं काय झालंय कळाय नव्हतं. कुठं कुठं पळापळ करायची ह्येच तायाप्पाला समजाय तयार नव्हतं. जात्याजात्याला सखूकाकूला त्यानं थांबवतच सांगितलं-

"जरासं वरच्या गल्लीनं व्हवून रत्नव्वाला लवकर यायला सांगशील? मला जायाय पायजे व्हतं खरं, ह्या सगळ्याला टायम लागलं म्हणून म्हणतेय..." सखुकाकू मान हालवून पुढं झाली. तायाप्पानं समोरचा जळणाचा ढीग उचलून खोपटाच्या मागल्या बाजूला ठेवला. लाकडाचं तीन-चार व्हडकं बाजूला काढून घेतलं तवर खोपटाच्या पुढल्या बाजूला कुणाचा तरी आवाज

झाला आणि तायाप्पा व्हंडकं तिथंच सोडून हालला. बघतोय तर तानाप्पा.

“बरं झालं ग बाई, मला वाटालंत तू बी संध्याकाळीच येतीस काय कुणास धक्कलं. आगं गावातलं बी कोण अजून हिकडं फिरकाय न्हाई. एकटीला म्हणजे सगळा घोर लागलाता...”

तानाप्पा फक्त त्यांच्याकडं बघून हासतच राहिला. त्यानं हातातली पिसवी तायाप्पाच्या हावाली केली. आणि विचारलं-

“गावातली किती माणसं सांगितलीस?”

“किती कुटली. नडीकाडीला, लागलं सवरलं बघायला आसावीत म्हणून पाच-सा सांगितल्यात.” तायाप्पानं हात पदराला घातला. पदर कमरंला खोचला. तानाप्पाला खोपटात घेतच सांगितलं-

“लई बाई काय करत बसायचं न्हाई. नुस्तं आपलं देव देव करून आटपायचं!”

“आगंऽऽ आसं म्हणून कसं चालंल? व्हयाचं त्ये सगळं रीतीरिवाजानं व्हयालाच पायजे की, त्यात चुकवून कसं भागंल- मागनं कायतरी आणि लटांबळ नकोऽऽ.”

“आनी आता लागायची काय ऱ्हायलीया. सगळ्या जलमाचा सत्यानास झालायच की-!” तायाप्पा एकदम गंभीर झाला. तायाप्पानं वळकलं. लगेच त्यानं कांकणानं भरलेला हात उगचच हिकडं तिकडनं फिरवतच विषय बदलला.

“देवाचं त्ये देवाचं! देव हाय तर सगळं. माणसाच्या हातात काय हाय सांग बघू. अगंऽऽ एवढीच देवाची मन लावून सेवा. न्हायतर आपल्या हातनं काय व्हतय सांग बघू-?”

“त्ये बी खरंच खरं!” तायाप्पा पुटपुटला. त्याच्या डोळ्यांसमोर कामाचा गराडा आला. आणि तो गप्पकन उठला.

“आता बसून उपेग न्हाई, तूच जरा पुढं हो आनी पारव्वाला तेवढं आटपून यायला सांग. निवद तरी टायमाच्या टायमाला व्हवू दे! म्हणजे सगळं रीघंला लागलं. मी जरा आता भांड्याकुंड्याचं बघतो.” म्हणतच तायाप्पा चुलीजवळ सरकला. कुणाबिनाची मागून आणल्याली सगळी भांडी तशी पडलीती. निम्मी अर्धी कुठल्या कुठं इस्कटून गेलती. तायाप्पानं सगळा ढीग उचलून दारात आणला. मोठी मोठी भांडी पयल्यांदा खदबळून घेतली. पंधरा-वीस भाईरची, सात-आठ गावातली म्हणजे तीसेक माणसांच्या जेवणाची तरी उस्तवार कराय पायजे. नुस्त्या पोळ्या भाजायच्या म्हणल्या तरी तीन-चार बायका बसावाय लागतील. अजून चुलीवर डाळ पडाय तास मोडंल.

म्हणजे निम्मी रात व्हईल जेवणाला...''

तायाप्पा आपल्याच तालात एक एक भांड धुवून बाजूला करालता.

''भांड्याकुंड्याचं माझं मी बघितलं असतं की रंऽऽ. एवढी काय गडबड लागून गेलती.'' म्हणतच रत्नव्वा त्याच्या समोर आली.

''दिवस कलाय लागला तरी तुझा पत्या न्हाई. मग काय समजायचं. घेतली बाई भांडी धुवून काय करतीस?'' तायाप्पा इवळला.

''व्हय. काय करशील. हाडं वड्यावर गेली. शेणी काटावर बसल्या. तू काय करशील?'' म्हणतच रत्नव्वा त्याच्या समोर बसली.

भांड्याच्या ढिगात हात घालून एक एक भांड हातावेगळं कराय लागली.

''तानाक्का ईल व्हय गऽऽ?''

''काय खरं धरू नगंस. उठवून बसीवलं तर बसती न्हाई तर आडवीच आसतीया. आता काय बाईनं बळ दिलं तर ईलबी म्हण खरंऽऽ.''

''पारव्वा न्हाई आजून? मी समजायचं तरी काय बाई?''

''येता येता मी गेलतो. खरं त्यो काळा इवून बसल्याला दिसला म्हणून तशीच म्होरं आलो...''

''अग बाई, घोटाळा झाला. तानाप्पाला तिच्या घरला लाऊन दिलं की!'' तायाप्पानं धुतलेल्या भांड्यांचा ढीग खोपटात न्हेला. भांड्यांचा खडखडाट सगळ्या खोपटात पसरला...

...पारव्वाबरबर अंग हालवतच तानाप्पा खोपटासमोर आला. म्हादू, राऊ आणि मल्लप्पा येऊन नुक्तीच टेकल्याली. तायाप्पा आता नुस्तं लवणीला व्हडांगं देत हिकडं-तिकडंन करालता. रत्नव्वानं खोपटामागच्या चुलीचा कब्जा घेतलाता. सखूकाकू कुड-भानूशी करून दुसऱ्या कामात गुतलीती. पारव्वा खोपटात आल्या आल्या म्हादूनं अंगाचं मुटकुलं सैल केलं. गुळच्याट हसतच तोंड हालवलं-

''काय गऽ बाईऽऽ? गावातल्या गावात एवढा टाईम तर चार कोसांवरनं काय येशील?''

''काय करतोस बाबाऽऽ. कोणतरी तुझ्यासारखं यीऊन बसल्यावर काय जा म्हणाय येतंय-'' पारव्वा खोपटाच्या मेडीला उभा राहिली.

''म्हादूमाऽऽ, तुला बाई कळायचंच ऱ्हायलं. गावच्या पाटलच्या मानसाला येळकाळ नसतोय. एवढंबी तुला ठावं न्हाईऽऽ.'' तायाप्पानं मध्येच मुरका मारून तोंड घुसडलं. तशी पारव्वा जीभ चावतच गोंधळली.

''आता झाल्या गेलेल्या बाईला त्यात कसलं नवंपण! तुझं बाई काय तरीच!'' राऊनं विषय वाढवला. पारव्वा जागा सोडून हालली. खोपटाच्या

मागल्या बाजूला वळली. रत्नव्वानं भाताचं डेचकं चुलीवर चढवलंतं. समोरच जागा झाडून घेऊन बोऱ्या टाकलाता. शेजारच्या चुलीवर डाळीचं डेचकं गदगदाय लागलंतं. दोघी-तिघींचं कणीक चेचणं चालू झालतं. पारव्वा त्यांच्यात मिसळली. रत्नव्वाला जरासं हालकं हालकं वाटाय लागलं...

म्हादूमा, राऊ, भाऊ, तानाप्पानं आख्खं खोपाट येरगटलं आणि सगळ्या खोपटाभर त्यांच्याच आवाजाचं किंग्याण उठलं. मदी मदी तायाप्पाचा आवाज त्येंच्यात मिसळाय लागला. तायाप्पाची खोप बऱ्याच दिवसानं गजबजून गेली.

कमळाक्का हातातली पिसवी सावरत कशी बशी धापा टाकत खोपटाला येऊन लागली. हातातली पिसवी सावरत कशी बशी धापा टाकत खोपटाला येऊन लागली. पाक्कं पेकाळून गेलती. चांगली फेसाळलेल्या बैलागत धापालती. तिनं खोपटाच्या मेढीला धरतच आपलं ऐसपैस सुटलेलं अंग भुईला टेकलं.

"एवढं चलाय झेपत न्हाई तर आप्पयाच्या खांद्यावरनं बसून यायचं बयाऽऽ. कशाला म्हातारपणी जीवाचं हाल करून घेतीसऽऽ."

राघूचा बायकी आवाज कमळाक्काच्या भोतेभोर फिरला. अजून तिचं धापणं चालूच होतं. तिनं पदराचा शेव हालवून वारं घ्यायला सुरवात केली आणि भाऊ अंगाचं मुटकुळं तिच्याकडं वळवतच बोलता झाला.

"हिला खांद्यावर घ्यायचं म्हणजे आप्पयाची हाडं काशीलाच की! मी म्हणतो एवढं खावून खावून मातावंच कशाला गऽ बाईऽऽ?"

"घ्या बाईऽऽ. आता कोण सुटावं म्हणून सुटतंय व्हय गऽऽ. हिला म्हातारपणी सुख मानावलं त्येला कोण काय करणार?" तानाप्पानं मध्येच तोंड घातलं.

"बोला भाड्यानु बोला! तुमास्नी बोलायचं दीस आल्यात." कमळाक्का कशीबशी दम आवरतच पुटपुटली.

"व्हयऽ आमास्नी बोलायचं दीस आल्यात आनी हिला आघळ पघळ सुटायचं दिस आल्यातऽऽ." म्हणतच राघूनं कांकणाचा हात मदीच नाचवला आणि सगळ्यांनीच हसाय सुरवात केली. कमळाक्काबी त्येच्या हसण्यात मिसळली. तसा म्हादू अंगाचं मुटकुळं सोडवतच म्हणाला-

"आप्पयालाबी आणायचं न्हाईसऽऽ?"

"आणाय काय त्यो आत्ता माझ्या शब्दात हायऽऽ. पयल्यागत न्हाई बाबा... चमडं लुळं पडलं की माणसंबी फांगाफागं व्हत्यात!" कमळाक्का एकदम गदबाळली. म्हादमानंन पाय सैल केलं.

"आणि काय झालं ग बयाऽऽ?" म्हणतच कमळाक्काकडं सरकला.

"व्हतंय काय? जखेवाडीची नवीन पोरगी मेळ्यात आलीया. तुला अजून धक्कल न्हाई व्हय गऽऽ?" म्हणतच तानाप्पानं नजर भुईवर टाकली.

"आत्ता ग बयाऽऽ. केस पिकली की सुडक्याची! तरबी आजून नव्या नव्यात हायऽऽ थू नशिबाऽऽ!" म्हादूमा आपल्याशीच बडबडला.

"ह्येचं बाई नवीनच! केसं पिकली तर काय माणूस पिकतोय व्हय गऽऽ. नवी पोर जरा खेळवावी आसं वाटतंयच की-"

राघूनं हाताची तिटी सोडवतच मुरका मारला. एवढ्यात तायाप्पा गडबडीनं त्यांच्याजवळ येतच म्हणाला,"म्हादूमा कासार आलायऽऽ बघ की आवरायचं! काय बोलतच बसलीस?"

"आनी ग बयाऽऽ उठा उठा." म्हणत म्हादमा जागा सोडून हालला. राघू, तानाप्पा कमळाक्काकडं सरकलं. तायाप्पानं उभ्या उभ्याच कमळाक्काकडं हसून बघत इच्यारलं,

"सुंदराक्काला तरी आणायचं व्हतीसऽऽ?"

"कुठलं आणतोय बाबाऽऽ. तिनं गाव सोडलंऽऽ." कमळाक्का सुस्कारली आणि तायाप्पा मट्टाकन खाली बसला.

"हे आनी काय नवीन ग बाईऽऽ." म्हणतच तायाप्पानं सूर वडला. त्याचा धीर एकाएकी तुटल्यागत झाला. कमळाक्का त्याच्याकडं बघतच म्हणाली-

"नवीन कुटलं बाबाऽऽ. ती बया आल्यापास्नं ह्ये धुमसायला लागलतंच. तुझ्या कानापतोर यायला नव्हतं एवढंच. ही आल्याधरनं गड्यानं नुस्ता माझ्यावर आनी सुंदरावर डाव धरल्यात्यानं. आता तिला घालीवल्यान. उद्या मला घालवंल..." कमळाक्का कातर आवाजात पुटपुटली.

"खरं झालं तरी काय म्हणायचं गऽ?"

"कायबी न्हाई. मागच्या आठवड्याची गोष्ट! सुंदराचं जुन्यार गल्लीत वाळत घातलंतं. त्येला गोळा करतानं खोंबरा लागला. तिनं हासडली शिवी. त्यात ह्येला आली तिची कड. तिला का शिवी दिली. म्हणून दुबलल्यान आनी घरातनं भाईर काढल्यानं हे निमित्त! आता त्येला काढायचीच व्हती घरातनं..." कमळाक्का समोरच्या कुडाकडं बघतच आपण काय बोलाय लागलोय हेही विसरली. तायाप्पा एकाएकी डचमळला मनातल्या मनातच चिघळत गेला...

"आरंऽ, आसा काय बसलासऽ. म्हादमा हाळी मारालाय बघ." म्हणतच पारव्वा कमळाक्काजवळ आली, तसा तायाप्पा भानावर आला. कसाबसा जागा सोडून हालला त्याचं त्यालाच डोकं भिनाटल्यागत वाटाय लागलं.

सगळं खोपाट जोग जोगत्यांनी गजबजून गेलतं. म्हादूमा आपलं सुरकुतलेलं अंग सांभाळत सगळं नजरंखालनं घालालता. राऊचं कंबरडं मोडून पडल्यागत झालतं. तानाप्पाचं हिकडं-तिकडं लुडबुडनं सुरू व्हतं. रत्नव्वाचं जेवनाखावनातलं लक्ष आता देव्हाऱ्याकडं लागलंतं. फुलाच्या हातातला भंडारा सगळ्यांच्या कपाळभर पसरालता. बसलेल्या जोग्यांचं बायकी बडबडनं खोपटाच्या दारातनं गल्लीभर झालतं. त्यांच्यात भाऊचा आवाज सगळ्यात उठून दिसालता. तुक्या जोग्या पिल्याली अंगभर लागल्यामुळं डुलायला लागलाता. त्याच्याबरबर आलेलं तिघं-चौघं जोगतं त्याला मदी घिऊन बसलंतं. रामाण्णा चौंडक्या आपल्याच तालात कायबाय पुटपुटत बसलाता. म्हादूमानं तायाप्पाला हाळी मारली आणि सगळ्यांनी आटपत आलं वाटतं म्हणून सुस्कारा सोडला.

म्हादूमानं तायाप्पाला देव्हाऱ्याजवळ बसवलं. मानाचं पाच जोगतं म्हणून तानाप्पा, राऊ, मायाप्पा, दादू आनी तानाप्पाला शेजारी बसवलं. बाळ जोगतिणीचा मान म्हणून बेलगुंदीच्या सुलीला बलिवलंतं. तिला तायाप्पा समोर बसवलं. प्रत्येकाच्या हातात चोळीचा खण, सुपारी आणि पानाचा इडा दिला. कासार हिरवा चुडा घिऊन तायाप्पासमोर सरकला. त्यानं तायाप्पाला हात भरून चुडा भरला. बाकीच्यांच्या हातात पाच पाच चुड्याची कांकणं भरली. म्हादूला गुरुपदाचा चुडा भरला. भंडारा सगळ्यांच्या कपाळावर लावतच रत्नव्वानं प्रत्येकाची परडी पुजली.

"उदंऽऽ गऽऽ आईऽऽ उदंऽऽ" म्हणतच पूजा आटपली. सगळ्यांनीच उदंऽ ग आई उदंऽऽच्या आवाजानं खोप डोक्यावर घेतली. तायाप्पा हातातला इडा सांभाळत म्हादूमाच्या पायावर पडला. तायाप्पा उठतोय न उठतोय एवढ्यात तुक्या लडबडतच त्याच्याजवळ आलं. तांबारलेल्या डोळ्यानं त्याच्याकडं बघतच एकदम गुरगुरालं. मध्येच मोठ्यानं हसलं. म्हादूमा त्याला सरकतच बाजूला झाला तसं तुक्या एकदम किंकाळलं. तायाप्पा भांबावला. मायाप्पा राऊनं त्याला खाली बसवलं. तुक्या एकदम काणसारलं-

"यमन्याऽऽ तुझ्यामुळंऽऽ मेळ्यातनंऽऽ गेलं की गऽऽ रांडं." म्हणत मोठ्यानं एकाएकी रडाय लागलं. सगळं जोगतं एकदम भांबावलं. कुणालाच काय कळंना. राऊनं एवढाच मोका साधून तुक्याला बाजूला वडलं. तुक्याचा रडण्याचा आवाज वाढतच गेला. तायाप्पा चुडाभरल्या हातानं कपाळ धरून भिन्न होऊन बसला.

...जानू मिसाळाबरबर शेवन्ताक्काचं घर गाठायला तायाप्पाला दुपार झाली. त्यानं उंबऱ्यातनं आत पाय टाकला. शेवन्ताक्का एकलीच देव्हाऱ्याम्होर

बसून देवीच्या मुकोट्याकडं बघत बसलीती.

“आशी काय एकटीच बसलीस गऽऽ” तायाप्पानं खोपड्याला चप्पल काढतच विचारलं. तशी शेवन्ताक्का एकदम गडबडली. तायाप्पाला असं अवचित बघून यडबाडली. देवाच्या आसनासमोरनं ती गडबडीनं बाजूला झाली.

“आसा कसाऽऽ आवचित टपाकलास रंऽऽ? म्हणतच तिनं दांडीवरचं घोंगडं भिंतीजवळ हातरलं.

“आलो बाईऽऽ” म्हणतच जानू मिसाळला बसायला खुणवतच तायाप्पा देवीच्या आसनाजवळ गेला. क्षणभर हात जोडून तसाच उभा राहिला. शेवन्ताक्कानं त्याला भंडारा लावला तसा तायाप्पा जानू मिसाळाजवळ येऊन टेकला. त्याला शेवन्ताक्का भलतीच थकल्यागत वाटालती. अंग चिपाडागत झालंतं. डोळं पडक्या भावीगत खोल खोल गेलतं. कपाळाच्या कुंकवालाबी सुरतूक्या पडल्यागत वाटालतं. त्यानं शेवन्ताक्कावरची नजर हालवतच विचारलं-

“म्हादूमा कधी फिरलाता-”

“तुझ्या चोळी-कांकणाला आलता तव्वाच- जाता जाता आलता. तुझं सगळं हाय न्हवं बरंऽऽ?” शेवन्ताक्का त्याच्या समोर टेकली,

“हाय त्ये बरंच म्हणायचं की बाई?” तायाप्पानं नजर पुन्हा शेवन्ताक्कावर टाकली. “का रंऽऽ आनी काय सुरू झालं?” शेवन्ताक्कानं काळजीत इच्यारलं.

“न्हाई बाई! सगळं बेस हाय! आता बेस आसलं तर बी सारखंच, नसंल तरबी सारकंच. सगळंच आंगवळणी पडलंयऽ”

“आई कधीमदी येतीया न्हवं?”

“येतीया की-खरं आता लईसं चलाय व्हईत न्हाई! त्यात आता सुमीचं ठरायचं चाललंय. तिचं जुळपतोर माझ्याकडं जायाचं न्हाई म्हणून तात्यानं सांगितलंय म्हणं-”

“त्ये का रंऽऽ?”

“आता कुणाला म्हाईत न्हाई ते नवीन सांगणार हाईत?”

“कुणास धक्कल! त्यास्नी वाटतंय त्यात मी कशाला मदी पडू? त्येनी हाईत त्येंचं नशीब हाय. माझं माझ्या जलमाला लागलंय की-” म्हणत तायाप्पा आपल्यातच गढला. शेवन्ताक्का त्याच्याकडं बघतच हानवट गुडघ्यावर ठेवून बसली. जानू मिसाळ दोघांच्याकडं टकमक बघत बसला.

“मेळा काय म्हणतोय?” शेवन्ताक्कानं विषय बदलला.

“त्यात बी काय व्हायाय न्हाई. पयल्यागत कमळाक्का बी म्हणत न्हाई.

आप्पया तिचंच डुंगण धरून फिरतोय. पयल्यागत लईस जागरालाबी बलवत न्हाईत... मला बी जावावंसं वाटत न्हाई."

"मग करतोस तरी काय म्हणायचं?"

"कुठलं काय? जमलं तर कुठंतरी मागत हिंडायचं न्हाईतर पडायचं खोपटात!"

"ह्येच्या परास दुसरा मेळा का बघत न्हाईस?"

"दुसऱ्यात काय येगळं आसणार हाय! ह्येच की, त्येच्यापरास आपल्या खोपटात मेल्यालं काय वाईट?" तायाप्पा बोलता बोलता बोलून गेला. शेवन्ताक्का दचकली. ती डोळं फाडून तायाप्पाकडं बघाय लागली. घटकाभर कोणच कुणाशी काय बोललं नाही. जानू मिसाळनं जांभ्या द्यायला सुरवात केली आणि जायला टायम व्हतोय ह्ये लक्षात आल्यावर तायाप्पा गदबाळला. तो सरळ बसतच म्हणाला- "ह्येचं जरा बघायचं व्हतं म्हणून आलंताव?"

"काय रंऽऽ."

"ह्येच की, ह्येच्या बायकोच्या, आता म्हयना झालं अंगावर चाललंय. पालीगत पांढरी पडलीया बाई."

"आसलं बघाय वार गाटून तरी यायचं. आडवारी आसलं बघाय जमत न्हाई-" शेवन्ताक्कानं मांडी बदलली.

"आनी ग बयाऽऽ येरजारी फुक्कटच!"

"फुक्कट का-लई दिसानं भेटागाठ तर झाली की. बरवाईट कळालं. ह्ये काय कमी हाय! डोंगराच्या बाईच्याच मनात व्हतं म्हणून आलास."

"त्ये झालं गऽऽ खरं ह्येचं काम काय करायचं?"

"आल्यासा तसा गादीचा भंडारा घिऊन जावाऽऽ कमी पडंल!" म्हणत शेवन्ताक्का देवीच्या देव्हाऱ्याकडं वळली. चांगला कुडचाभर कागदात गुंडाळतच म्हणाली.

"यमन्या कव्वा दिसतंय तरी व्हय रं? कुठं बेपत्ताच हाय म्हण-"

शेवन्ताक्कानं यमन्याचा विषय काढला आणि तायाप्पाची शिर तडकली. एकाएकी त्याचं सगळंच बिघाडलं.

"आसंल धीरणं! बेपत्ता व्हयाला काय व्हतंय? कुठं तरी मूत पीऊन मारून घीत हिंडत आसंल..." तो एकदम भडकला.

"आरंऽ किती केलं तर त्यो आपल्या जमातीतला. एवढा राग धरून कसं जमंल?" शेवन्ताक्का त्याला शांताई घालाय गेली आणि तायाप्पा आणखीनच भडकला.

"तुझ्या आशा बोलण्यानंच माझं वाटोळं केलीस ग बाईऽऽ तुझं त्वाँड कधी मातीत मिळतंय कुणास धक्कल! काय म्हणून माझ्या जलमाला ही तुझी साडेसाती लागलीया म्हणायची गऽऽ" म्हणतच तायाप्पानं हाताचा तळवा जमनीला घासायला सुरवात केली. शेवन्ताक्का त्याच्याकडं आवाक होऊन बघाय लागली. क्षणभर तिची मान लडलडली. आपण काय ऐकतोय हेही समजंना. ती भिरबाटल्यागत तिथंच वळवळली.

"आसं तुझं काय मी वाईट केलं रंऽऽ?" म्हणतच डोळं गार गार फिरवाय लागली. तसा तायाप्पाचा तोल आणखीन सुटतच गेला.

"चांगलं केलीस ग थेरडी? ह्या वाटंला लावलीस. जलमातनं उठविलीस. तोंडात श्याण घातलीस. कीडं पडून मरशीलऽऽ टाचा घासून मरशील!" म्हणत तायाप्पानं हातपाय आपटाय सुरवात केली. जान्या मिसाळ शेणाच्या पूवागत गार झालं. शेवन्ताक्का इंगळागत रसरसली. तिच्या हालणाऱ्या मानंवरचा पदर खाली पडला. पांढऱ्या धोट केसांचा वाक इस्कटला.

"ये बुळ्या भाड्या त्वाँड आवर, न्हाईतर मातीत घालीन."

"घाल बघू गऽऽ घाल! एकदा ते तरी कर!" म्हणतच तिच्या अंगावर धावला. शेवन्ताक्काचा कापणारा हात परडीतल्या भंडाऱ्यात पडला. मुठीतला भंडारा ती त्याच्या अंगावर फुकतच आरडली,

"देवाच्या झाडाला आसं तुडीवतोस! तुला धीरणी भरू दे! भाईरलं व्हवून दे! जीभंत कीडं पडू दे!" म्हणतच शेवन्ताक्का सोप्याभर भंडारा फुकत नाचली. जान्या मिसाळाच्या अंगाचं पाणी पाणी झालं. तायाप्पानं शेवन्ताक्काच्या हातातल्या मुठीवर हात आपटतच तोंड सोडलं,

"रांडं, मी बी देवाचीच हाय! काय व्हतंय बघतोच! लई झालं तुझं थेर!" म्हणत त्यानं उंबरा वलंडला. जान्या कुत्र्यागत शेपूट हालवत पाठीमागनं उठलं. अख्खी गल्ली तायाप्पाला पेटत्या चुलवाणागत वाटाय लागली.

तायाप्पानं अंगावरची चादर पायानंच बाजूला केली. पेंढऱ्या ठणकाय लागल्यात्या. त्यानं दोनी पाय सरड्यागत ताटीवलं. पायांतनं कसलातरी सुखद लहर उतरत गेल्याचा भास झाला. लवण्या ठुसठुसल्यागत झाल्या. कमरंखाली अंग खांडकागत दुकाय लागलं. त्यानं कूस बदलत सगळं अंग ताटवलं आणि मोटंच्या नाड्याला हिसका दिल्यागत लवणीला हिसका दिला. अंग जरासं हालकं हलकं झालं. पण उठावंसं वाटंना. तो तसाच पडून राहिला. बराच वेळ तो लोळत राहिला. मग एकाएकी सणक आल्यागत उठून बसला. त्यानं उजवा दंड डाव्या हातानं करकचून आवळला. लिबलिबीत

मांसाच्या गोळ्यात बोट रुतल्यावर त्याचं त्यालाच कसंकसंच झालं. त्याचा हात पेंढरीवरनं लवणीवर, लवणीवरनं पोटावर हळुवार फिरत गेला. सगळं अंगच शेणाच्या पूवासारखं लिबलिबीत वाटाय लागलं... आपल्या अंगात धट्टपणा शोधूनही सापडू नये याचंच त्याला आश्चर्य वाटू लागलं. 'व्हयाचंच की सगळं अंग लिबलिबीत. म्हेनत कुठं हाय.' तो स्वतःशीच पुटपुटला. अंग झाडून उभा राहिला. हात हवेत फिरवलं. अंगात अजून बी ठणक होती तशीच होती...

त्यानं खोपटाच्या दारात येत लांब मळगेकरच्या घराकडं बघितलं. शिवज्या परतेकर पाण्याच्या घागरी खांद्यावर टाकून ताल धरून भावीकडं चाललंतं. त्यानं दारातनंच शिवज्याला हाळी मारली. शिवज्या घागरीवरचा ताल वाढवतच तायाप्पाच्या खोपटासमोर आला. तायाप्पा खोपटात वळला. शिवज्या दारातच उभा राहिलं तसा तायाप्पा हातरुणावर टेकतच म्हणाला-

"आरं, जरा घागरी ठेवून आत येऽ"

"टाईम व्हतोय. काय त्ये तितनंच सांग की."

"सुडक्या, आत आलास तर काय झिजतोस व्हय रं?" म्हणत तायाप्पा अंथरुणावर आडवा झाला. शिवज्या खांद्यावरच्या घागरी दारात ठेवतच तायाप्पाच्या समोर येऊन उभा राहिला.

"आरं. आंग कशानं आंबलंय बाई. वाईच हालक्या भारानं तुडीवतोस?"

"आता माझ्या भारानं तुला काय व्हयाचं! चांगला बापय कोणतरी बलवून आणू?"

"माझ्या हांट्या, मग तुला कशाला मस्का मारला आसता. गुमान तुडीव की जरा." म्हणत तायाप्पा पालती पडला.

शिवज्या किलतानाला पाय पुसतच पेंढरीवर चडलं आणि तोल गेल्यागत डचमळलं. हालक्या हालक्या भारानं तुडवत तुडवत वर चाललं. तायाप्पाच्या अंगातनं सुखद सुस्कारा भाईर पडाय लागला. शिवज्या मांडीवर चढलं आणि त्याला आपला पाय चिखलात रुतल्यागत वाटाय लागला. त्यानं तिथंच लबका मारला आणि तायाप्पा आतल्या आत कण्हला. शिवज्या पाठीवर चढून ढुंगणावर आलं आणि एकदम गदबाळलं.

"बाईवाणीच आंग की गाऽ" म्हणत गप्पकन उतरलं. तसा तायाप्पा सुस्कारा सोडतच बडबडला,

"आरं तसाच खाली ये. जराशी करक कमी झाली बघ." म्हणत अंग ताणवून पडला त्यानं लुगडं चांगलं जांघंपर्यंत वर वडून मांड्या मोकळ्या करतच शिवज्याला विचारलं-

"मांड्या बी बाईवाणीच दिसत्यात व्हय रं?"

शिवज्या दचकला. मांडीवरनं कचाकन पाय रुतवतच खाली उतरलं. "उठं तुझ्या आयलाऽ तुझं काय खरं न्हाईऽ" म्हणतच खोपटातनं भाईर पडलं. तायाप्पाला एकदम हसू आलं.

'काय ग बाईऽ" म्हणतच तो सुलटा पडला. त्याला अंग फुलागत वाटाय लागलं. शिवज्याचं पाय रुतलेल्या जागा गोड गोड वाटाय लागली. त्याचं मन त्याच लहरीत गुंतलं गेलं.

...एवढंसं शिवज्या आपल्याला एवढं गोड लागतंय. आपुनबी उगचच आवरत बसतोय... जीवाला एवढंच समाधान आसतंय. त्येबी मिळावाय कधी धडपडाय व्हईत न्हाई... कसला जलम? ह्येच्यापरास सगळ्या जोगत्यांच्यागत कुणालातरी जवळ केल्यालं काय वाईट... न्हाईतर जलमात हायंच काय...?

तायाप्पा त्या विचारातच वाहत गेला आणि एकदम पाल पडल्यागत उठून बसला. त्याच्यासमोरनं ढगाऱ्याच्या परस्याचं तोंड हळूहळू सरकू लागलं...

"मढं बशीवलं तुझं. आसं करून कसं जमंल..." म्हणतच तायाप्पा गप्पाकदिशी उठला आणि परडीत पूजलेल्या देवीच्या टाकासमोर बसला. त्यानं दोन्ही हातांच तळवं एकमेकावर घासलं,"बाई ह्ये काय मनात यालंय बघ गऽ" म्हणतच दाटव्हट चावलं... त्याचं अंग सैल सैल पडत गेलं.

मस्करचं संब्या धापा टाकतच तायाप्पाच्या खोपटासमोर थांबलं आणि यडबाडलं. धापून मासमूस झालेल्या संब्याला बघितल्या बघितल्या तायाप्पा गोंधळला.

"का आलास रं?" त्यानं संब्याला वडून जवळ घेतच इच्यारलं.

संब्याला आवाजच फुटंना. त्याचं डोळं गरगार फिराय लागलं. त्यानं नाक जोरानं वडलं आणि पडणारी चड्डी सर्रकन वर वडली.

"आग बाईऽऽ काय झालं सांगशील का न्हाई?" म्हणतच तायाप्पानं त्याला गदागदा हालवलं. संब्या अधिकच यडबाडलं. त्यानं नुस्ताच टाळा पगळाला. शेवटाला कसं बसं पुटपुटलं.

"तानाक्काच्या- घरला..."

"बलीवलंय व्हय रंऽ?" तायाप्पानं त्याला हेंदकळत इच्यारलं आणि संब्या मान हालवतच बावकाडाला नाक पुसत उभा राहिलं. तायाप्पानं झटक्यात कासोटा मारला. ढुंगणात खोचला. दार वडून तसंच लावलं आणि गल्लीतनं तरातरा पाय उचलत संब्यामागनं पळतच सुटला.

...घोरपाड्याच्या खोपड्याला आल्यावर तायाप्पाचा धीरच तुटला. अंगाचं पाणी पाणी झालं. घशाला कोरड पडली. 'संपली वाटतं' तो स्वतःशीच पुटपुटला. त्याच्या पायाचा धर तुटला. कसाबसा वडत रडत तानाक्काच्या दारात पोहचला. माणसं पाणी तुंबल्यागत तुंबल्यालीती! आत जायाला कसली सांद नव्हती. कोण कुणाला मागं सरत नव्हतं. तायाप्पानं टाळापगळून माणसं मागं सारण्यासाठी हात वर केला. त्याच्या तोंडातनं शब्दच भाईर पडंना. त्याच्या कांकणांचा हात नुस्ताच फिरत राहिला. त्याच्याकडं बघायलाबी कुणाला सवड नव्हती.

एवढ्यात घोळक्यातनं कोण तरी बाई आरडली,

"आगऽ तायाप्पा आला का बघा गऽऽ लईच घोटमाळाय लागलीया." सगळ्या घोळक्यात कुचकुच फुटली. जीवाच्या बळानं गर्दीतनं तायाप्पा रेटून आत घुसला. बायका लगबगीनं मागं झाल्या. भाईरचा सोपा माणसांनी गच्च तुंबलाता. सगळी कावदारून गेलती. सगळीजन आत चाललेल्या हालचालीकडं कान देऊन उभा होती. श्वासाचं सुस्कारं तेवढंच सोप्याभर घरघरालतं... तायाप्पा कसाबसा वाट काढत तानाक्काजवळ पोहचला. हातरून कडखोपड्यानं आयाबायांनी येरगटलतं. शिता भोत्यानं माशा असल्यागत आयाबाया हातरुणाभोत्यान डसलत्या. बोऱ्याला डसलेल्या तानाक्काच्या पायाची हालचाल जवळजवळ थांबलीती. टाळा पगळलेला तसाच आ वासून बसलाता. डोळ्याची बुबुळं तेवढीच हिकडनं तिकडनं वळवळाय लागलीती. तानाक्काची सून चमच्यानं दूध घालालती. पारव्वा तोंडावरनं हात फिरवतच डोळ्याला पदर लावून बसलीती. रत्नव्वा तानाक्काच्या कपाळावर हात ठेवून घळाघळा डोळ्यांतनं पाणी सांडालती.

तायाप्पा लगबगीनं पुढं झाला. उशाजवळ टेकतच त्यानं तानाक्काच्या डोळ्यांत बघितलं. पारव्वा घोगऱ्या आवाजात मोठ्यानं म्हणाली-

"तानाक्का, तायाप्पा आला बघ!" तानाक्काची बुबुळं गतीनं हिकडंतिकडं फिरली. तायाप्पानं तिच्या डोळ्याम्होरं तोंड हालवलं. तानाक्काच्या आ वासलेल्या टाळ्याची किंचित हालचाल झाली. सगळ्यांनी श्वास रोखलं. तायाप्पाच्या डोळ्यातनं पाणी घळघळाय लागलं. तानाक्काची बुबुळं जोरानं वळवळाय लागली. तशी पारव्वा तिचा हात तायाप्पाच्या हातात देतच म्हणाली, "तू समाधानात जा. मी तायाप्पाला सगळं सांगतो. त्यो न्हाई म्हणणार न्हाई. तू काही एक काळजी करू नगं."

पारव्वा बडबडत बसली. तायाप्पाच्या डोळ्याची धार वढतच गेली. तानाक्काची फिरती बुबळं थांबली. हात लुळं पडलं. सगळी गल्ली धायमोकलून

रडाय लागली...

...घराला माणसांचा हारपांजोर लागला... गाव फुटून तानाक्काच्या घराकडं यायला लागलं. गावातली म्हातमाची जोगतीण. म्हातमात जगली. म्हातमात गेली. म्हातमाच्या बयेला शेवटाला बघायला गाव म्हारोडा दिक झाला... सगळी गल्ली माणसांनी फुलून गेली.

"बाई लई सतपणाची. कुणाची कवडी घेतली न्हाई. कुणाच्या कवडीची आशा केली न्हाई... आली तशी बाईची सेवा कराय निघून गेली..."

"गाव संबाळलीन. कडीनडीला पडली. गरिबास्नं शामरातापर्यंत सगळ्यांच्यातनं फिरली. खरं मातली न्हाई का कुतली न्हाई. भरल्या कपाळानं आली, भरल्या कपाळानं गेली. कुणाकडनं का म्हणून बोट दाखवून घेतलं न्हाई का कुणाकडं बोट दाकीवलं न्हाई."

"जोगतीण व्हती खरं कसबीनीगत जगली. एकाचाच संसार केला. त्येच्याच पोराबाळात रमली. त्येच्याबरबरच जलम काढून गंगंला मिळाली. ह्येला म्हणत्यात सतपन..."

बायकांच्या जिभंनं एक ना हजार भाईर पडालतं. प्रत्येकाच्या मनात तानाक्काचं सतपन घर करालतं. बघाय येणारी प्रत्येक बाई धाय मोकलून रडालती. जरा जरा सलगीतल्या काय बाय काढून रडालत्या. लईच घसटिणीतल्या नुस्ताच पदराचा बोळा तोंडात घालून मुसमुसाय लागल्यात्या. सगळं घर रड्यानं हेंदकळाय लागलंतं. तानाक्काची सून रडून रडून सरकदान झालती.

तायाप्पाच्या डोळ्याला तर धरबंदच उराय नव्हता. लुगड्याचा पदर डोळं पुसून पुसून वल्लाकिच्च झालता. येणारी प्रत्येक बाई तायाप्पाम्होरं बसून तानाक्काचं म्हातम काढून रडायची. तायाप्पाला अधिकच हुंदका फुटायचा. त्याची समजूत काढत बाकीच्या बायका डोळ्यांकडनं टिपं गाळायच्या... पारव्वा, रत्नानं तर सगळं घर डोक्यावर घेतलंतं. रत्नव्वा ऊर बडवून घ्यालती. पारव्वा सगळं कधीतरी घडणारच होतं ह्ये जाणून टिपं गाळालती. रत्नव्वा रडता रडताच तायाप्पाकडं सरकली.

"तुझ्यात लई जीव आडकलता गऽऽबाई. शेवटाला तुला बलवा आसं म्हणाली गऽऽबाईऽऽ. माझी गादी त्येला चालवाय लावा म्हणाली गऽऽबाईऽऽ माझ्या हातचा शेवटचा भंडाराऽऽ त्येला लावायचा हाय म्हणाली गऽऽ बाईऽऽ." म्हणतच तायाप्पाच्या गळ्यात पडली. तायाप्पाला सगळंच उफाळून आल्यागत झालं. त्याच्या पापणीचा धरबंद तुटला... भोत्याभोर बायका बसल्यात, ह्येबी विसरून त्यानं हात आपटायला सुरवात केली. जमलेल्या बायका

डोळं पुसत त्याच्याकडं आ वासून बघत बसल्या. त्याच्या आवजानं सगळं घर थरकून गेलं.

...सगळं आवरून तानाक्काचं घर सोडायला जेवनवकोत झाला. तायाप्पाला पापण्या जडावल्यागत वाटाय लागल्या... सगळ्या गल्लीत भयाणभूस वाटालती. येणारी माणसं बी वाळवी लागल्यागत समोरनं सरकालती. म्हसकराचा खोपडा वलांडपतोर तायाप्पाला दमल्यागत वाटाय लागलं. जाधवाच्या दारात त्याचं पाय पडलं तशी गंगव्वा जाधवीन त्याच्या पुढ्यात येतच म्हणाली,

"एकदासं पोचवून आलयास व्ह रंऽऽ बाबाऽऽ"

"काय करतीस, काकू आपल्याला पायजे त्ये देवालाबी पायजेच की गऽऽ"तायाप्पाला पुन्हा भरून आल्यागत झालं.

"बाई सतपनाची म्हणून एकादशी रोजी मरण आलं. खरं माणसाला लई चांगली व्हती. कापल्या बोटावर बांधावी अशी बाई." म्हणतच गंगव्वा पदर डोळ्याकडं वळला. तायाप्पा तिच्यासमोरनं हालला. आता पुन्हा आपल्या डोळ्याचा धरबंध सुटतोय असं त्याला वाटाय लागलं. त्यानं गडबडीनं पाय उचललं. खोप जवळ येईल तसा त्याचा गळा दाटत गेला. कसं बसं खोपटाचं दार पुढं ढकलून तो आत घुसला आणि एकदम त्याचा हुंदका भाईर पडला. रडता रडता त्याचा तोच वाहवत गेला...

...तानाक्का तेवढीच आतड्याची झाली. आईगत माया केलीन. पोरागत नदार ठेवलीन... एवढं मलाच का जवळ घेतलीन? काय नातं तरी व्हतं? खरं मरता समयी माझ्यासाठी आडकली! पोटच्या पोरात जीव गुंतला न्हाई त्यो माझ्यात गुतला. गादी चालव म्हणाली... एवढं माझ्यात काय बघितलीन कुणास धक्कल... तानाक्का! भंडाऱ्या शपथ तुझ्या मागं गावात सतपनानं ऱ्हाईन..."

त्याच्या मनातल्या तातडास्नी पंख फुटलं. तो बेबंद उडत गेला. खोपटातला अंधार त्याच्या श्वासाबरोबर हेंदकळाय लागला...

"आकुंदीऽऽ जोगऽऽ वाऽऽ."

तायाप्पाचा बायकी आवाज दादू पाटलाच्या परड्यांगाला पोचला, तशी दादू पाटलाची मधली बायको लगबगीनं भाईर आली.

"बरं झालंऽ बाबाऽ ह्या गल्लीला आलास त्येऽऽ." म्हणतच ती पुन्हा माघारी वळली. गाडग्यातलं मूठभर तांदूळ सुपात टाकून उंबऱ्याला आली.

"सांच्याला हाईस न्हवंऽऽ? जरा यावं म्हणतोयऽऽ"

"आसाय कुठं जातोयऽऽ? आता ह्या सगळ्यात मेळाबी सुटला. घरातच

आसतोय की.'' तायाप्पा उभ्या उभ्याच लचकला.

"देवाऽ बघायबी सुरू केल म्हणं, लोकं बोललत्यानी?''

"काय करतीस काकूऽऽ ती बया मरतानं माझ्यावर टाकून गेली. मग काय करतीस? बघतोय झालं?''

"जिभंला गुणबी हाय बाबाऽऽ लोक बोलालत्यानी!''

"सगळी डोंगराच्या बाईची करणी. माझं काय?'' म्हणतच तायाप्पानं तिच्या हातातलं सूप परडीत रिकामं केलं. डोकीवर लोंबणाऱ्या पिसवीचा बंद आता बरोबर डोळ्यावर आलता. तायाप्पानं हातानंच बंद मागं सारला आणि तो पुढच्या दाराला झाला.

वाड्याच्या दरवाज्यापर्यंत घर मागत तो आला. आणि उन्हाचा चटका त्याला चांगलाच जाणवायला लागला. हातातली परडी, खोपरातली पिसवी त्याला जड झाल्यागत वाटली. मगदुमाच्या झराला आता एक पेनं टाकायचंच असं त्यानं मनाशीच ठरवलं. त्यानं दारातनंच हाक दिली तशी मगदुमाची म्हातारी आपलं जुन्यार सांभाळत आडभित्तीच्या दारातनं पुढं आली. 'आजी काय करालीस?' म्हणतच तायाप्पानं परडी उंबऱ्यावर ठेवली आणि हातातली पिसवी चौकटीला टेकवली.

"करतोय काय मसाणऽऽ बसलोय आपलं वटावटा करत.''

"कुठं गेल्यात सगळी?''

"जात्यात कुठं? गव्हाला पाणी पाजालत्यात वाटतं! तू आज टाईम केलास रंऽऽ?'' म्हणतच म्हातारी चौकटीला आली.

"जरा तांब्याभर पाणी घेतीस?''

"तूच जा बाबा आत. माझ्या डोळ्याला काय दिसतंय? तांब्या घेतानं गाडगं हातात ईल...'' म्हणतच म्हातारी चौकटीला थांबली. तायाप्पा पदरानं घाम निरपत आत शिरला. मगदुमाच्या हांड्यातलं पाणी घेता घेता त्यानं सगळं घर नजरखालनं घातलं.

तोंडावरनं पाण्याचं वरंगाळ पदरानं पुसतच तो उंबऱ्याला आला तशी गल्लीत नजर रुतवून बसलेली म्हातारी जराशी वळवळली.

"त्या खरदांळ्याच्या खोपटातच हाईस न्हवं?''

"व्हय तिथंच की!''

"बसाप्पाबी लईच ठकलाय रंऽ काय रया उराय न्हाई.''

"व्हय.''

"झालं की वय बी. माझं लगीन झालं तवा वरातीत लेझमाचा म्होरक्या व्हता बघ. वरसानं लगीन झालं.'' म्हातारी भूतकाळात रमली. पुन्हा ताळ्यावर

येतच म्हणाली-

"कल्लव्वा हिंडतिफिरतीया न्हवं?"

"फिरतीया की- खरं लईस न्हाई. तेवढंच गल्लीगल्लीतनं!"

"कदी मदी घराकडं फिराटी मारतोय?"

"न्हाई बा. कशाला जाऊ बाई. त्येंच्या मनात आजून बी पीळ आसल्यागत हाय." तायाप्पा बोलता बोलताच गंभीर झाला.

"पोटच्या पोरावर कसला पीळ. आतडं त्ये आतडंच की रंऽऽ."

"त्ये तुला मला. त्यास्नी कुठलं." म्हणतच तायाप्पानं परडीला हात घातला.

"आसं कसं लेका. त्येच्यामनात आसलं खरं, संगाप्पाच काय चालू दित नसंल... म्हणतच म्हातारीनं हानवट हाताच्या तळव्यात धरली. तायाप्पा पिसवी अडकवून भाईर पडला.

म्हरकरच्या खोपड्यातनं तो बाट्याच्या दुकानापर्यंत भराभरा एक एक घर मागत गेला. अजून धोरपाड्याची गल्ली तशीच व्हती. तेवढी झाली की खोपटात जाऊन अंग टाकायचं, त्ये चांगलं किनीट पडंपर्यंत हालयचं न्हाई. असं मनाशी ठरवतच त्यानं घोरपाड्याच्या गल्लीतनं एक एक घर मागं टाकायला सुरुवात केली. पिसवी शिगंला लागलीती. परडी निम्याला आलती. त्यानं गल्ली सपवली. आणि सुस्कारा सोडला. तो खोपडाकडं वळायचं म्हणून म्हारुतीच्या देवळात आला. एकाएकी थांबला कधी नव्ह ते त्याच्या डोक्यात एकदम तो विचार आला आणि गोंधळला. त्याचे पाय आपोआप खालच्या गल्लीला वळलं.

सतत ही गल्ली बारून जोगवा मागणारा तायाप्पा कधी नाही ते एका एका दारातनं पुढं सरकाय लागला. वाढणाऱ्या बायका सुद्धा त्याला कधी नाही ते आपल्या गल्लीला बघून गदबाळल्या. तो न्हाव्याच्या दारात आला आणि-

"आकुंदी जोगवाऽऽ" म्हणून त्यानं हाक दिली तशी जनाक्का भांबावून भाईर येतच त्याच्याकडं बघत उभा राहिली.

"कसा रं बाबा ह्या गल्लीला फिरलास?"

"यावं म्हटलं का इवूने व्हय गऽ बाईऽऽ."

"तसं न्हवं र लेका, कधीच न्हाई त्ये बघितलं."

"म्हणूनच यावं म्हटलं बाईऽऽ" तायाप्पाचा मोकळा हात नाचला.

"बरं वाटलं रऽऽ देवा..." म्हणतच जनाक्का गर्रकन आत वळली. चांगलं चार मुठी तांदूळ सुपात घेऊन तिनं परडीत वतलं. तायाप्पानं सवयीच्या हातानं भंडाऱ्याची चिमट सुपात टाकली.

"आता सांगाय बी सुरू केलास म्हण?"

“व्हय. तानाक्कानंच लावलंय, काय करतीस बाईऽऽ” म्हणतच तायाप्पा पुढच्या दाराला झाला. जना न्हावीन त्याच्या रूपाकडं बघतच चौकटीला टेकून उभा ऱ्हायली...

तायाप्पा काळू पाटलाच्या दारात आला. त्याचा पाय काय केल्या पुढं सरकंना. त्याचं त्यालाच कसंसंच वाटाय लागलं. कधी नही त्ये ह्या गल्लीला आपला पायच कसा वळला. एवढी वरसं गलली बारली. पाय सुद्धा पडला नाही. गल्लीतनं मोकळं सुद्धा जायला व्हायला न्हाई. त्या गल्लीत आपला तोल सुटलाच कसा? त्याला सगळंच इपरीत वाटाय लागलंतं. इथंनच परतांव असं बी वाटाय लागलंतं. तो काळू पाटलाच्या पावळणीला उभा राहिला. त्याच्या डोक्याच्या शिरा आपोआपच ताणत गेल्या. आपल्या हातात पिसवी, परडी हाय ह्ये बी विसरून गेला.

“का ऊन लागलं व्हय रंऽऽ” व्हगाड्याची म्हवना त्याच्या जवळ येतच थांबली.

“न्हाई बाऽऽ जरासी थांबलो. ऊन लईच चणकायलंय...”

“गल्ली मागालास वाटतं? म्होयतीन म्हणालती-”

“व्हय.” म्हणतच तायाप्पा हालला. देवकराच्या दारात गेला आणि त्यानं आवाज दिला. म्हवना चकारल्यागतच त्याच्या पाठीमागनं सरकाय लागली. एका एका दारात जाता जाता त्याला छातावर दगड पल्यागत वाटाय लागलं. तो कोंडकरच्या दारात आला आणि त्याचा धरच तुटला. त्याच्या गळ्यातनं आवाजच फुटेनासा झाला. तो नुस्ताच उभा राहिला. गल्लीतली पोरं त्याच्याकडं टकामका बघाय लागली. तो तसाच मघारी वळला आणि यरगुंड्या खोपड्याला वळला. त्याला हातातली परडी थरथरल्यागत वाटाय लागली. डोक्यावरचा पदर लडलडत असल्याचा माझा झाला. एवढ्यात पाठीमागनं हाक आली-

“तायाप्पाऽऽ ए तायाप्पाऽऽ तसाच पुढं झालास व्हय रंऽऽ?”

आईचा आवाज त्याच्याभोत्यानं घुमला आणि त्याच्या अंगाचं पाणी झालं. वळण्याइतपतही त्याच्या पायांत ताकद उरली न्हाई...

“घरात न्हाई इनासऽऽ दारात तरी ये की रंऽऽ” आईचा आवाज घोगरा झाला आणि त्याच्या पापणीचा बांध फुटला. तो गर्रकन माघारी वळला. दारापर्यंत कसाबसा चालत गेला आणि त्याचा पुरता धीर तुटला. त्यानं उभ्या उभ्याच परडी खाली आदळली. घराच्या उंबऱ्याकडे बघता बघता त्याच्या गळ्यातला हुंदका भाईर पडला...

तायाप्पानं देवीच्या आसनासमोर येशेल तेलाचं ढावकं लावलं. जगातल्या टाकाला भंडारा कुंकू लावला. परडीतली कवड्याची माळ हालवली. देव्हाऱ्याशेजारीच पाट आडवा मांडला. बसायला पोतं घेतलं आणि जगाला लागूनच टेकला. त्यानं परडीतली कवड्याची माळ हातात घेतली. एक एक कवडी चिमटीतनं खाली सोडत बाईचं उदंऽऽ घातलं. दोन्ही हात जोडून तळव्यात परडीची माळ गोळा करून देवीला पाया पडला. डोक्यावरचा पदर सरळ करतच कपाळावर भंडारा माखला. भंडारा कुंकवावर मातकट होऊन पसरला. सगळ्या खोपटाभर नजर टाकली. पंधरा-वीस बायका दाटीवाटीनं बसल्यात्या. आपआपसात कायबाय कुजबुजाय लागल्यात्या. तायाप्पा समोर बघू लागला. तशा सगळ्या चिडीचिप झाल्या. तायाप्पाच्या तोंडाकडं भारवून बघू लागल्या.

"तुझं काय ग काकू?" तायाप्पानं कवड्याची माळ हवेत फिरवली.

"देवा, सगळंच कोड्यागत हाय. म्हशीला कल गोटणावर फिरवून आणली. दावं लावलं आनी एकाएकी कावदारली. कसला त्यो कासंला हात लाऊ दीना झालीयाऽऽ काय कळायचंच बंद झालंय..." समोर बसल्याली सुंदराकाकू बडबडत गेली. तायाप्पा हातातली कवडीची माळ खेळवता खेळवताच थांबला. डोळं मिटलं. किती तरी वेळ तसाच बसला. घटकाभरानं हातातली कवडीची माळ त्यानं मांडीवर ठेवली. परडीतली तांदळाची चिमट उचलली. समोरच्या पाटावर टाकली. तांदळाच्या जोड्या जाड्या लावता लावताच तो थांबला.-

"काकूऽऽ सगळाच बाई घोटाळा. पाढऱ्या दगडाजवळचं वारं झालंय. उतरा टाकाय पायजे. त्याशिवाय काय खरं न्हाईऽऽ तुझं तू ठरीव तवर ह्यो भंडारा लाव..." म्हणतच तायाप्पानं भडाऱ्याची चिमट संदराकाकूच्या हातात ठेवली. सुंदराकाकू डोकं टेकून पाया पडली तशी सुताराची हौसा मांडीनं घसटतच पुढं झाली. तायाप्पानं डोळ्याची पापणी वर उचलली. हौसानं सांगाय सुरुवात केली-

"कसल्याच गोष्टीला यँस न्हाई... सगळीकडनं नुस्तं यडताक झालंय. मालक तर बिघडल्यागतच कराय लागलाय. म्हातारी ह्या झुरणीनं हातरुणा डसतीया. धाकलं प्वॉर आठवड्याला पडतंय उठतंय. सारख त्येच चाललंय. मी एकटीनं कुठं म्हणून तग धरायचा? एकदा मातीला तरी मिळव न्हाईतर तारायचं तरी काय तरी सांग?" म्हणतच हौसा हात रेलून चंप्यावर बसली.

"तुझ्या घरात माझी गादी हायऽऽ." तायाप्पा पुटपुटाय लागला.

"हाय."

"ह्या चार वरसांत डोंगराला कोण गेलत्यासा?"

"न्हाई!"

"मग कसं यॅस ईल? माझी सेवा इसारल्यासा. तुमच्यात तुमी गुतल्यासा. मग कोडं पडल्यावर माझ्या दाराला कशाला येत्यास गऽऽ." म्हणतच तायाप्पाचा आवाज वाढला. समोर बसल्याली हौसा दचकली.

"तेवढी आमच्या हातनं चूक झाली."

"चुक न्हवंऽऽलई मोठी चूक हायऽऽ आजून काय काय व्हतंय बघशील." म्हणतच तायाप्पा मुरकासला. त्याच्या हाताची टाळी वाजली. हौसाक्का दचाकली.

"बाळका, घाबरू नगऽऽ आता मागून घिऊन भंडारा लावऽऽ सगळं रांक्कीला लागतंय." म्हणतच तायाप्पानं परडी पुढं सरकली. हौसाक्काचा थरथरणारा हात पुढं झाला. तिचं कपाळ भंडाऱ्यात बुडालं. ती तशीच घसटत मागं झाली.

...एकटी एकटी पदरातनं आणलेली पसा-मुठं एका-दुसरी उदकाडी, पाच पैसे तायाप्पाच्या समोर ठेवून आपापलं गाऱ्हाण मांडून उठाय लागली. तायाप्पा समोर ईल तिला कायबाय सांगून माग साराय लागला. निम्म्या बायका संपत आल्या. तायाप्पाला बसून बसून कड आल्यागत झालं. त्यानं मांडी बदलून मांडी बदलून एक एक सांगणं संपवत आणलं. शिंद्याची म्हवना त्याच्यासमोर आली आणि काय न बोलताच गप्प बसली. तायाप्पानं वरखाली बघतच अंदाज घेतला. म्हवना शिंदीन काय बी बोलंना तसा त्यानंच आवाज काढला-

"काय म्हवनाक्काऽऽ काय त्ये फोड की."

"देवा, मी काय फोडायचं. तूच फोडऽऽ माझ्या जलमाचं वाटोळ झालंय. त्यात मी काय फोडायचं. तुला धक्कल न्हाई... तुझ्या झाडाची काळजी तुला न्हाई तर कुणाला आसंल?" म्हवना शिंदीन भांडल्यागत अंगावर आली. तायाप्पा गारटला. त्यानं हिकडं-तिकडं नजर फिरवतच सगळ्या बायकास्नी पारखून बघितलं. सगळ्याच एकमेकींच्या तोंडाकडं बघालत्या. त्यातच बसल्याली यमना मस्करीनं पुटपुटली,

"आसं देवाला कोड्यात टाकून कसं जमंल?"

"मग त्यो देव कसला ग? माझं तेवढं सतपन बघालाय. मी त्येचं सतपन बघाय नकोऽऽ?" म्हणतच म्हवना शिंदीन उलटी फिरली. तायाप्पानं मनातच हेरलं, प्रकरण अवघड दिसतंय. त्यानं तांदळाची चिमट उचलली. पाटावर टाकली. जोड्या लावण्यापूर्वी त्याच्यावरनं कवडीची माळ फिरवली.

घटकाभर थंडगार बसला. मागनं त्यानं भंडाऱ्याची चिमट उचलली. गळ्यात टाकली. एकदम भांबावल्यागत तोंड करून त्येनं बडबडायला सुरवात केली,

"माझी परक्षा बघू नको रं बाळका- मी डोंगराची बया हाय- भल्याभल्यास्नी पालथी घातलंय. तुझा नव्हरा हाताननं गेलाय म्हणून एवढं कोड्यात पाडू नगं- त्येला मीच तसा ठेवलाय- माझ्या गादीजवळनं हाजारदा गेलीस कव्वा तरी वाकलास काय? तुला लई गरव चढलाय त्येला मी काय करू." तायाप्पाचा एक एक शब्द खोपटात घुमू लागला. यमना मस्करनीचा टाका ढिल्ला तुटला. तिला चुकल्या चुकल्यागत वाटाय लागलं. ती तायाप्पाचं पाय गच्च धरतच जमनीला लागली.

"देवा! माझी परक्षा बघू नगंऽऽ ह्यातनं सोडीवऽऽ." म्हणतच गडगडा लोळली. तसा तायाप्पा तिला उठवतच बोलता झाला-

"लईबी मनात घिवू नगंऽऽ पाच मंगळवार वल्ला जोगवा माग. पुनवला लिंब नेस. सगळं येवस्तीत व्हतंय..."

म्हणतच त्यानं सुस्कारा सोडला. यमना मस्करीन टाळा पगळून त्याच्याकडं बघू लागली. बसलेल्या बायका आपसात कुजबुजाय लागल्या. तायाप्पाचं म्हातम आपल्या आपल्यात घोळवू लागल्या.

तायाप्पानं मांडी बदलतच देवीसमोच्या ठावक्यातली वात पुढं सरकली. वातीचा उजेड मोठा झाला. पाटाशेजारच्या परगीतलं तांदूळ त्यानं पाठीमागच्या बट्टीत वतलं. रिकामी परडी समोर ठेवली आणि समोरच्या बाईकडं बघितलं...

चारपाच बायका खपल्या आणि आक्कू मानीन आपल्या पावणीला घिवून पुढं सरकली.

"ही आमची खमलेट्टीची भाची. मागल्या म्हयन्यात न्हवरा गेला." तायाप्पानं तिच्या पांढऱ्या कपाळाकडं बघितलं.

"म्हयन्या संपायच्या आत आता दुसरंच उपाटलंय." म्हणत आक्कू मानीन गप्प बसली.

"काय झालं त्ये तरी सांगशील का न्हाई ग?"

"व्हतंय काय?" म्हणतच पावणी बोलती झाली.

"मागच्या आईतवारची गोष्ट. रातीला जेवणं-खावणं करून झोपलाव आनी नंदला सपान पडलं. मध्यान्हीला तिनं मला उठीवलं आनी रडाय लागली." ती थांबली.

"मग?"

"मग काय, सपनात यल्लूआई आलती म्हण. ती म्हणाली, हिचा न्हवरा मेला तरी आता मी तिला धरलंय तवा उद्या धरनं कुकू लावाय सांग-

मी काय तिचं तेवढंसं मनावर घ्यायला न्हाई. खरं तवापस्न सारखी अंगात करकच भरलीया.'' म्हणत पावणी गप्प झाली. तायाप्पाला सगळंच कोड्यात वाटाय लागलं. त्यानं अंगाला आळोखं- पिळोखं दिलं. बोटं कडाडा मोडली. हातातली कांकणं मागं म्होरं केली. समोरच्या परडीकडं बघतच तो पुटपुटला,

"आता देवीचंच आवातनं आलंय तर तसं वागाय पायजे. त्येला ग बाई काय इलाज?''

"खरंऽऽ?'' पावणी मदीच पुटपुटली.

"देवाच्या गोष्टीत खरं खोटं नसतंय बाई, आलंय त्ये भोग. उद्यापास्नं कुकू लाव तिकडं. काय ग, आक्काका.'' म्हणतच त्यानं आकू मानीनीच्या डोळ्यांत बघितलं आणि त्याचा तोच डचमळल्यागत हेंदकळला. खोपटाच्या कुडातली पाल कुचकुचली आणि त्याचं बोट आपोआपच तिकडं वळलं. पावणी हाताला पदर खाली सोडत कुडाकडं बघतच राहिली. कुडातली पाल बावकाड्याकडं सरकालती.

हिंग्लजातल्या गुण्याच्या दवाखान्याजवळ आल्यावर तायाप्पाचं पाय एस.टी.च्या चाकागत सरकाय लागलं. त्याच्या मनाची अधीरता शिगंला पोहचली. राघूला कव्वा एकदा डोळं भरून बघतोय असं वाटाय लागलं. गडबडी गडबडीनं त्यानं एका दमातच दवाखान्याच्या पायऱ्या वलंडल्या. कसला तरी चोंदकट वास त्याच्या नाकात शिरला. दवाखान्यातली माणसं दचकून बाजूला होतच त्याच्याकडं बघालती.

त्यानं डॉक्टरच्या दाराजवळ बसलेल्या माणसाला घाईघाईत विचारलं,"राघू जोगत्याला कुठं ठेवलंय गाऽऽ?''

त्याच्या बायकी आवाजानं सुतकी तोंडाचा कंपावडर हालला आणि त्यानं खोलीकडं बोट दावलं. तायाप्पा गडबडीनं खोलीच्या दारात गेला. आत बघितलं तर म्हादू, मायाप्पा, आण्णा, तुक्या, तानाप्पा, दादू, भाऊ सगळं जोगे जमलेलं. सुबाना चौंडक्या खिडकीकडंला उभा राहून खिडकीतनं बघालता. तायाप्पाला बघितल्या बघितल्या म्हादूमा जाग्यावर वळवळत म्हणाला,

"तुला कव्वा कळलं गऽऽ?''

"मघाशीच!'' म्हणत तायाप्पा आतल्या बाजूला आला. राघू कोंबड्यागत मान टाकून खाटावर पडलाता. खाटाच्या दांडीला कसली तरी बाटली आडीकलीती. तिच्यातली नळी राघूच्या उजव्या हाताला टोचलीती. नळीतनं एक एक थेंब खाली उतरालता. राघूनं तायाप्पाला बघितल्या बघितल्या किंचित हसायचा प्रयत्न केला. त्याच्या गालावरनं चमडं मागं म्होरं सरकलं.

त्याच्या भंडारामाखल्या कपाळाची किंचित हालचाल झाली.

"आसं काय झालं गऽऽ?" म्हणतच तायाप्पा खाटावर टेकला.

"नशीब म्हणायचं बाई दुसरं काय." म्हादूमा उभ्या उभ्याच पुटपुटला.

"झालं तरी काय म्हणायचं गऽऽ?"

"व्हतंय काय? रगात उतारणीला लागलंय. सगळं पयल्यागत कुठलं सोसलं. सांगून आईकती व्हय ही-" भाऊनं मदीच तोंड घातलं.

"खरं हितं आणण्याइतपत झालं तरी काय?" तायाप्पाचा पुन्हा प्रश्न.

"आता ग बाईऽऽ, हिला आनी सांगा फोडून- आगऽऽ परवादिशी हूऽऽ म्हणून ढोसलीन. दुसऱ्या दीसी खालनं वरनं सुरू झालं. डसली की भुईला." तुकानं इतिकथा सांगितली. तायाप्पाच्या डोक्यात झगमगीत उजेड पडला. त्यानं राघूवरची नजर बाटलीवर उचलली. राघूचं अस्पष्ट आवाजात कण्हणं सुरू झालं. मायाप्पा, म्हादू फरशीवर तणगा लावून बसलीती. दादू, भाऊनं अंगाचं मुटकुळं खाटाशेजारीच ठेवलंतं. सगळीच सुतक आल्यागत बसलीती.

"किती दीस ऱ्हायाय लागलं म्हणाला डाक्टर?" तायाप्पा भाबडेपणात बोलून गेला.

"त्यो माप ऱ्हावा म्हणंल. त्यास्नी काय पैसा नको हाय व्हगऽऽ राच्याला ठेवायचं आनी भगटायला हालवायचं. डोंगराची बाई हाय की कमीजास्त बघायला-" म्हादूमा बसल्या बसल्याच पुटपुटला. त्याच्या लुगड्याची घडी इटल्यागत झालती. डोकीवर पदर इरगाळूण गेलता. तुकाचं हातातल्या कांकणांशी खेळणं सुरू झालतं. राघू मुरगाळून आड्याकडं बघालता. सगळ्यांच्याच तोंडावर फटफटीतपणा आलता. तायाप्पा गुडघं गळ्यात घिऊन खाटंवरच बसला. त्याच्या डोक्यात एक एक पाखरू फडफडाय लागलं...

आकाराच्या टायमाला तानाप्पा जागा सोडून हालतच म्हादूमाकडं वळला-

"मी जाऊन दोन-चार भाकरी टाकून घिवून येतो. तवर बसा ग तुमी." म्हणत खाटाला धरून उठला.

"एकटी कुठं एवढ्यांच्या भाकरी बडीवतीस, हिलाबी घिवून जाऽऽ." म्हणतच म्हादूमानं तायाप्पाकडं बघितलं. तसा तायाप्पा गप्पकन उठला. गुडघ्यावरच्या निऱ्या सरळ करतच त्यानं कासोटा आवळला. तुक्या उठायच्या नादात व्हतं. "तू नको गऽऽ, हितं लागलं सावरल्याला दोघी तिघी पायजेत." म्हादूमानं तुक्याला उठता उठताच खाली बसवलं. तायाप्पा आणि तानाक्का दवाखान्यातनं भाईर पडली.

हिंग्लजच्या रस्त्यावरनं माणसांचं रीवाण उठलंतं. तायाप्पाला चालता चालता डोकीत घण घातल्यागत व्हायला लागलंतं. पावलागणीक त्याच्या डोक्यात

येगळंच यायला लागलंतं.

"मला वाटलं बाई, तुला सांगणं मिळतंय का न्हाईऽऽ?" तान्नाप्पा चालता चालताच पुटपुटला. तायाप्पा आपल्याच तंद्रीत चालल्यामुळं त्याला ऐकायलाच आलं न्हाई-

"उत्तुरला सांगावा गेलाय खरं. सुकन्या आणि काश्या यायलाच न्हाई की गऽऽ?"

"येतील की-" तायाप्पा तंद्रीतच पुटपुटला. तानाप्पानं विषय तिथंच संपवला. नदीवेस मागं पडली आणि तानाप्पाचं खोपटं आलं. तायाप्पाच्या डोक्यातलं रीवाण आपोआप थांबलं.

"राच्यानं ह्याच घोळात आससील?" तायाप्पानं दारातनं आत पाय टाकला.

"मग काय करतीस बाई, आपल्या आपल्यात बघाय नको. आमच्याबिगार आमाला कोण हाय. आमचं आमीच एकमकाला बघाय पायजे. माणसांचं येगळं आपलं वेगळं! त्यास्नी नातीगोती असत्यात. आमाला कोण हाय?" तायाप्पा बडबडतच चुलीकडं वळलं. तायाप्पा एकाएकी पट्टा तुटल्यागत थंड झालं...

...कोण हाय आपलं? नातं काय गोतं? घराची घरातल्यास्नी बघतील. संसारातली एकमेकाला संबाळतील. आमच्या जोग्यांचं आमच्याशिवाय कोण हाय? मरतानं माणसंबी जवळ इत न्हाईत. रस्त्यात माणसं लांब व्हत्यात. गावात माणसं भुजत्यात... जोगतिणी बी कारणाकारनीच जवळ येत्यात. त्येचं सगळंच जग माणसागत! आमचं काय?

"आशी काय बसलीस गऽ." तानाप्पाचा भसाडा आवाज तायाप्पाच्या कानात घरघरला आणि तायाप्पाचं डोकं झम्मकन ठिकाणावर आलं. "कुठं काय ग?" म्हणतच यडबडला.

"एकदम गप्पच झालीस. जरा ये हिकडं." म्हणतच तानाप्पानं तवा चुलीवर चढवला.

"सगळ्या जलमाचंच वाळवाण हाय?"तो उठता उठताच पुटपुटला.

"कुणाच्या गऽऽ?" तायाप्पानं जाळ चुलीत सरकला.

"आपल्याच की. आता ह्येच बघ की गऽऽ, राघू भुईला डसली. दादू जवळच्या गावात व्हती म्हणून हितंपतोर तरी आली, न्हाईतर तिथंच सपायची की-"

"बाईची इच्छा म्हणायची. ती ठेवंल तसं ऱ्हायचं. मग काय करतीस? तिच्या मनात आसंल तर सगळं व्हतंय. आता हितं आणल्या आणल्या सटाटा

सगळ्या गोळा झाल्यासाच न्हवं. तिच्याच मनात व्हतं म्हणायचं?''

"खरं, आमच्याबिगार कोण आलं?'' तायाप्पानं तोंड उघडलं.

"अग बयाऽऽ, जोगत्याच्या सेवंला जोगतंच येणार. दुसरं कोण हाय तुझं रक्ताचं. जोग्या एवढाच जोगत्याचा जवळचा. आपला पदर एक ह्येच आमचं नातं. कोण कशाला पायजे? आनी आमास्नी जवळ तरी कोण करंल?'' तानाप्पानं भाकरी तव्यात टाकली.

"काय बी म्हण बाई, जोग्याचं झाड जळतानंबी सरळ जळत न्हाई...'' म्हणतच तायाप्पा चुलीतल्या इंगळाकडं बघत बसला. तवा फुलल्यागत त्याच्या अंगभर इंगाळ फुलत गेलं. तायाप्पाचा हात तेवढा सवयीनं भाकरीवर फिरत राहिला.

...कासाराच्या दारात मांडवाला आडकलेली गॅसबत्ती झगमगाया लागली. सगळ्या गल्लीतनं गॅसचा प्रकाश लोंढा फुटल्यागत पगाळलाता. मांडवभर आंब्याच्या ढाळ्या वाघळं लोंबालत्या.

रत्नव्वा, पारव्वा मांडवातनंच लुडबुडाय लागल्यात्या. तायाप्पा कासाराच्या कमळाआत्तीला कायबाय सांगत बसलाता. अजून हिंग्लजास्नं सुबाना चौंडक्या, सखू जोगतीण यायची व्हती. म्हादूमाला सांगावा धाडलाता खरं त्याचा आजून कुठं पत्त्या नव्हता. कासाराची दहाबारा वरसाची इमला कोपरा धरून बसलीती... आज आपलं लगीन हाय ह्येबी ती विसरून गेलती...

"सगळ कसं डोंगराला झाल्यावाणी पायजे बघ रंऽऽ'' गोडशाची कमळा तायाप्पाजवळ टेकतच म्हणाली. तसा तायाप्पा खुलला.

"म्हणजे ग बाईऽऽ आता देवरसपण करत म्हातारी झालो की- ही काय पयलीच जोगतीण केलीऽ माप पंधरावीस पोरींची लगनं केली की, आता पतोरऽऽ.''

"ते झालं गाऽऽ खरं डोंगराचं येगळं, घरातलं येगळं. खरं म्हणजे ह्येनी डोंगरालाच कराय पायजे व्हतं. आता चैताची पुणाव अशी किती न्हायलीती...?''

"डोंगराला आनी हितं! सगळं सारकंच की- उलट हितंच सगळं बयावार व्हतंय. डोंगराला मरणाची गर्दी आसतीया. कुणाचा कुणाला पत्त्या नसतोय. मग हितंच बेस न्हवं व्हय गऽऽ?''

"त्ये म्हणायचंच खरं- जरा कुठं तरी पाल चुकचुकतीया.'' म्हणतच कमळा गप्प बसली. तायाप्पानं आणि उगच संशयाला जागा नको म्हणून विषय वाढवला नाही. त्यानं देव्हारा रंगवायला चुन्याचं लोटकं जवळ वडलं. नारळाची शेंडी हुडकतच तो घरभर बघाय लागला.

जेवन वक्ताला सुबाना चौंडक्यानं कासाराच्या घरात पाय ठेवला. त्याच्या बरबरची सखू जोगतीण चलून चलून सरकदान झालती. आल्या आल्या पयलं तांब्याभर पाणी प्याली. भित्तीला तणगा लावून घटकाभर डोळं मिटून बसली.

"एवढं जीवाचं रान करायला जरा डोळं उजेडी यायची व्हतीस-" रत्नव्वानं तिच्याजवळ बैठक मारली.

"कुठलं खुळे. एकातनं एक निघत गेलं आनी घरातनं भाईर पडायलाच अंधार झाला."

"म्हणूनच दुपारी बिपारी निगली आसतीस तर एवढी कशाला सरकदान झाली आसतीस-?"

"व्हय लेकी, आता झाला टाईम त्येला काय करायचं?" म्हणतच सखू जोगतिणीनं तायाप्पाला हाळी मारतच विचारलं-

"सगळं बयावार बघून घेतलास न्हवं? काय काय कमी-जास्त आताच बघून ठेव. मागनं पळापळ नको."

"हाय की सगळं. दुपारधरनं हितच पडून हाय की-" म्हणतच तायाप्पा हातातलं काम सोडून सखूजवळ येऊन टेकला.

"मल्लव्वा काय म्हणतीया- आणायची न्हाईस व्हय गं बरोबर!"

"हू बाबा, ती आता धंदा बुडवून येतीया व्हय?"

"आगऽ तिच्या धंद्याला आली मरगाई! घालकाडी बंद केलाय म्हणालती की गऽऽ त्यो कोण भडगावचा त्येला तेवढा ठेवून घेतलाय म्हणालती आनी-"

"आरं आसं माप सांगतीया. खरं एकदा लागल्याली गोडी कशी एकदम संपंल. म्हस इरडीला जाणारच की-" म्हणत सखूनं आजूबाजूला बघितलं. कासाराच्या बायका हाता दोन हातांवर बसलेल्या बघून ती चपापली. तिनं विषयच थांबवला.

मध्यान्ह रातीला सखू जोगतिणीनं बायकास्नी डाळ शिजत घालाय लावली. तायाप्पाला देव्हाऱ्याकडं बघाय सांगितलं आणि तिनं इमलीला न्हाणीत उतरवलं. सुबाना चौंडक्यानं पाणायचा हात डोळ्यावरनं फिरवला. आपलं चौंडक फडक्यातलं सोडून मांडीवर घेतलं. घुंगरगाळाचा खळखळणारा आवाज सांभाळत तो भाईरच्या सोप्याला जांभ्या देत बसला.

तायाप्पाच्या हातातनं देव्हाऱ्यावरची एकएक वस्तू जागच्या जाग्यावर बसाय लागली.

सखू जोगतिणीनं इमलाला वल्या अंगानंच देवीसमोर आणलं. तिच्या

अंगभर देव्हाऱ्यासमोरचा लिंब बाधला. दोन ढाळं डोक्यावर ठेवलं. एक काणगी तोंडात दिली. तिला तशीच बाजूला उभा यरून तिनं पारव्वाला हाळी मारली.

पारव्वानं गडबडीनं जग देव्हाऱ्यासमोर वडला. त्याच्या भोते भोर पाच परड्या भंडारा लावून पुजल्या. आपल्या कपाळाला भंडारा लावतच ती मागं सरकली. तायाप्पानं इमल्याच्या दंडाला धरून जगा समोर घेतलं... रत्नव्वानं फुलाला हाळी मारली. देव्हाऱ्याजवळ सगळ्याजनी आल्यावर तायाप्पानं आपल्या भसाड्या बायकी आवाजानं 'उदंऽऽ आईऽऽ उदंऽऽ' म्हणत इमल्याला जगाभोवती फिरवायला सुरू केलं.

रत्नव्वा, पारव्वानं 'उदंऽ ग आई उदंऽऽ' चा ताल धरला. सखूचा चिरका आवाज त्यांच्यातनं उठून दिसाय लागला. सुबाना चौंडक्यानं चोंडक्याचा 'टाँगऽऽ गुडऽ गुड टाँग' आवाज काढला. सगळं घर गजबजलं. आडवी-तिडवी झोपल्याली कासाराची पोरं दचकून जागी झाली. पाच फेऱ्या पूर्ण झाल्या आणि तायाप्पानं इमल्याला देवीसमोर उभा करतच मोठ्यानं पुन्हा आवाज काढला, 'उदं ग आई उदं उदं' सखू गडबडीनं पुढं झाली. तिनं परडीतला भंडारा इमलीच्या कपाळभर माखला. आणि तिचं इवलंसं तोंड पिवळधम्मक झालं...

"आगऽऽ नवं पाताळ कुठं हाय हिकडं आणा." म्हणतच तायाप्पानं देवीच्या समोरची समई मोठी केली. कासाराची थोरली सून पातळाची घडी खोपरावर मिरवत समई मोठी केली. तायाप्पानं पातळाची घडी मोडली. नेसूचा पदर, इमलाच्या हातात दिला आणि पातळाच्या निऱ्या हातात धरून तो तसाच उभा राहिला.

नवी पातळाची घडी अंगभर डसली तशी इमल्या मनात हारकत गेली. तिनं चांगला अंग झाकून पदर काढला. ती हुरळून अंग चोरून उभा राहिली. तिच्या नाकात नव्या पातळाचा वास घर कराय लागला.

तायाप्पानं नवा आणल्याला जमखाना सोप्यात मध्याभागी अंथरला. जमखान्याच्या मध्यावर दोन पाठ ठेवलं. त्यावर तांदळाचा थर चढवला. पाटाखाली पानसुपारीचा इडा सरकला. नवं उपरणं हातात घिऊन त्यावर भंडारा खलून स्वस्तिक काढतच त्यानं सुबानाला हाळी मारली. त्याच्याकडं कट्यार सरकतच सांगितलं-

"ह्येला जरा पटका नेसीव."

कट्यारीला जितनित बापयावाणी पटका नेसवला. हातातली कट्यार त्याला तुटलेल्या मुंडक्यागत वाटाय लागली. त्यानं ती हात खेळवल्यागत करतच तायाप्पाच्या हातात दिली. तायाप्पानं तांदळाच्या सुपात कट्यार ठेवतच

सखूला हाळी घातली.

"ही बया गडबडीच्या वक्ताला कुठं तरी उलातती बघऽऽ" म्हणतच त्यानं जमाखानाभर हात फिरवला. समोर आलेल्या सखूला त्यानं सगळं दावतच इच्यारलं-

"आनी काय ऱ्हायलं का बघ ग बाईऽ" सखूनं जमखान्यावर मांडलेल्या सगळ्या सामानावर नजर फिरवली. तिनं पाटावरचं गोळा झालेलं तांदूळ पगळतच तायाप्पाला इचारलं-

"देवाऽऽ जग कुठं मांडणार?"

"त्यो काय कुठं बी मांडलातर चालतोय घे. समोर झाला म्हणजे झाला." म्हणतच त्यानं देव्हाऱ्याम्होरचा जग जमखान्यावर आणला. जग चांगलाच सजीवलाता. मोराच्या लांबसडक पिसात बसवलेला देवीचा टाक बत्तीच्या उजेडात झगमगाय लागलंतं. तायाप्पानं दर्शन उचलून घिऊन बघितलं. क्षणभर हातात खेळवलं. पुन्हा व्हतं तसं त्यानं दर्शन जगात ठेवलं...

घरातल्या सगळ्या बायका मधल्या सोप्याला जमा झाल्या. तायाप्पानं आपली कवड्याची माळ गळ्यात घातली. कपाळभर कुंकू लावलं. भंडाऱ्याची बोटं वडली. देव्हाऱ्यावरची बाशिंगं हातात घेऊन तो जमखान्यावर आला. त्यानं सुपातली पटका बांधलेली कट्यार उचलून तानव्वाच्या हातात दिली. पटक्याला मंडोळ्या बांधल्या. बाशिंग आवळून बांधलं. कट्यारीला बांधलेलं बाशिंग पारव्वा भान हारखून बघतच राहिली.

सखूनं इमलाला हळूवार पावलानं जमखान्यावर आणलं. तायाप्पाच्या हातातलं बाशिंग आपल्या हातात घेतलं. इमलाच्या कपाळावर बांधलं. बाशिंगाच्या स्पर्शानं इमला गदबळली. डोळ्यांपुढं लोंबणाऱ्या मंडोळ्या तिच्या गालाल हळूच स्पर्श करू लागल्या. तायाप्पानं बाईच्या नावानं भंडारा उचलतच उदं घातलं. सखूनं स्वस्तिक काढलेला आंतरपाट आडवा टाकला. इमलासामेर कट्यार धरून उभा राहिली. कपाळावरचं बाशिंग 'उदं'च्या तालावर हालाय लागलं. तायाप्पानं भंडाऱ्यात घोळवलेल्या तांदळाचा हात खारीक खोबंऱ्यासह इमलाच्या डोक्यावर रिकामा केला... सुबानाचं चौंडकं काळीज कुरतडल्यागत घुमू लागलं.

आता आता तायाप्पाला शिरपाच्या खोक्याजवळ पयल्यागत थांबायला सवडच व्हईत नव्हती. सारखं आपलं खोपटात कोण ना कोणी तरी येऊन टेकायचं देवाधरमाचं कायतरी इच्यारत बसायचं. दिवस कसा संपायचा ह्ये त्याचं त्यालाबी समजत नव्हतं. गावातलं काय बी निघालं तरी तायाप्पा

लागायचा. देवाचं उठलं तर पयला मान त्याचाच असायचा. सगळ्या गोष्टींत तायाप्पा. तायाप्पाचा बी जीव कधी कधी आंबून जायाचा आणि त्यातनंच तो सांद काढून तिट्यावरच्या शिरपाच्या खोक्यात टेकायचा. मन मोकळं मोकळं व्हायचं...

दिवसभर जोगव्याला फिरून कंटाळलेला तायाप्पा आता आणि कुणाचा वणवा नको म्हणून खोपटाचं दार ढकलून तिट्ट्याच्या वाटंला लागला. अंग हारबऱ्याच्या आंबीगत इटलंतं, तोंड कडूजार वाटालंतं. गेल्या गेल्या आज चांगलं मसाल्याचं पान चावायचं असं ठरवूनच तायाप्पानं झपाझप पावलं उचलत शिरपाचा खोका गाठला.

शिरपा कसल्या बसल्या बारक्यासरक्या पुड्या बांधत बसलाता. पाटलाचं म्हाद्या पानाचा तोबरा भरून पिची पिची थुकत टेकलंतं. तायाप्पाचा वास लागल्या लागल्या शिरपानं हातातल्या पुड्या तशाच ठेवल्या-

"काय देवाऽऽ लई दिसानं फिरलास?" हात चोळतच शिरपानं इच्यारलं.

"बघावं म्हटलं मैतराचं काय चाललंय. तुझ्यावाणी मी काय बाई मोकळी हाय?"

"आरं तुझ्या आयलाऽऽ म्हणजे मी मोकळा हाय म्हण की-"

"मोकळाच म्हणायचा की रंऽऽ जात्या येत्याल्यास्नी फसवत बसायचं ह्ये काय काम झालं?" म्हणतच तायाप्पा फळीवर टेकला.

"आरं तिच्या भनऽऽ देवा बाकी सुधारलासऽऽ मी म्हणलतो हाईस तसाच हाईस. आज कुठं लाकान न्हाई तुझं तिच्या मारी- तुला देव बाकी चांगला गावलाय!"

"व्हय रंऽऽ मुडद्या व्हय, मला देव गावलाय आनी तुला कोण सटवी गावलीया व्हय रं? उगच देवाची कुट खाऊ नंग, निस्तरशीला!" तायाप्पा बोलता बोलताच गंभीर झाला.

"आरं देवा, तसं न्हवं. उगं उगं म्हटलं, त्येचं एवढं काय?"

"लई बी देवाची चेष्टा करत जाऊ नगं. त्ये ढगऱ्याचं कुंडल्या पडलं बघ-" म्हाद्यानं मदीच तोंड घातलं.

"त्येला काय झालं रं?" शिरपा एकदम उठून उभा राहिला.

"व्हतंय काय? मुडद्यानं मला गोठणाला हात लावलाता. आता डसलंय की हातरुणाला!" म्हणतच तायाप्पानं शिरपासमोर हात नाचवला. त्याच्या हाताकडं बघता बघताच शिरपाला हसू फुटलं.

"मग देवा ताकदीचा हायीस की रं!"

"मग तुला, काय वाटलं?" म्हणतच तायाप्पा मुरकासला. म्हाद्या सरून

बाजूला बसलं.

"मला एक मसाला पान बांध रं! त्वांड कडू झालंय..."

"देवाऽ पान?" शिरपा उडालंच.

"माझ्या तरपे फुक्कट खा... देवा, फुक्कट खा!" म्हणतच शिरप्यानं गडबडीनं मसाला पान बांधून तायाप्पासमोर धरलं. तायाप्पाला पान तोंडात टाकल्यावर तोंडात जराशी चव आल्यागत वाटाय लागलं. तायाप्पा डांबरी रस्त्यावर नजरंचा खेळ खेळतच निवांत बसून राहिलं.

नेहमीचा गावातल्या कॉलेजच्या पोरांचा घोळका शिरपाच्या पानाच्या खोक्याला येऊन थडकला, आणि तायाप्पानं गडबडीनं पान गिळलं. त्यातनं किसन्या मान्यानं तेवढंच हेरलं,

"शिरपा, देव आज चैन करालाय?" म्हणतच त्ये तायाप्पासमोर आलं.

"सुडक्या, सारकं सारकं तुमीच करावी व्हय रं?" तायाप्पानं आवाज काढला.

"देवा, मी तुला काय म्हणलं काय? मी शिरपाबरबर बोलतोय."

"मुडद्या, मी तरी तुला कुठं म्हणलंय!"

"देवा, चिडू नगं." म्हणतच किसन्या मान्या तायाप्पाजवळ टेकलं.

"देवा, मला इच्यारायचं हाय, आता सांगशील?" आशा म्होयत्या लाडाला आलं.

"का, आई मेली व्हय रं हांट्या!" तायाप्पा एकदम पिसकटला. पोरं शांत झाली.

"तसल्या बाबतीत काय म्हणू नग रं बाबा, ते देवाचं काम हाय. लई वाईट. दिसतंय तेवढं सोपं न्हाई!" संब्या बाट्या पुटपुटलं.

"देवा, काय बी म्हण- तुझी प्रसिद्धी दांडगी- " म्हणतच किसन्या शिरपाकडं तोंड करतच म्हणाला,

"आगा शिरपादाऽऽ परवा निपाणीत ह्येचं नाव निगालतं. तिकडची बी माणसं येत्यात वाटतं-" किसन्याच्या बोलण्यानं तायाप्पा खुलला.

"बाळका, ह्ये कायच न्हवं मागच्या मंगळवारी कोल्हापूरची माणसं गाडी घिऊन आलती." त्यानं शिरपाकडं बघतच सांगायला सुरवात केली- "खरं सांगू शिरपा, आता मंगळवार, शुकीरवार माणसं अटपंणाच झाल्यात बघ- आंग, जीव आंबून जातोय. खरं करतोस काय, निस्तरीत बसलोय आपली..."

"लई गा माणूस!" शिरपा मान हालवत बसला तसं संब्या काय तरी आठवल्यागत डोळं चोळत उभा राहिलं-

“देवा, तुझ्याकडं काम व्हतं!”

“काय रं? कुठल्या पोरीचं काय काढलास आनी?”

“देवा, खरं की- आमचं मोरे सर तुला भेटाय येणार हाईत.”

“का? त्येंचं काय इच्यारायचं हाय व्हय रं?” किसन्यानं मध्येच छेडलं.

“न्हाई रं. त्येनी ह्येचं नाव कुठं लईंदा ऐकलंय. त्येनी ह्येंच्या बद्दल कायतरी करणार हाईत म्हण.”

“तो सुडक्या आनी काय करतोय- काय इच्चारायचं आसंल तर मंगळवारी ये म्हणाव तुझ्या सराला. न्हाईतर शुकीरवारी... आडवारी मी बघायचं बंद केलंय म्हणावं.” तायाप्पानं फुरमासानं सांगून टाकलं.

“त्यासाठी न्हवं... सगळ्या जोगतिणीस्नी एकत्र करणार हाईत म्हणं.”

“का, बायको पुरं पडंना व्हय रं त्येला?” शिरपानं मध्येच तोंड घातलं.

“आग त्यातला न्हाई. दुसरंच कायतरी डोक्यात हाय त्येंच्या- ह्येच्यामुळं जोगतिणी जगतील म्हणालतं...”

“तसलं काय आणू नगं बाबाऽऽ देवाधरमाचं काम हाय. मास्तर हाकणाक मरंल आनी माझ्या मागनं लटांबळ लागंल...”

“भेट तरी की गाऽऽ तेवढंच आमचं इंप्रेशन... जरा कॉलेजवर दाब वाढंल...” किसन्यानं फुली मारली.

“आण आणऽऽ तुझ्या मास्तराला. चांगला भंडाऱ्यात बुडवून काढतो...” म्हणतच जागा सोडून तायाप्पा उठला. पोरं त्याच्या मागनं जागा सोडून हालली. शिरपा पगाळलेल्या घोळक्याकडं बघतच आरडला-

“बघा रंऽ बाबानू, मास्तरला संबाळा न्हाईतर आमचा देव गाव सोडून हिंग्लजलाच न्हायाला जाईल-” शिरपाच्या आवाजानं पोरं हसत सुटली. तायाप्पा गर्रकन मुरकासतच गावाच्या वाटंला लागला...

तांबडं फुटायला खोपटाच्या पतरशी दारावर थाप पडली. आणि तायाप्पा दचकून जागा झाला. तो गडबडीनं हातरुणातनं भाईर पडला. दाराची कडी काढतच त्यानं जांभई देतच दार मागं वडलं आणि त्याचा पगळलेला टाळा तसाच राहिला. तानाप्पाला एवढ्या यरवाळी दारात बघून तो आवाकच झाला. त्याला काय बोलायचं हेबी सुचंना. तसा तानाप्पाच त्याला ढकलत आत घुसला. त्याचं तोंड जागरणीनं तरवटून गेल्यागत झालतं. डोळे तांबारलंतं. दाढीचं पिकलेलं केस भित्तीला भुरा आल्यागत दिसलंत.

"एवढ्यात यरवाळी तू कशी गऽऽ?" तायाप्पानं स्वतःला आलरत विचारलं.

"सांगतो सगळं! तुझं बाई आवर सगळं. तोंडावर पाणी मार आनी पड भाईर." म्हणतच तानाप्पानं हातारल्याली वाकाळ उचलतच दांडीवर टाकली. फाळकीची घडी घातली. तायाप्पा त्याच्याकडं बघतच राहिली. "अग, हुबा काय ऱ्हायलीस, आवर की-" तानाप्पा खेकसला.

"खरं काय सांगशील का ऱ्हाई गऽऽ?" तायाप्पा अधिकच खचला.

"राघूदा संपलाऽऽ." तानाप्पा कसाबसा पुटपुटला आणि तायाप्पा मटाकन खाली बसला. तो तसाच डोळं फाडून तानाप्पाकडं बघाय लागला. त्याच्या पापणीच्या कडा आपोआप गळाय लागल्या.

"ऊठ ग बाईऽऽ. हासूवाडी गाठाय पायजे..." तानाप्पा परत ठिसाकला.

"खरं, कव्वा?" तायाप्पाचा विश्वासच बसत नव्हता.

"मध्यान्ह रातीला. आटीप लौकर-" म्हणत तानाप्पा तसाच उभा रहिला. तायाप्पा कसाबसा जागा सोडून हालला. त्यानं तांब्याभर पाण्यात तोंड खळबळलं. पदरानं तोंड पुसतच त्यानं तानाप्पाला भाईर काढलं. खोपटाला कुलूप लावलं आणि रस्त्याला लागला. त्याला अजूनबी तानाप्पाच्या शब्दावर विश्वासच बसत नव्हता.

"राघूदा संपली व्हय गऽऽ." तो चालता चालताच पुटपुटला. तानाप्पाला बोलवलं नाही. तो तसाच चालत राहिला. दोघांच्याबी पायांत वार शिरल्यागत झालं.

...हासूवाडीत यायला चांगला दोन कासरं दिवस वर आलता.

तान्नाप्पाचा पाय अजूनबी भुईला थरंना झालता. तायाप्पा फेसाळून गेलता. गाडीच्या बैलागत मुसमुसाय लागलाता. गावाला वळसा घालून दोघंबी राघूच्या खोपीजवळ आली आणि इतका वेळ आवरलेला तायाप्पाचा हुंदका मोकळा झाला. त्याच्या टाळ्यातनं आवाज भाईर पडला. कसाबसा खोपीच्या दारात पोचला आणि मेडीला टेकवून बसलेल्या राघूला बघितल्या बघितल्या त्यानं हाणून-बडवून घ्यायला सुरवात केली. म्हादूमा डोळं पुसतच त्याच्याजवळ आला. म्हादूमाचा हात तायाप्पाच्या अंगावरनं फिराय लागला आणि तायाप्पाला अधिकच उचंबळून यायला लागलं... काय केलं तर त्याचा हुंदका आवरंना. तो धाय मोकलून रडाय लागला...

रडतेल्या तायाप्पाला म्हादूमानं तसाच बाजूला घेतला. त्याच्या रट्याला धरतच शांताई घातली आणि म्हणाला-

"आगंऽ आता रडून काय उपेग ऱ्हाई... जरासं मनाला आवर. सगळं

आटपाय आमालाच पुढं व्हायला पायजे. धीर टाकून कसं जमंल.'' म्हादूमाच्या शब्दाशब्दानं तायाप्पा शुद्धीवर येत गेला. त्यानं मनाला आवर घालतच म्हादूमाकडं बघितलं. त्याचं डोळं रडून रडून सुजल्यागत झालंतं. तायाप्पाला पुन्हा भरून आल्यागत झालं. तसा म्हादमा न आवरून खेकसला,

''तू हितं रडत बस. मी भाईर व्हतो म्हणजे हितंच पडू दे- गावातलं बी कोण भाईर पडंना झालंय. तूबी आसं कर म्हणजी मीच जीव देतो...'' म्हादूमाचा हुंदका खेसकता खेसकताच भाईर पडला आणि तायाप्पा एकाएकी थंडगार झाला. म्हादूमाच्या डोळ्यातलं पाणी बघून चकारला. त्यानं म्हादूमाच्या खांद्यावर हात ठेवतच पदर खोचला. नाक निरपलं आणि जागा सोडून हलला.

त्याचं डोकं अजूनबी सुन्नच होतं... त्यानं कसं बसं म्हादूमाला भाईर काढलं. भाईरच्या बाजूला नौकुड चन्नेकुपीचे जोगे आपल्यातच कायबाय कुजबुजायला लागलंतं. म्हादूमाला बाजूला घेतच तायाप्पाचा घोगरा आवाज भाईर पडला-

''कुठं न्हायचंऽऽ.''

''आगं, आपल्याला गोटणाशिवाय दुसरी जागा नसती. गावाची जनावरं आणि आमी एका जाग्यालाच.''

म्हादूमा कसाबसा पुटपुटला.

''पुढं कोण माणसं गेल्यात?''

''भाऊ, तुक्या आणि दादू कुणाकुणाला घिऊन गेल्यात. त्यास्नी गावातली पुरुषमाणसं मिळाली आसली तर बरंऽऽ.''

''हितलं काय काय आवरायचं हाय?''

''आता हितलं काय आवरायचं न्हाई... रात व्हयाची वाट बघायची. अंधाराशिवाय जोग्याला माती न्हाई. आटपलं की हालावायचंच...''

''आजून कुणाची वाट बघायची-?'' तायाप्पाच्या गळ्यात पुन्हा हुंदका अडकला.

''आता कुणाची वाट बघतीस. जवळपासची आल्यातच सगळी. लांबलांबची मातीला येतील- म्हणतच म्हादमा खाली टेकला. त्याला उभा राहायालाबी ताकत उराय नव्हती. तायाप्पा जागा सोडून उठला. खोपटातनं आत गेला. सगळं खोपाट जोग्यांनी भरून गेलतं. जोगतिणी दाटीवाटीनं बसल्यात्या. सगळ्यांच्या डोळ्यांचा बांध फुटलाता. आयाबाया येऊन बघून परतालत्या. कोण पाया पडालत्या. कोण राघूला भंडाऱ्यानं पुजालत्या. तायाप्पा उभा ऱ्हायलेल्या

बापयातल्या एकाला बाजूला घेतच चांगली किलतान आणाय सांगितली आणि तो मेडीला टेकवलेल्या राघूच्या मड्याकडं बघतच उभा राहिला. त्याच्या कपाळावरचं ढळढळीत कुंकू, चांगला तोंड भरून काढलेला पदर, सुरकुतलेलं तोंड, अर्धवट उघडं डोळं. मिटलेलं ओठ... बघता बघताच तायाप्पाला पुन्हा आपला तोल जातोय असं वाटाय लागलं. तो गर्रकन मागं वळला. मघाशी जमलेली गावातली पाच-दहा माणसंबी वाटंला लागलीती...

मध्यान्ह रातीला राघूला खोपटातनं भाईर काढलं. गोणपाटात गुंडाळलं. म्हादूमा गर्दीतनं वाट काढतच तायाप्पाजवळ आला. कानात पुटपुटला-

"खांद्याला गावातलं कोणबी दिसत न्हाईऽऽ."

तायाप्पाला सगळं गावच भोतेभोरे फिरल्यागत वाटाय लागलं. त्यानं मड्याभोत्यानं जमलेल्या सगळ्यांच्यावर नजर टाकली. शे- शंभर जोगे, चाळीस-पन्नास जोगतिणी खरं बापय माणूस कोण दिसतच नव्हतं. काय म्हणायला दोघं-तिघं चौंडके तेवढंच डोकं धरून बसलेलं दिसालंतं. तायाप्पाचं डोकं भनानलं.

"आता कसं गऽऽ कुणाला तरी बलवा की गऽऽ." तायाप्पा एकदम सगळ इसरून रडत्या आवाजात आरडला.

"बलवून कोण जमंना झालंयऽऽ खुळे, आता हाय ह्यातच भागवाय पायजेऽऽ" म्हादूमाचा आवाजबी कातरा झाला.

तायाप्पा डोळ्याला पदर लावतच बसलेल्या चौंडक्याजवळ गेला. त्याच्या गळ्यातनं आवाजच फुटंना...

तीन खांद्याला तीन चौंडके. चौथा खांदा मायाप्पा जोग्यानं दिला. जोग्याच्या बोंबीनं सगळ्या शिवारात कलोट झाला. तायाप्पानं मगाधरनं आवरलेला हुंदका मोकळा सोडला. शंभरावर जोग्यांचा बायकी आवाज सगळ्या गावभर पसरला. जोगतिणींच्या रडण्यानं ताल धरला. खांद्याकऱ्यांचा एक एक पाऊल गोठणाकडं पडाय लागला...

गोठण जवळ येईल तसं म्हादूमा लगबगीनं मडं वलंडून पुढं झाला. तायाप्पा जरासं सावरतच जोगत्यातनं भाईर पडला. सगळीजनं डबऱ्याजवळ आली. मडं रासमुरं झोपीवलं. प्रत्येकानं तुळसीच्या पानानं राघूच्या तोंडात शेवटचं पाणी घातलं. भाऊ डबऱ्यात उतरला. राघूला अलगद तिरडीवरनं खाली घेतलं. कोणतरी जोगता तेवढ्यातनं गलका करत आरडला-

"अंगावर काय आसलं तर काढून ठेवा गऽऽ."

"तिचं कोण हाय मागं? तिच्याबरबरच जाऊ देऽऽ." म्हणत म्हादूमा

डबऱ्याच्या काटाला उभा राहिला. भाऊनं डबऱ्यातनं मडं इलं लावून झोपीवलं. वर येतच त्यानं जमलेल्या जोगतं-जोगतिणींच्याकडं बघत म्हादूमाला इच्यारलं-

"झालं न्हव गं!" म्हादूमानं नुस्तीच मान हालवली. जमलेल्या सगळ्यांनी शेवटचं डोळ्यांतलं पाणी गाळतच मूठमूठ माती खड्ड्यात टाकली. सगळं गोठण रड्यानं कुरतडला. घटकं-दोन भटकंत डबरा भरून वर आला. सगळीजन डबऱ्याच्या भोतेभोर जमा आली. जोगत्यांचं हाणून बडवून घेणं आजून बी चाललतं. जोगतिणाचं घसं सुकलंतं. सगळ्यांनी गोल कडं केलं तसा म्हादूमा सगळ्यांच्यातनं पुढं झाला. ह्या मुलकातला म्होरक्या जोगता. वाकूनच म्हादूमानं मूठभर माती डबऱ्यावरची उचलली. देवीच्या नावानं उद घालतच खाली टाकली. कमरंची भंडाऱ्याची पिसवी काढली. चिमूटभर भंडारा भोतेभोर टाकला. उगवतीकडं तोंड करून उभा राहिला. रडणाऱ्या जोग्यानी आपला भसाडा बायकी आवाज आवरला. सगळी श्वास रोखून उभा राहिला. म्हादूमानं सगळ्याकडं बघून घेतलं. डाव्या पायातलं पायताण काढलं... एकवार उगावतीच्या बाजूला वर न्हेलं. खाली आणलं आणि त्यानं मोठ्यानं बडबडनं सुरू केलं-

"जगलीस तेवढं मातीत गेलं.
चिंदी कुंदी झाडून नेलं... हितनं पुढं जलम घे.
बाई-बापय व्हवून ये..."

म्हादूचा आवाज थांबला. तो हातातलं पायताण डबऱ्याच्या मातीवर रापऽराप आपटत गेलं. उभारलेल्या जोगत्यांनी तळव्यावर तळवा बडवला. सगळ्या गोटणावर त्यांच्या "पिऽऽचिक पिऽऽ चिकऽऽ टाळांचा आवाज घुमत गेला. जोगतिणींनी तुंबलेला हुंदका गळ्यातनं मोकळा केला...

... गुडघ्यावर आरसा घिऊन तायाप्पा हानवटीवरचा चुकल्यामाकल्याला एक एक केस चिमट्यानं उपसत बसलाता. आरशातलं आपलं रूप बघता बघता मध्येच त्याच्या डोळ्यांत कायबाय जमाय लागलंत तो आपल्याच तालात हरवून बसलाता. एवढ्यात मान्याचं किसन्या समोर येतच म्हणालं,

"देवा, काय चाललंय हे?" तायाप्पा एकदम गडबडला. त्यानं हातातला चिमटा ढुंगणामागं लपवला.

"आसाकसा फिरलास रं हांट्याऽऽ?" म्हणतच तायाप्पा वळवळला.

"आलो आपला सज्ज-" किसन्या पावळणीला उभा रहिलं.

"सज्ज बरा येशील एवढ्या उन्हातनं? काय तरी आसंलच की-"

"तसं जरासं काम व्हतं खरं-"

"बोल की आसा का गचकालास? काम काय तोंडानं बोलण्यातलं न्हाई वाटतंऽऽ?"

"न्हाई बा-त्ये मागं सांगितल्यालं!"

"काय सांगितलातास? मी बाई इसारलो."

"त्ये गाऽऽ मोरे सर तुला भेटणार व्हते ते! आमच्या घरात आल्यात."

तायाप्पाच्या डोक्यातलं कोडं उलघडलं.

"मग त्यास्नी हितं यायला काय लाज वाटलीयाऽऽ?"

"न्हाई खरं, तूच आमच्या घराला आलास तर बरं व्हईल!"

"व्हय. त्येच्या सुटाला घाण लागंल माझ्या खोपटात."

"तसं व्हवं गाऽऽ जरा शेरातला माणूस बिचाकतोयच की-"

"मी काय धरतोय व्हय रं तुझ्या मास्तराला-" म्हणतच तायाप्पा जागा सोडत उठला. कुलूप हातात घेऊन खोपटाच्या भाईर पडला. किसन्याच्या जीवात जीव आला.

"बरं झालं बाबाऽऽ न्हाईतर माझं सगळंच पिताळ उघडं पडलं आसतं." किसन्या पुढं होतच पुटपुटलं आणि तायाप्पाला त्याचं हसू आलं.

"तुझा मास्तर मला काय इच्यारनार हाय रंऽऽ?" तायाप्पानं चालता चालतात किसन्याला चाचपाय सुरवात केली.

"काय की बाबा-खरं लई जोगतिणीस्नी भेटून आल्यात."

"मी जोगता हाय म्हणून सांगितलास न्हवं?"

"त्यास्नी आगोदरच म्हाईत हाय-" किसन्या हसतच म्हणालं. गल्लीतनं चालतानं तायाप्पानं कासऱ्याचं अंतर राखून चालाय लागलं...

तायाप्पानं मान्याच्या घरात पाऊल टाकलं आणि बघितलं तर लगीवर घोंगडं टाकून दिल्यालं. त्यावर गोरागोमटा सुटाबुटातला मास्तर पाय लांब सोडून रुमालानं वारं घेतच बसलाता. त्याच्याजवळच अनोळखी दोन पोरं टेकलीती. तायाप्पा लगीवरच्या खांबाला टेकून अवघडून उभा राहिला. तसा मास्तर पाय जवळ घेतच म्हणाला,

"बसाऽऽ बसाऽऽ हिकडं घोंगड्यावर बसाऽऽ" तायाप्पा तिथंच खांबाला टेकून एक गुडघा आडवा टाकून एक गळ्यात घिऊन टेकला. मास्तर शोधक नजरेनं त्याला न्याहाळत होता...

"तुमच्या गावात जोगतिणी किती?" मास्तरानं बोलण्याला सुरवात केली.

"सा. त्यांतल्या तिघी गावात असत्यात." तायाप्पा कसाबसा पुटपुटला. "ह्यातल्या झुलवा लावल्याली कोण बी न्हाई. सगळ्या मोकळ्याच हाईत!"

"सगळ्या जोगव्यावरच जगत असतील?"

"व्हय-" तायाप्पा अवघडला.

"आता मला सांगा-ह्यातल्या कितीजनीस्नी म्हातारपणात खायाला मिळंल?"

"नशिबाचा वाटा आसंल त्यास्नी."

"कुठलं नशीब. त्यापेक्षा आम्ही ह्यांना सरकारातनं मदत मिळवून द्यावी म्हणतोय. त्यासाठी सगळ्यास्नी एकत्र कराचं डोक्यात आहे. ह्या देवाच्या सेवेत काय मिळणार?" मास्तर बोलून गेला आणि तायाप्पा चमकला.

"आसं कसंऽऽ? त्यास्नी बाई, देवाच्या सेवेला सोडलेलं. त्येनी देवाची सेवाच करणार की- काय मिळतंय म्हणून कसं भागंल. जे वाट्याला आलंय ते भोगाय नको-" तायाप्पानं मास्तरला रावंडात घेतलं.

"देवाची सेवा करू दे की- खरं गावातल्या कुणापास्नंबी त्यांना पोरं व्हत्यात त्येंचं काय?" मास्तर गावढळ बोलायचा प्रयत्न करू लागला.

"त्येनी देवाच्या नावावर मागून खायाचं!" तायाप्पा पटकन बोलून गेला.

"का देवानं त्यास्नी पोरं काढाय सांगितलीती?"

तायाप्पा बुचकळला. "देवाच्या माणसास्नी आसं बोलल्यासा तर वाटुळं व्हईल. वाडावडलानं घालून दिल्यालं तसंच चालायचं. त्यात आरमुटपणा चालत न्हाई..." तायाप्पा बिनसला.

"माझं होऊ दे वाटोळं. खरं त्या पोरांचं तरी सरळ व्हवू दे-ती कुणापास्नं झाल्यात त्यांच्या नावावर लागाय नकोत?" मोरे मास्तर सावरून बसला.

"लागाय पायजेत खरं, कोण लाऊन घेणार. मग त्यास्नी हिस्सा द्यायला लागणार."

"आम्हीही त्येच म्हणतोय. मग या पोरांना सरकारनं तरी पोसाय नको.

गावातली सगळी पोरं छान छान शाळा शिकतात. नोकरी करतात. बायका करतात आणि ह्या जोगतिणींच्या पोरांनी जोगवा मागत न्हाईतर चौंडकं वाजवत फिरायचं." मास्तर बोलत गेला आणि तायाप्पा मनातल्या मनात रुतत गेला. त्याला बोलायबी सुचंना. मास्तर पुढं बोलतच गेला-

"आणि तू मला सांग- ह्या सगळ्या जोगतिणी तुमच्या आमच्या खालच्या जातीतच का? वाण्या-बामणाच्या का न्हाईत? त्यांच्या पोरी देवीला चालत नाहीत? देवी आमच्या गरिबाच्याच मागं का लागती?"

"आसं काय न्हाई? देवाचं काम ते देवाचं. त्याबद्दल काय बोलू नगा." तायाप्पा कसाबसा पुटपुटला.

"मी कुठं देवीला शिव्या घालाय लागलोय. मी बी देव पुजतोय, खरं आमच्या आयाबहिणीच देवीच्या सेवेला का? सगळ्यांच्याच बायका देवी का

मागत नाहीत?"

"रिवाज हाय त्येला कोण काय करणार?"

"मग रिवाज वरच्या लोकात बी पडाय नको? बरं रिवाज हाय तो हाय. आमच्या ह्या जोगतिणीस्नी कोण जवळ घेतंय? सगळी कामापुरतीच वापरत्यात. मुंबई-पुण्याला विकत्यात. हेबी देवीनंच सांगितलंय?"

"आता त्येंच्या करमानं त्या जात्यात त्येला कोण काय करंल?"

"मग हितं हाईत त्यांचं जोगवा मागून भागतंय? आणि भागत नसलं तर सरकारनं मदत द्यायला नको-"

"त्ये का बरं देतील?" तायाप्पानं शंका काढली.

"का द्यायला नको?"

"पायजे की." तायाप्पा सहज बोलून गेला.

"मग त्यासाठीच सगळीजन मिळून सरकारकडं जाऊ या. त्यास्नी सगळं सांगू या... म्हणजे मदत मिळंल..." म्हणतच मास्तर थांबला. तायाप्पाच्या डोक्यात सगळ्या विचारांची घुसळण सुरू झाली. त्याचं त्यालाच वाटाय लागलं- मास्तर म्हणतोय त्यात काय खोटं हाय. खरं ह्येचं देवाच्या इरूदच सगळं दिसतंय वाटतं... तो थोडासा गडबडला. त्यातनंच सावरत म्हणाला-

"मग तुमचं म्हणणं तरी काय हाय?"

"माझं म्हणणं काहीच नाही. फक्त ह्या माझ्या आया-बहिणींना संसारी बायकागत जगता यावं म्हणून सरकारकडं जायचं आणि त्यासाठी तुम्ही सगळ्यांनी माझ्याबरोबर यायचं..."

तायाप्पाची मान कशी हालली त्याचं त्यालाबी कळलं नाही. चहाचं कप आलं. तायाप्पा आपल्याच विचारात गुतपळला. कधी नाही ते त्याच्या डोक्यात भंडाऱ्याचं वादळ उठलं... त्याला कपातला चहा डचमळत असल्याचा भास झाला.

सकाळधरनं माणसांचा राबता काय केलं तर कमी व्हायला तयार नव्हता. अशी माणसं संपत यायची आणि घटकंत खोपाट भरून जायचं. तायाप्पाची हाडं बसून बसून करकाय लागलीती. पाटवान ताटून गेलतं. मान मोडायच्या घाईला आलती. पाटावरच्या तांदळाच्या जोड्या लावून लावून हाताच्या बोटांत वात उतरल्यागत झालती. डोकं नुस्तं खांडकागत ठुसठुसाय लागलंत. त्यानं केविलवाणं तोंड करून समोरच्या माणसाकडं बघितलं. न्हाई न्हाई म्हणत अजून बी आठ-दहा माणसं शिल्लक होती. तास तरी हेंच्यात मोडणार असं त्याला वाटायला लागलंतं. त्यानं गडबडीत समोरच्या एका एका

माणसाला गुंडाळायला सुरुवात केली.

शेवटाला तीन-चार माणसं राहिली. आणि कौलग्याचा तुका परीट आपल्या पोराला घेवून तायाप्पाबरोबर सरकला. तायाप्पानं आळसावलेल्या डोळ्यानं परटाकडं बघितलं. तसा परीट जागेवरच वळवळत पुन्हा गप्प बसला. तायाप्पानं जांभई देतच परटाला काय म्हणून विचारलं. परीट आणखी जरा घासटतच पुढं झाला.

"ह्येचं सगळं चलनच बदाललंय-" म्हणतच परटानं पोराच्या डोक्यावर बांधलेलं फडक सोडलं. सगळं डोकं खांडकांनी भरून गेलतं. डुईवर कसला तो केस बघायला मिळत नव्हता. तायाप्पा खांडकाकडं बघता बघताच दचकला. मागं सरकला. तसा परीट तोंड पुढं नेतच म्हणाला,

"म्हयनाभर गावातल्या डाक्टरानं आवशीद दिलंया. हिंग्लजच्या डाक्टरानं कायबाय करून बघितल्यानं पर काय न्हाई. आता, आता ही खांडकं लईच चिघळाय लागल्यात. त्यात भरीला भर म्हणून फणफणून ताप यायलाय..." परीट बडबडत राहिला. तायाप्पा एकदम गडबडला. त्याच्या समोरनं त्याचा भूतकाळ आपोआप सरकत गेला. त्याला गदमदल्यासारखं झालं. त्यानं गच्च डोळं मिटलं. घटकाभर तसाच बसला. त्यानं गडबडीनं तांब्याला हात घातला आणि घटाघटा पाणी पिलं. जरासं मोकळं वाटलं. त्याचा हात आपोआप परडीतल्या तांदळात पडला. तो पुन्हा दचकला. पाटावर चिमूट पडली. त्याला जोड्या लावाव्या असं बी वाटलं नाही...

त्यानं देव्हाऱ्यावरच्या देवीच्या मुकोट्याकडं बघितलं. मुकोटा टवकारून त्याच्याकडं बघाय लागलाता. तायाप्पाच्या अंगाचं पाणी पाणी झालं. तो गप्पकन देव्हाऱ्यासमोरनं उठला. खोपटातनं बाहेर पडला. तुक्या परीट आणि बसलेल्या बायका त्याच्याकडं टाळा पगळून बघाय लागल्या. तायाप्पा खोपीच्या मागल्या बाजूला मेड धरून उभा राहिला. त्याला डोकीत कोणीतरी घण घातल्यागत वाटलं. त्यानं पाय जागच्या जाग्यावरच हलवायला सुरुवात केली. अंग जोरानं झिंजाडलं. डोक्यावरला पदर खाली घेतला. बुचडा सोडून केस काच काच वडली. गळ्यातल्या मण्याकडं त्याचं तोच भांबावून बघाय लागला. आपल्याला असं का व्हतंय त्यालाच कळेना असं झालं. तो किती तीर वेळ तसाच उभा राहिला... खोपटात बसलेल्या बाईनं हाळी मारली. तसा तायाप्पा भानावर आला. जड पावलानं आत वळला. तुक्या परीट देवीच्या मुकट्यासमोर हात जोडून बसलाता. तायाप्पानं त्या पोराच्या डोक्याकडं न बढताच बूड टेकलं.

"देवा, एवढं कसलं कोडं पडलंय..." परीट पुटपुटला. तायाप्पानं

चिमुटभर तांदळाला भंडारा घासतच चिमूट टाकली. जोड्या लावल्या.तो एका एकी घुमला. डोळं मिटतच म्हणाला,

"''पोराला कायच व्हयायला नाही. चांगल्या डाकदाराला दाखीव- देवाकडं परत जावू नको. वाईट व्हईल...''

त्यानं सुस्कारा टाकत डोळं उघडलं. देवीच्या मुकोटा भोत्याभर फिराय लागल्यागत त्याला वाटाय लागलं. त्यानं सगळं गुंडाळलं. आयाबायास्नी खोपटा बाहेर काढलं आणि दार झाकून तो पडून राहिला...

...आईतवारचा बाजार. हिंग्लजच्या कड खोपडा फुलला. उन्हाचा चणका दाट व्हईल तसं माणसाला माणूस वाढत चाललं. सगळं रस्तं माणसानी गजबजलं. तायाप्पा माणसातनं वाट काढत कोपराला अडकवलेली पिशवी मिरवत फिरालता. नवं काय बाय दिसलं तर उगचच दर इच्यारून पुढं सरकत होता. त्याच्या कपाळावरचं कुंकू घामानं पागळून नाकावर घरंगळत आसतं. अजून त्याला हिंग्लजचा कड-कोपडा फिरायचा होता. ढोराच्या बाजारातनं उगचच फिराटी मारायची व्हती. रामा शिंद्याची म्हस बाजाराला आणलीती त्यानं बी ढोराच्या बाजाराकडं फिराटी टाकाय सांगितलीती. पायाला चपलातनबी चटका बसालता. त्याच्या बरोबर असलेला जानू मिसाळ बाजाराच्या गर्दीत डोळं इसरून चाललाता...

तायाप्पा हिडदूग्याच्या दुकानाजवळ आला आणि त्याला समोरनं येणार निंग्या चौंडक्या नजरंला पडलं.

"आरंऽ निंग्याऽऽ" म्हणतच तायाप्पा आरडतच गर्दीत घुसला. त्याच्या भसाड्या बायकी आवाजानं निंग्या दचकून काणसारलं... त्याची नजर गर्दीतनं येणाऱ्या तायाप्पावर पडली आणि त्याला जरासं हायसं वाटलं.

"कान हाईत काय भित्ताड ग बाईऽऽ."

म्हणतच तायाप्पानं निंग्याला दंडाला धरत गर्दीतनं भाईर काढलं.

"एवढा कसल्या तंद्रीत व्हतास रंऽऽ?"

"गर्दीतनं कुठलं काय ऐकू येतंय? तरी तुझा आवाज वळीकला म्हणूनच गदबाळलो."

"नुस्त्या बाजारला आलास काय आणि काम काढलास ग बाईऽऽ?"

"ते कुठलं रंऽऽ? ह्येबाळच्या जागराचा इडा व्हता त्यासाठी आलतो..." म्हणतच निंग्या जरासा कोड्यात पडल्यागत थांबला. तायाप्पा गर्दीतल्या माणसांना निरखत थांबला.

"तुला काय समाजलं?" जरासं धाडस करत निंग्या पुटपुटलं.

"कशाचं आणि कायरंऽऽ?"

"त्येचं की काल रातीला बसाप्पानं निंगनूर सोडलं म्हणं..."

"आणि रंऽऽ?" तायाप्पा चरकला.

"आणि काय? कमळाक्का, सुंदराक्का तेवढ्यात हाईत म्हणं! त्या बयेला घेवून उधाळला म्हणंऽऽ."

"थू माझ्या नशिबाऽऽ कमळाक्काला या दिसात ही टाईम यायला नको व्हती रंऽऽ" म्हणतच तायाप्पा गदगदला.

"याय नको आम्ही म्हणताव, खरं बाईच्या मनात असल्यावर काय करायचं?"

"इस्तू लागला त्या जन्माला... आता कमळाक्कानं कुणाच्या तोंडाकडं बघायचं रंऽऽ" तायाप्पा भलताच गंभीर झाला. त्याला समोरची गर्दीबी दिसंनासी झाली. कमळाक्काच्या यजवनीतच तो गुरफटला.

...काय बाईच्या वाट्याला आलं. पयल्यानं रामाप्पानं सोडलं. आता ह्येनं सोडलं. पोटचं पॉर वाऱ्यावर टाकून ह्येच्या मागं लागली. आता ह्येनं ही गत केली. आता चमडं लोळाय लागलंय कोण जवळ कशाला येतंय..."

"तायाप्पा, बाजाराला आलास का?" कुणाचा तरी शहरी आवाज तायाप्पा भोत्यानं घुटमळला आणि तायाप्पा शुद्धीवर आला. त्यानं गदबळून इकडं तिकडं बघितलं. मोरे मास्तर हातातली भाजीपाल्याची पिसवी सावरत उभं व्हता.

"व्हय इऽऽ" म्हणतच तायाप्पा पुढं सरकला. निंग्या सुटाबुटातल्या मोरे मास्तरकडं बघतच राहिला.

"चल की घराकडं जरासं बसून ये चलऽऽ" मोरे मास्तरनं पिसवीचा बंद हातातच हालवला.

"अजून लई बाजार हाय."

"असू दे. चल चल. हे कोण? ह्यास्नी बी घे बरोबर." म्हणत मास्तर पुढं झाला.

मोरे मास्तराचं गावठी पद्धतीचं वाकलेल्या चौकटीचं घर आलं. तायाप्पा अवघडतच आत गेला. चार-पाच खुर्च्या, भित्तीकडंला खाट, त्यावर गादी. शेजारच्या कपाटात पुस्तकाचा ढीग.

"बसा खुर्चीवर." म्हणतच मास्तर पिसव्या घेवून आत गेला. तायाप्पा, निंग्या, जानू अवघडून तशीच उभा राहिली.

"आरेऽ अजून उभाच. बसा की." म्हणत मास्तर खाटेवरच्या गादीवर टेकला. तायाप्पा खुर्चीवर लुगडं आवरतच टेकला.

"हे कोण म्हणायचं?" मास्तरनं जानू आणि निंग्याकडं बघत विचारलं.

"ह्यो चौंडक्या निंग्या म्हणायचा."

"कुठल्या मेळ्यात असतोय?"

"म्हागावच्या!"

"लगीन बिगीन झालंय व्हय रंऽऽ" मास्तरानं निंग्यालाच विचारलं.

"मास्तर, चौंडक्याला कोण पोरगी देणार? ह्यास्नी जात काय गोत? कुठल्यातरी जोगतीला झालेलं वावरं पॉर."

तायाप्पानं सांगून टाकलं.

"मग ह्यो असाच राहायाचा?" मास्तर आश्चर्यचकित झाला.

"तसंच म्हणा की, खरं ह्येच जरा वायलं हाय. ह्येनं सिद्दु जोग्याला ठेवून घेतलंय-" तायाप्पा पुटपुटला आणि मास्तरला काय बी समजलं नाही. तो नुस्ताच दोघांच्याकडं बघत बसला. त्याल कोडं सुटंना. तसा मास्तर बोलता झाला,

"म्हणजे मला काय समजलं नाही?"

"ते तसंच हाय." म्हणत तायाप्पानं विषय संपवला. मास्तरच्या डोक्यात अजून बी वळवळ चालतीच!

बराच वेळ शांततेत गेला. तायाप्पाची वळवळ सुरू झाली. तसा मास्तर खाटावरनं भित्तीला टेकतच म्हणाला,

"तुमच्या जगात सगळंच आक्रीत हाय."

"जगात कसलं आक्रीत. जोगतीण म्हटली की जग येतोयच की."

"त्या जगात नव्हे. दुनियेत, दुनियेत..."

मास्तर गालातच हसला.

"त्यात कसलं आक्रीत. देवीच्या सांगण्यानं सगळं चालतंय." तायाप्पा बोलला. तसा मास्तर सरळ बघतच म्हणाला,

"तायाप्पा, तुम्ही सगळं देवी करती, देवी करती म्हणता. देवी एवढी हालकट कशी रंऽऽ?" मास्तराच्या तोंडातनं शिवी भाईर पडली. तसा तायाप्पा चवताळला.

"मास्तर तुमच्या तोंडाला हाडचं न्हाई. जीभ झडंल..."

"ह्ये बघ तायाप्पा, माझी जीभ झडू दे. खरं मला एक सांग. काल हितल्या म्हारोड्यात रातीला जोगतीण बाळंत झाली. तिनं भगटाय पोरगं गटारातल्या चिकात टाकलं. ह्ये बी देवीनंच कराय लावलं-"

"ते तिचं करम देवी कशाला सांगल?" तायाप्पा एकदम उत्तरला.

"मग आता ते तिनं मुद्दाम केलं? शरीराची आग जाळाय तिचं पाऊल

वाकडं पडलं. पोटात पॉर वाडलं. जगवायचं जमत नाही म्हणून तिनं चिकात टाकलं. ह्यात तिचं काय चुकलं?''

''चुकलंच की. बाळगाय जमत नाही तर काढलंच कशाला ग बाई.''

''आसं कसं. ज्याचं ते पोर आसंल त्यानं जगवाय नको-''

''जोगतीणला मींड नसतोय मास्तर.'' निंग्या मदीच पुटपुटला.

''व्हय गाऽऽ पण त्या तुमच्या झोंबड्यात त्या पोराचा दोष काय? त्याच्यावर ही पाळी का?''

''त्येला जगवाय यल्लमा माप घट्ट हाय.'' तायाप्पा फणकारला.

''काय यल्लमा दूध पाजती. अंगावर घेती. काय खेळीवती. सांग बघू, ती काय काय करंल तुमच्यासाठी?'' मास्तर चिडत गेला आणि तायाप्पा मनातल्या मनातच खचंत गेला. त्याच्या समोर कमळाक्का सरकू लागली. तिच्या जल्माचं वाळवाण त्याच्या डोळ्यांत तरळलं. निंग्याची आई डोळ्याम्होरं आली. आणि तायाप्पा भिरंबाटल्यागत उठला. त्याला मास्तरचं घर भंडाऱ्याच्या पिसवीत लोंबकळल्यागत वाटलं. काय न बोलताच तो मास्तराच्या घरातनं दारात आला. रस्ता उन्हातनं लदबदल्यागत झालता. एकटं लूत लागल्यालं कुत्रं तेवढंच तंगडी वडत वळवळायला लागलंत.

''आमच्या वाडवडलात उभ्या जलमात कधी ऐकाय नव्हतं. देवीच्या सेवंशिवाय दुसरं काय मनात आणायचं नव्हतं. तूच कुठल्या मूत पित्याला निपाजलास आणि सगळ्यालाच बट्टा लावाय निघालास. आशानं तुझंबी वाटोळं व्हईल. आणि आमचं बी वाटोळं करशील. मी तुला लई सतपनाचा मानलाता. चार गावात तुझ्या नावानं आरडत फिरलतो. खरं तूच असा बेभान झालासऽऽ यल्लु आई तुला बघुन घीलऽ किडं पडून मरशील.'' वडरग्याची यल्लव्वा खोपटात आल्या आल्या हाणून बडवून घेत बोलायला लागली. तायाप्पाला तिच्या बोलण्याचा काहीच अंदाज लागेना. मध्ये तोंड घालून बी थांबंना. तसा तायाप्पा तिची ध्याई थंड होईपर्यंत तसाच बसून राहिला. घासून घेवून-घेवून यल्लवा थंड झाली. तसा तायाप्पा तिच्या समोर पाण्याचा तांब्या ठेवत म्हणाला, ''आता जरा पाणी घोट, मग काय आसंल ते बोल.''

''आता तुझ्या बरोबर काय डोंबल बोलायचं. तू सगळंच बुडवायला लागलायास. तुझ्या हातचं पाणी तरी कसं प्यायचं रंऽऽ?''

यल्लवा अजून बी तणतणत होती. ही एवढी का फुरंगटली हे तायाप्पाला

अजून बी लक्षात येत नव्हतं.

"शिव्या देवून झाल्या असल्या तर आता सरळ काय ते सांग बाईऽऽ" म्हणतच तायाप्पा पालथी मांडी घालून बसला.

"आरं तुला काय सांगायचं? आमच्या परास तुला त्यो मास्तर जवळचा वाटतोय. त्येचं ढुंगन धरून देवाला बुडवाय निघालास. एवढं सोलपं काम वाटतंय व्हय रं तुला-" यल्लवा जरा जरा खाली येत गेली आणि तायाप्पाच्या डोक्यात उजेड पडला. ही का बिनासली हे चटकन त्याच्या लक्षात आलं. तो न बोलताच पदर तोंडाला लावून गप्पगार बसला.

"असा दातखिळ बसल्यागत का बसलास रंऽऽ वाद्या...? बोल की आता त्वाँड शिवलं?" यल्लवा पुन्हा आरडली.

"आग, तुझं तरी आदी संपू दे. मग शिस्तान तुझ्याबरोबर बोलीन."

"माझं मी मेल्यावरच संपंल. मी काय तुझ्यावाणी बाटकी हाय व्हय रंऽऽ?"

"उगच डोकीत रक्का घालण्यापरास सरळ बोल की बाई मी काय केलं...? त्या मास्तराला घेवून पळून गेलो काय ग बाई?"

"आरं, तसं केला असतास तर नावाजला असता. खरं असं करून सगळ्यास्नीच भिकंला कशानं ग बाई लावलं?"

"मी तुम्हास्नी भिकंला कशानं ग बाई लावंन?"

"मग कशाला गेलास त्या मास्तराकडं. तो भाड्या काय-काय सांगता तुला?"

"त्यो बिचारा काय सांगंल?"

"जोगतिणीस्नी सरकारातनं मदत मिळवूया म्हणाला. व्हय का न्हाई?"

"तसं काय बोलाय न्हाई बाई."

"मुडद्या मला कशाला खोटं बोलतोस. मला माझ्या घरात येऊन तसं म्हणाला. चांगली खाकड काढली. भाड्या ढुंगणाला पाय लावून पळाला. म्हणं जोगतिणीस्नी मदत मिळवून देतोया. ह्येच्या पदराला काय तरी आवळायला मिळाणार आसंल म्हणून आमच्या मागं लागलाय. बायकोला घेऊन हिंड जा म्हणावं की, का शेरात बाया कमी पडल्याता, ते आम्हाला जल्मातनं उठवाय बसलाय."

"यल्लाक्का, उलट तुला त्येचं काय बी समजाय न्हाई. आगंऽऽ आमच्या जोगतिणीचा काय जलम चांगला हाय? कोण बी येवून कसा बी झोपून जातोय. त्येंची पापं आम्ही वाढवायची. त्येच्यापरास जोगतीण न्हाईच झालं तर काय बिघडणार हाय?"

"आरंऽऽ आ रंऽऽ वाद्या तोंडात किडं पडलं तुझ्या. आरं वाडवडलानं, देवादिकानं जोगतीन सोडली. देवाची सेवा केली. संसारी बाईपेक्षा जौगतीनचं म्हातम लई. जोगतीन हाय म्हणून जग तरलंय. न्हाईतर कवाच मातीला मिळालं असतं. भाड्या, जरा सुद्दीन डोक्यात घे-"

"तू जरा शिस्तीनं घे. आता आमची कमळाक्का, तिनं कुणाकडं बघून दिवस घालवायचं गऽऽ ह्यो भाड्या न्हाईनपत झाला. त्येला दुसरी गावली. रत्नव्वानं आता पोटचं पॉर कुणाकडं सोडायचं? आमच्यात बाळगायची ऐपत हाय. तू आपली मंगळवार, शुक्रीवारला सारखी सूपभर मिळवतीयास म्हणून बोलतीयास-"

"म्हणजे त्या भाड्यानं तुला लईच यरगटलाय. तुझ्यावर काय तरी त्येनं भारून टाकलंय. तू असा आता वळणावर यायचा न्हाईस. आठवड्यात तुला वळणावर आणतो. हातरुणाला डसीवतो. मग त्या भाड्याकडं कसा जातोस तेच बघतो. ह्या चार गावांत तुला कुणी उंबऱ्यात घेतलं तर मी बी यल्लवा न्हवं. काय अंगात पाणी हाय ते एवढ्यात दावतो रंऽऽ" म्हणत यल्लवानं हाताचा तळवा जमिनीवर घासायला सुरवात केली. तायाप्पाचं डोकं एकदम बिथारलं.

"ये देवाचीऽऽ माझ्या बी अंगात देवी हाय. तुझी देवी काय करती ते करू दे. माझ्या घरात बोटं घासलीस तर चांगलं व्हनार न्हाई."

"काय करशील तूरंऽऽ धीरण्याऽऽ मारऽऽ माझं मुत पी. तुझ्या गांडीतोंडाला येवू दे, माती माती व्हऊ दे, जीभ झडू दे." म्हणत यल्लवा दणादण टाचा घासायला लागली. तायाप्पा तोल सुटला त्यानं यल्लमाचा बुचडा धरून खोपटाच्या भाईर काढलं. यल्लवानं बोंब ठोकली. खोपटातली माणसं जमा झाली. यल्लवा अधिकच बेभान व्हवून बोंबलाय लागली. तायाप्पानं तिला खोपटास्नं काहराभर न्हेऊन ठेवतंच सांगितलं- "रांडं, परत माझ्या दारात आलीस तर झिंज्या उपटून हातात दीन." म्हणतच माघारी वळला. यल्लवाचं तोंड पट्टा चढवलेल्या इंजनागत सुटलंतं. जमलेली माणसं काय चाललंय न कळून गडबडलीती. तायाप्पा न थांबताच खोपटात गेला... आपण एवढी त्या मास्तराची बाजू का घेतली, हे त्याचं त्याला बी समजंना... तो विचारात गुतपळला...

...मराठी शाळंसमोर शे-दोनशे माणसं जमलीती. त्यांतल्या निम्याशा जोगतिणी होत्या. सुटाबुटातील माणसं आपल्याच तालात हिकडनं तिकडनं फिरालती. गळ्यात अडकायच्या पिसव्या घिवून पाच-सहा जण उगचच पळापळ कराय

लागलंतं. मोरे मास्तरचं अंग पळापळीत घामानं भिजलतं. तायाप्पा व्हरांड्याच्या खांबाला टेकून सगळं डोळ्यांत साठवून उभा राहिलाता. वळकीच्या जोगतिणी त्याच्या भोत्याभोर कडं करून उभा होत्या. खायल्या मुलकातनं आलेल्या जोगतिणी आपला वायला घोळका करून बसल्यात्या. छापील पातळातील बायका घोळका करून आपल्याच तालात शाळंसमोर उभ्या होत्या. त्यांचं येणाऱ्या-जाणाऱ्याकडं उगचच इसण सुरू होतं. फोटूवालं मिरवायला लागलतं.

एक वाजायचा टायम झाला आणि शाळंसमोरनं काकंतनं पिसव्या अडकलेल्या सायब लोकांचा घोळका येतेला दिसला. त्यांत दोन-तीन गोल पातळातल्या बायका बी दिसाल्या. मोरे मास्तरनं त्यांना बघितल्या बघितल्या पळत पळतच तायाप्पाजवळ आला. ''ह्या सगळ्या बायकास्नी जरा ह्या मोठ्या खोलीत बसवून घे.'' म्हणतच येणाऱ्या माणसाकडं हात जोगतच पळाला. तायाप्पानं सगळ्या बायकास्नी ''चला गऽऽ म्हणतच आत घेतलं. खोलीच्या आढ्याला चिरमुऱ्या कागदाच्या झिरमुळ्या बांधल्यात्या. समोरच्या फळ्यावर कायबाय लिवलंतं. समोरच्या बाजूला भल्या मोठ्या खुर्च्यांची रांग मांडलीती, हातरलेल्या जमखान्यावर तायाप्पानं सगळ्यास्नी बसवून घेतलं... अर्धी खोली जोगतिणींनी भरली. सगळ्यांच्या आवाजात खोली दणादणून गेली.

एक दुसरा सुटबूटवाला उगचच आत यायचा, जोगतिणींकडं बघायचा आणि आपल्याच तालात वळायचा. जोगतिणी कोण बी आत आलं की चिडीचिप व्हायच्या. तोंडात मारल्यागत बसायच्या. तो भाईर गेला की कुचकुचायच्या. तायाप्पा सगळ्या हिंडणाऱ्या माणसांकडं बघालता.

मोरे मास्तर दाराला आला आणि त्यानं तायाप्पाला भाईर बलवून घेतच विचारलं,

''तू भाषण करशील?''

''म्हणजे ग बाई काय?''

''आरं, पावण्यासमोर तुला काय वाटतंय ते बोलायचं.''

''न्हाई ग बाईऽऽ.'' म्हणतच तायाप्पा मुरकासला. मास्तर हसतच म्हणाला,

''तू ऱ्हावू दे. ह्या सखूला तरी बलवून घे.'' तायाप्पानं सखूला बलवून घेतलं आणि सखू गदबाळली. मास्तर धीर देतच तिला दुसऱ्या खोलीत घेवून गेला आणि तायाप्पा गोल पातळातल्या बायकांच्या हालचालीत गुंतला.

...भाईर हिंडणारी सगळी सुटाबुटातली माणसं आत आली. जमलेल्या जोगतिणी भांबावून बघाय लागल्या गोल पातळातल्या बायका आल्या आल्या सायबीनीसारख्या टकामका जोगतिणींकडं बघाय लागल्या.

'ह्येच्यावरच भंडारा पडाय पाह्यजे व्हता...' तायाप्पाच्या मनात सहज येवून

गेलं. सगळी बसल्यावर मास्तर उभा राहिला.

"हा मेळावा माझ्या आई-बहिणींचा आहे. त्यांना मानानं जगता यावं, त्यांची दुःखं संपवीत, त्यांना चांगले दिवस यावेत यासाठी आहे." असं काय बाय बोलाय लागला. सगळ्या जोगतिणी टाळा पगळून बघाय लागल्या. मास्तर बसला. खुर्चीवरच्या माणसांनी तेवढ्यात टाळ्या वाजवल्या. बामणी बायकांचं हात हळूहळूच वळवळलं. तायाप्पाला हसू आलं.

खुर्चीवरची गोल पातळातली बाई सगळ्यांच्या पुढं आली. आपला मोकळा पदर वाऱ्यावर सोडून उभा राहिली.

"ह्या माझ्या बायकांनी जे भोगलं. त्यांच्या वाट्याला आलं ते फारच वाईट आहे. समाज त्यांना जोगतिणी म्हणतो हे वाईट आहे. या देवीची सेवा करतात."

आसं काय बाय बरळत राहिली आणि तायाप्पाच्या तोंडातनं जांभईवर जांभई भाईर पडाय लागली. सगळ्या बामणी बायका काय बाय बडबडाय लागल्या. नरड्याच्या शिरा ताणून आरडल्या. सगळ्या जोगतिणी टाळा पगळूण जांभया देत बसल्या. समोर काय चाललंय हे त्यांना कायबी कळंना झालतं. बऱ्याच जणींच्या पापण्या आपोआप मिटाय लागल्यात्या.

सगळ्यांनी बोलून बोलून जोगतिणीस्नी सरकदान केलं आणि तायाप्पाला आपण हितं उगच आलो असं वाटाय लागलं. खुर्चीवर बसलेल्या प्रत्येकाकडं बघून त्यानं मनातच बोटं मोडाय सुरवात केली...

सगळ्या खुर्चीच्या मधल्या खुर्चीतनं भरडी कापडाची लांबलचक आंगराक घातलेला सायबी माणूस बोलायला उभा राहिला. तायाप्पा जरासा सरकून गुडघं गळ्यात घेवून बसला. सायबी माणसानं हाताच्या बाह्या मागं सारल्या, पहिल्यांदा कायबाय उगचच बडबडला आणि एकदम म्हणाला,

"जोगतीण देवाची आणि मालकीण गावाची. आमच्या लोकांनी फक्त देवाचं नाव घेतलं आणि जोगतिणी आपल्यासाठी तयार करूत ठेवल्या. त्यांना केव्हाही भोगाय मिळणारी गोष्ट म्हणजे जोगतीण. हे आपल्या आया-बहिणी देवाला सोडत नाहीत. त्यांना आमच्याच पोरी का लागतात?

आमची देवी यल्लमा. यल्ल म्हणजे सगळ्यांची, आम्मा म्हणजे आई. ही आमच्या सगळ्यांची आई आहे. मग ह्या आपल्या आईला पोरीनं वेश्येचा धंदा केलेला कसा आवडतो?" सायबी पावण्याचा आवज वाढला आणि तायाप्पा एकदम चमकला... यल्लमा आमची आईच की, मग आमच्या आईला पोरगी कुणाबरबरबी झोपल्यालं कसं चालतं! तायाप्पाच्या डोक्यात धूळ उडाली. सगळीभर वावटोळ उठल्यागत वाटाय लागलं... देवी जर

आमची आई असती तर तिनं ह्यास्नी हे करू दिलं नसतं. निदान असं कुणी जर जबरीनं वडलं तर त्येचं हात तरी झडलं असतं. कोण बी वडतंय, खरं काईच व्हईत नाही. देवीचं ह्यात काय बी दिसत नाही. ही मग आमची करणी म्हणायची, आमच्या जलमाचं आम्ही केल्यालं वाळवान म्हणायचं...

तायाप्पा आपल्यात रुतत गेला. टाळ्या वाजल्या तसा तायाप्पा भानावर आला. सायबी पावणा मागं वळून बसलाता. सगळ्या जोगतिणी चकारल्यागत त्याच्याकडं बघालत्या. गोल पातळातल्या बायका आपल्या टिचभर फडक्यानं तोंड पुसालत्या...

मास्तरानं सखूला हाक मारली. सखू जोगतीण लाजूनलाजून निम्मी झालती. ती कशीबशी उभी राहिली. ढळढळीत कुंकू, त्यावर भंडारा, तोंड भरून काढलेला पदर जाम्म खोचलेला. कासोटा घातलेला गोल पातळातल्या बायका डोळं फाडून बघालत्या.

"काय बी बोला बाई, बोला!" खुर्चीतला कोणतरी धीर देतच म्हणाला. तसं सखूनं तोंड उघडलं-

"मला काय बी कळत नव्हतं तवा मला देवाला सोडलं. पदर आला तवा देवाचं केलं. पयली रात पुजाऱ्याबरबर काढली. तवापास्नं दररोज नव्या बापयाची सवय पडली. आता हिशोब काढला तर निम्मं गाव माझ्याबराबर झोपलंय. ह्या गावातलं बडंबडं सायेब माझ्याकडं येत्यात. गंमत करत्यात, जात्यात. ह्यास्नी माझ्या आनापाण्याची काळजी न्हाई, पोराबाळाची काळजी न्हाई- ह्येंच्यापास्नं झाल्याली पोरं आता मी रक्ताचं पाणी करून पोसतोय हे कशापायी? कोण बी भेटला की डोळ्यांनं येतीस काय म्हणतोय. ह्येंच्या आया बाया हे लोकास्नी का दीत नाहीत? आमच्यावरच का बसत्यात?"

सखू एकदम आरडता आरडता घोगरी झाली. उभ्या-उभ्याच रडाय लागली.

तायाप्पाच्या अंगभर काय तरी फिरलं. आपण बी सगळं सगळं सांगावं असं त्याला वाटाय लागलं. तो जाग्यावरच वळवळला. त्याला उठायचं धाडस झालं नाही. तो पालीगत तसाच रुतून राहिला. टाळ्या वाजत गेल्या... दिस मावळत यायला मराठी शाळंसमोर सगळा शुकशुकाट झाला... तायाप्पा भिरंबाटल्यागत गावाकडं वळला...

...जोगतिणींच्या सबंपास्नं तायाप्पाचं सगळंच चलन बदललंत. त्याच्या मास्तरकडच्या यरझाऱ्या भलत्याच वाढल्यात्या. भेटल त्या जोगतिणीला त्यो मास्तरचंच कसं बरोबर हाय त्ये पटवून देत होता. नाही पटलं तर भंडाऱ्याची शपथ घेवून देवीनंच माझ्या सपनात सांगितलंय म्हणत होता. आता आता निम्या शिम्या जोगतिणीबी त्याच्या बोलण्याला बोलणं करून मागणं यायला लागल्यात्या. जोगतिणीच नाव पेपरात छापून आली, ह्ये तो कौतुकानं सगळ्यास्नी दाकवत होता... खरं जगवाल्या मात्र नावानं नुस्ती बोट मोडून घ्यायला लागल्यात्या.

तायाप्पाच्या ह्या वागण्यानं मास्तरलाबी भलताच हुरूप चढलाता. तो कुठल्याबी गावला जातानं तायाप्पाला घेतल्याबिगार भाईर पडत नव्हता. त्याच्या मांडीला मांडी लावून बसत होता. आपल्याला बघितल्या बघितल्या लांब होणारी माणसं आपल्याजवळ बसल्यात ह्येनंच तायाप्पा भारावून गेलता. रातध्यान त्याच्या मनात ह्योच विचार घोळायचा. दिवस उगवला की मास्तरची भेट घ्यायला त्याचा जीव तळमळाय लागायचा...

मास्तरनं तालुक्यातली सगळ्या जोगतिणींची यादी सरकारकडं पाठीवलीती. तायाप्पाला घिवून तो कुठल्या कुठल्या आपीसात किती चकरा मारून आला. आपल्या मागणं एवढ्या जोगतिणी हाईत ह्या विचारानं मास्तरबी भारावलाता. त्याचं सगळं बोलणं जोगतिणींचं झालतं. मास्तराबरबर आसणारी दुसरी दोन-तीन माणसंबी याच विचारात गुतपाळलती. घर-दार सोडून सगळ्यांनीच जोगतिणीस्नी काय तरी मिळवून द्यायचं म्हणून वणावणा हिंडायला सुरुवात केली.

...मान्याच्या किसन्यानं मास्तरचा निरोप आणल्यापास्नं तायाप्पाच्या अंगात वारं शिरल्यागत झालतं. सरकार जोगतिणीला घर बांधून देणार, म्हाताऱ्या जोगतिणीस्नं पैसे देणार म्हटल्यावर तायाप्पा हारकून गेलता. त्याला कवा एकदा मास्तरच घर गाठतोय झालतं. तो तसाच उन्हात ताळमाळ करत हिंग्लजला निघाला. त्याच्या मनात मास्तरला कुठं ठेवू कुठं नको झालतं...

तायाप्पानं मास्तरला दार धडकलंलं आणि तणगा लावून झोपलेला मास्तर खडबडून जागा झाला. तायाप्पाला बघितल्या बघितल्या मास्तराची झोप पारच उडाली. तसाच उठून बसत त्यानं बायकोला पाण्याचा तांब्या आणाय सांगितला. आणि तायाप्पाला म्हणाला,

"तुझ्या धडपडीला यश येणार-"

"माझी कसली? तुमचीच की!" तायाप्पा मुरकासला,

"आरं, मी एकटा काय करतोय? तू जोगतिणी गोळा केलातास म्हणून

झालंय.''

''आता आणि फिरून सगळ्या जोगतिणीस्नं सगळं सांगतो. सगळ्यास्नी गोळा घालतो.''

तायाप्पा उत्साहात बडबडला.

''आता आपोआप जोगतिणीस्नं कळतंय-'' म्हणतच मास्तर अंग मोडत बसला. तायाप्पा एकाएकी गंभीर झाला. त्याच्या डोक्यात काय तरी वळवळलं. त्याचं डोकं बिघाडलं. तोंड खर्रकन उत्तरलं. मास्तर एकदम भांबावून बघायला लागला.

''काय झालं रंऽऽ एकदम गप्प का-''

''मास्तर, सगळं जोगतिणीस्नीचं व्हायला लागलंय. आमचं काय?''

''तुमचं काय रंऽ.'' मास्तर एकदम चमकला.

''जोगतिणीपरास आमचं सगळंच येगळं हाय. आमचं काय तुमच्या ध्यानातच यायाला नाही...

मास्तर, जोगतीण लई सुकी. त्येनी एकांदा बापय ठेवून घेतील, झुलवा लावतील. कायच जमलं न्हाई तर रस्त्याला जाणाऱ्याशी लगट करून चमड्याची भूक मारून घेतील. पोटात एखाद्याचं बी वाढीवतील... आमी काय करायचं? त्यास्नी लोक निदान खाजंसाठी तरी जवळ करत्यात... जोगतीण मेली तर मड्याला तरी जमत्यात. कुणाच्या तरी बांधावर जागा देत्यात. आमचं काय? नुस्तं अंगाला अंग लागलं तर काचबारत्यात. त्येच्या परास आमचंच लई वाईट हाय...''

तायाप्पा बोलता बोलताच धपापला. त्याचा ऊर भरून आल्यागत झाला. मास्तर एकदम चकित झाला. त्याच्या डोक्यात जाळ पेटला.

''खरं जोगता जन्मल्यापासूनच तसा असतोय रंऽऽ त्याला कोण देवाला म्हणून जोगता करतंय?'' मास्तर एकदम बोलून गेला. तायाप्पाचा जीव ताट ताट तुटला.

''हेच, सगळ्यास्नी हेच वाटतंय. खरं मास्तर, तसं न्हाई... बाई, हे सगळंच येगळं हाय. मला देवाला सोडलं तवा सगळं व्हतं. अगदी तुमच्यावाणी! मागनं-मागनं सगळ्यानी जीवाला किरीकात लावली. देवाच्या वझ्यानं पिडून खाल्लं, आनी माझ्यातलं सगळं कव्वा संपलं माझं मलाच कळलं न्हाई. परतेक जोगत्याचं आसंच हाय.

त्येना सांगूनबी पटत नाही. दाकवाय तर ईत न्हाई! आमचं सगळंच फटकुरागत... उकिरड्यावरची जागा आमची... आमचं कोण हाय... कोण तरी तटल्याला बापया तेवढा रातरा काढून जातोय... मागनं तेबी फिरकत न्हाई.

लई वंगाळऽऽ.''

तायाप्पाच्या गळ्यातला आवंढा भाईर पडला. तायाप्पा ध्याई मोकळी व्हईपर्यंत रडत गेला... मास्तर डोक्यात इंगाळ रसरसल्यागत जागच्या जाग्यालाच पेटत गेला...

...सगळं शहर माणसांनी फुलून गेलतं. बघावं तिकडं माणसं टरकान भरून यायला लागलीती. सगळ्या शहरभर पताका लावल्यात्या. जागोजागी कमान्या उभ्या केलत्या. सगळं रस्तं पांढरं शिबूर दिसालतं. माणसं अंगात वारं शिरल्यागत भिरभिरालती. नव्या-नव्या गाड्यांनी शहर भरून गेलतं. सगळीकडं जत्रंच रूप आलतं. सगळ्यात तायाप्पा भिंगरी लावल्यागत फिरायला लागलाता.

टायनावर उतरलेल्या जोग-जोगतिणी शाळेम्होरच्या झाडाखाली न्हायच्या. परत टायनावर यायचं. तायाप्पा नुसता अंगात संचारल्यागत सगळीभर फिरालता. त्याच्या डोक्यात नुसती विचारांची घुसळण चाललीती. जोगतिणी आपपापलं जग घेऊन मिरवत चालल्या. थोड्या काखंला चौंडकं लावून तालातच चालल्यात्या. चौंडक्यांची गर्दी झालती. चारच्या टायमापतोर सगळ्या गावाच्या मिळून चारशे जोगतिणी व शंभरावर जोगतं जमलं. मास्तर व मास्तरावरचा पाटीलसाहेब वारं खेळल्यागत भिरभिरू लागलं.

रस्त्यावरनं जाणारी-येणारी गर्दी थांबून थांबून जोगत्यांच्या घोळक्याकडं बघत होती. मध्येच कोणी तरी चेकाळल्यागत आवाज काढत होता.

''आ रंऽऽ ह्याबी मंत्र्यांच्या सेवेला आल्यात वाटतं.''

''आगाऽऽ त्येचा मोर्चा हाय. मंत्री उतरला की त्येला घेरावं घालणार हाईत. चौंडकं वाजवणार हाईत.''

कोणतरी माहीतगार मध्येच मोठ्यानं माहिती पुरवायचा. लोंडा तसाच पुढं सरकायचा. जोगतिणींची तर तहान-भूकच हारलीती. कधी न्हाई ते एवढ्या माणसात मोठ्या सरकारला आपण भेटणार हाय हेचाच आनंद सगळ्यांच्या तोंडावरनं वरगळाय लागलाता...

सगळी जमवाजमव झाली अशी वाटल्यावर तायाप्पा मास्तराजवळ गेला. तसा मास्तर झाडाच्या पारावर उभा राहिला. तायाप्पानं आपल्या बायकी आवाजात जोग-जोगत्यास्नी शांत केलं. सगळी चिडीचिप उभा राहिली. तसा मास्तर जवळजवळ आरडतच म्हणाला,

''या राज्याचे मुख्य मंत्री आज शहारात येणार हाईत. ते सरकारी हायस्कूलच्या पटांगणात साडेपाचला उत्तरणार हाईत. आपण सगळ्यांनी

शाळंच्या पोरागत ओळी करायच्या. पेठंतनं हिंडायचं. चौंडक्यावाल्यानी चौंडकं वाजायचं. सुती चौंडक्याच्या बायानी त्याच्यावर ताल धरायचा. बाकीच्यांनी नुस्त "उदंऽऽ गं आई उदंऽऽ सरकारच्या नावानं उदंऽऽ." एवढंच म्हणायचं. मंत्री आला की आवाज मोठा काढायचा. आमाला काय तरी दिल्याबगार त्येला सोडायचं नाही.

मोरे मास्तर शेवटाला कित खाऊन आरडला, "उदं गंऽ आईऽऽ" तशा सगळ्या जोगतिणी आपल्या खास तालात म्हणाल्या, "सरकारच्या नावानं उदंऽऽ उदंऽऽ."

मास्तर पारावरनं खाली उतरला. त्याच्या बरबरच्या माणसांनी बळी करून घ्यायला सुरवात केली. एका पाठोपाठ एक-एक जोगतीण उभा राहिली. सगळ्यात पुढं जोगत्यास्नी उभा केलं. सगळ्यांच्या मदनं तायाप्पाला आणि सखूला फिरण्याचं काम दिलं. मोरे मास्तर आणि त्येच्या बरबरचं दोघं-तिघं पुढं झालं. माणनं जोगतं- जोगतिणी... पोलिसांनी रस्त्यातली गर्दी हटवत वाट करून दिली. सगळ्या रस्त्यानं आवाजाची साय पसरली.

"उदं गंऽ आई उदंऽऽ सरकारच्या नावानं उदंऽऽ."

सगळ्या शहरातनं लोक मोरे मास्तरच्या मोर्च्याकडं गदबाळून बघाय लागलं, पोट धरून हसाय लागलं. जोग्यानी उभारलेल्या एका एकाकडं डोळा घालतच उदंऽऽ म्हणायला सुरू केली. सगळी माणसं चराकली. असला मोर्च्या निघतोय ह्ये डोळ्यांनं बघून कुणाला पटंना. जो तो आवाक झाला. सगळी माणसं तोंडात बोट घालून बघाय लागली.

सगळी पेठ मंत्र्यापेक्षा मोर्चाच्या मागनंच सरकाय लागली. पोलिसांची तारंबळ उडाय लागली. जोगत्यास्नी भलताच ताव चढला. मोर्च्या शाळंच्या रस्त्याला आला आणि झुंबड उडाली. माणसं चौमाळ पाण्यागत पसरीलीती. मंत्र्याचं हेलिकॉप्टर उतरलंतं. मोरे मास्तर खळ लागल्यागत आरडाय लागला... प्रत्येकाच्या काळजाचा ठोका चुकाय लागलाता.

मंत्र्याची गाडी पाठीमागनं येते म्हटल्यावर जोग-जोगतिनीस्नी पोलिसांनी कडंला सारलं. तांबड्या दिव्याच्या गाड्या हळूहळू सरकू लागल्या. मोरे मास्तर बेभान होऊन आरडाय लागला. चौंडक्यांचा हात रगात फुटल्यागत फिराय लागला. सगळीभर चौंडक्याचा आवाज आतड्याला पीळ पडत घुमाय लागला. जोगतिणीचं उदंऽऽ कानात घर-घर करू लागलं. लाल दिव्याची मधली गाडी अचानक मोरे मास्तराजवळ थांबली...

गाडीचं दार उघडलं. सगळ्या जोगतिणी डोळं फाडून बघू लागल्या. चौंडक्यांचं हात थांबलं. गाडीतनं कोणतरी उतरलं. जोगतिणींवर नजर टाकन

उभा राहिला. दुसऱ्यानं मोरे मास्तला गाडीत बसवलं... गाडी हळूहळू गर्दीत मिसळली. सगळ्या जोगतिणी आवाक होऊन बघत उभा ऱ्हायल्या. तायाप्पाच्या काळजाचं ठोकंच बन्द पडलं... त्याच्या समोर अंधारी आल्यागत झालं. गर्दी कुठल्या कुठं मंत्र्यामागनं धावली. रस्त्यावर जोगजोगतिणींचा घोळका झाला. तायाप्पाचं डोकं फणाणलं... तो कडंला जाऊन गच्च डोकं धरून बसला. जवळच निंग्या चौंडक्या टेकला... घटका-घटका कामरागत इरगाळत गेली....

चांगलाच अंधार पडला. जोगतिणी वाट मिळंल तिकडं इसकटल्या. जोग्यानी आपआपल्या गावाचं रस्तं धरलं. मास्तरची वाट बघून आंबलेला तायाप्पा निंग्याच्या अंगावर हात रेटत उठला. रस्त्यावर कोणच दिसत नव्हतं. त्याच्या अंगात कसली ती ताकद उराय नव्हती. पाय हलवाय बी जीव उराय नव्हता. तो हळूच वळवळला, तसा निंग्या कातर आवाजात पुटपुटला,

"हितच तानाप्पाच्यात पडूया चल तिकडं." निंग्या पुढं झालं. तायाप्पा ढकलल्यागत फरपटला. अंगाच्या चिंध्या सावरत मागनं मागनं चालला.

तानाप्पाच्या खोपटात दिवा मिणमिणलाता. तानाप्पानं तायाप्पाला बगीतल्या बगीतल्या दांडीवरची फाळकी काढली. तो न बोलताच चुलीकडं वळला. तायाप्पानं हातानंच जेवण नको म्हणटलं. तो फाळकीवर तसाच लवंडला. त्याचं डोकं फुटायच्या घाईला आलतं. पडल्या पडल्या तानाप्पानं दिवा इजवला. अंधार वाळवीगत हातरुणाला डसला... तायाप्पा नुसता मुसमुसत पडला.

खोपटासमोरनं कुत्रं केकटत गेलं आणि तायाप्पाला जाग आली. त्यानं डोळ्यावरचा पदर बाजूला करतच कुडातनं बघितलं. उन्हं कलतीला लागल्यागत दिसालती. पावळणीची सावली लांबलचक झाल्यागत वाटलती. नाईलाजानं अंगाचं मुटकुळ सरळ केलं. लांबलचक जांभई दिली. अंग झिंजाडत तो उठला खोपटाचं दार उघडलं. डोळं दिपल्यागत झालं. खोपटासमोर उन्हाचा तवंग दाट झालता. तो आत वळला. खोपड्यातलं सूप घेतलं. बुटीतलं जुंधळं सुपात घिवून दाराजवळ बसला. अजून बी अंग धुंद वाटालतं. जुंधळं नीट करता करता तो जडावल्या पापण्यात हरवत गेला.

"काय करालीस गऽऽ" म्हादूमाचा आचानक दारात आवाज आला. तायाप्पा एकदम गडबडला. ह्यो बाबा अवचित कसा टपकला, ह्या विचारात

तो म्हादूमाकडं बघाय लागला. कधी नाही ते म्हादूमाचा कासोटा सुटलाता. नीरीचा घोळ पायात अडकलाता. म्हादूमा त्याच्याजवळ टेकला आणि त्याच्या तोंडाचा वास सगळ्या खोपटातनं घुमला. तायाप्पा गडबडला. कधीच ह्या वेळंला न पिणारा गडी असा कसा बिघडल्यागत पिऊन आलाय, हेच त्याला समजेना. त्यानं म्हादूला निरखून बघितलं. तोंडावर सुरकुत्यांचं जाळं पसरलतं. मानंचं लडबडणं चालू होतं. कपळावर अर्धाच कुंकू शिल्लक उरलाता. मनगटातलं चमडं लुळ झाल्यागत लोळलतं... तायाप्पाला काय बोलावं सुचनाच...

"एवढी कटाळलीस व्हय गऽऽ? त्या मास्तरानं बोलायबी बंदी घातली का काय ग?"

म्हादूमा त्याच्यासमोर हात हालवतच बडबडला. तायाप्पाच्या डोक्यात लगेच काय बाय हाललं.

"आशी अवचित ठपकलीस म्हटल्यावर काय सुचंचना. त्यात कधी न्हाई ते ह्या वेळंला." तायाप्पा एकदम थांबला.

"पिऊन याला नको व्हतं म्हण की- प्यायला नको तर काय करू सांग गऽऽ तूच सांग? तुझं ह्ये असलं थॅर बघून काय करू? सगळा पंथ मातीत गेला..." म्हणतच म्हादूमानं हात घासायला सुरवात केली. त्याचा बसल्या बसल्याच तोल जायला लागला.

"त्यात मी काय वाईट केलंय सांगणारीन सगळं सांगाय नसलं म्हणून उगच डोक्यात रक्का घालून घ्यालीस."

"आणि सरळ काय आयकू? तो मास्तर सरकारातनं मदत मिळणार हाय, मग जोगतीण सुकाला लागणार न्हाईत. ह्येच न्हवं?ऽऽ आग हे आता लई ऐकून झालं... आशी म्हणणारी लई येतील म्हणून काय त्येच्या मागनं फिरायचं?"

"मग काय करायचं म्हणतीस?" तायाप्पा जरासा सावरून बसला.

"तू काय करू नग. मी हाय तवर माझा पंथ जगवाय मी माप घट्ट हाय. तुझ्यासारख्या बाटग्या रांडांचा ह्या पंथाला उपेग न्हाई.ऽऽ"

म्हादूमा एकदम चवताळला. त्याचा तोल सुटला.

"माप ठरीवलंतं- माझ्या मागं गुरूपद तुझ्याकडं देवा म्हणून सगळ्या जनीस्नी सांगितलंत. पंथाला जगीवशील असं वाटलंतं. खरं सगळ्यवर मातीऽऽ फिरलीऽऽ गऽऽ" म्हणतच म्हादूमा किंचाळला. तायाप्पाच्या काळजात चर्र झालं. आता ह्येच्या तोंडाला लागून उपयोग नाही, असं त्याला वाटाय लागलं. तो गप्प गार बसून राहिला.

“आता कसं त्वाँड गेलं गऽऽ बोल की. त्या मास्तराजवळ लई गुलगुलू बोलतीस न्हवं? बोल की,” म्हणतच म्हादूमा त्याच्याकडं सरकला. त्याच्या तोडाचा भपकारा तायाप्पाच्या नोंडावर यायला लागला.

“आता काय बोलू? तू ऐकून घेशील तर न्हवं. त्या मास्तरानं आमच्या पंथाचं काय वाईट केलाय तूच सांग की.” तायाप्पा कसाबसा पुटपुटला.

“म्हणं काय वाईट केलंय? आगऽऽ सगळ्यास्नी बिथराय लागलाय. साक भरायला तू म्हणाल्यावर सगळं चांगलंच करालासा गऽऽ आता एक कर सगळ्या जोगत्यास्नी मातीत तेवढं घाल. म्हणजे रिकामी झालीस.”

“मातीत मी कशाला घालू? ह्यो भंडाराच सगळ्यास्नी मातीत घालतोय त्येचं काय न्हाई कुणाला!”

“भंडाऱ्यानं तुझं काय बिघडलं गऽऽ”

“जलमाचं वाळवान केलंय आणि काय बिघडायचं? तवा भंडाऱ्यासंग हे लुगडं अंगावर आलं नसतं, तर सगळं हे कशाला झालं असतं. आसं?”

“आगऽऽ आग! कीडं पडलं तुझ्या तोंडात आता माझ्या भंडाऱ्यालाबी नावं ठेवाय लागलीस- लूत भरून मरशील.”

“हे लुगडं अंगावर आलंय तवाच लूत भरलीया. आता आणि काय शिल्लक हाय?” तायाप्पानं तोंड सोडलं

“मरगी आली गऽ घालकाड्या रांड! गुरूला असं बोलतीस... निस्तरशील. कीडं पडून मरशील... बघऽऽ बघऽऽ हे भोगायला ईल. टाचा घासून मरशील.” म्हणतच म्हादूमा सरळ खोपटाच्या दारात आला.

“तुझं त्वाँड नकोऽऽ रांड, हितनपुढं तुझ्या उंबरठ्यावर कुत्रं मुतलं म्हणून समज,” म्हणतच म्हादूमा वाटंला लागला. तायाप्पाला त्याला आडवावं असं बी वाटंना. तो तसाच बसला. त्याच्या डोळ्यांसमोर अंधाराची वर्तुळं जमा व्हायला लागली.

एकचा एक गुरू बी आता तुटला म्हणायचा आणि काय-काय व्हणार कुणाला धक्कल. जलमाचा ख्योळ झालाय... आणि व्हायचं काय? त्याचं मन खांडकागत ठुसठुसत गेलं. त्यानं समोरचं सूप लाथंनंच बाजूला सारलं... भुईवर जुंधळ्यांचा फक्त खळऽऽकन आवाज झाला... सगळ्या खोपटाभर दाणंच दाणं झालं. तायाप्पा त्याकडं फक्त बघत राहिला...

मास्तरानं बोलावल्याचा निरोप घेवून मान्याचं पोरगं आलं आणि तायाप्पाला खोपटातनं भाईरच पडावं असं वाटंना. आज कुठल्या तरी पुण्या-म्हमईचा सायेब आला आसंल. त्येला जोगतीण कशी व्हती, ती काय काय करती,

तिला देवीला कशी सोडत्यात, तिला धंद्याला कशी लावत्यात आसलंच कायबाय इचारत बसंलत्यापरास न्हाईच गेल्यालं बरं, असं वाटाय लागलं.

त्या मोर्च्यापास्नं तरी सगळ्यांनी पीडून खालतं. कोण बी इवून उगचच डिवचत बसायाचा. पेपरात छापायचं हाय म्हणून सांगायचा. गोड गोड हसायचा आणि न्हाईपत व्हायचा. एकदा गेलेला गडी काय मागं वळाय नव्हता. मास्तरबी उगचच त्येंच्या समोर मिरवायचा. सगळं सगळं सांग म्हणायचा. खरं सगळं ह्यास्नी काय सांगून उपेग हेच तायाप्पाला कळत नव्हतं. ज्यास्नी काईच माहिती न्हाई, जोगतीण कधी जलमात बघाय न्हाई, त्यास्नी जोगतीणचं सुक का दुक...? नुस्तं आपलं डिवचाय तेवढंच येत्यात, आसं त्याला वाटाय लागलंतं एकदा दोनदा त्यानं मास्तरला बोलवून बी दाकीवलं, पण मास्तर काय मनावर घ्यायला तयार नव्हता. त्यांना एवढ्या लांबनं आपल्याकडं माणसं येत्यात हेचंच कौतुक वाटायचं. तायाप्पाला सगळंच गुडारतं झालंतं.

त्यानं तासभर इच्यार करून पायांत चप्पल चढवलं. उगच मास्तर बिनसाय नको म्हणून वाटंला लागला त्याच्या समोरनं एकेक सायब माणूस हळूहळू सरकाय लागला. तायाप्पा चालता चालता त्याच विचारात गुतपाळला. काय बी व्हऊ दे खरं. मास्तरच्या हाताला यास येवू दे... सरकारकडनं काय तरी पदरात पडू दे. निदान आसपासच्या जोगतिणी तरी सुखाला लागतील. हितनं पुढं व्हणाऱ्या जोगतिणीस्नी तरी सुखाचं दीस येतील. त्येंच्यासाठी काय बी कराय लागू दे...

तायाप्पाचं मन उगचच कायबाय येवजत गेलं. त्याच्या मनातल्या मुंग्या सगळं वारुळ फिरू लागल्या. ह्यात हिंग्लज कव्वा आलं हे त्याचं त्यालाच समजलं नाही.

त्यानं मास्तराचं घर गाठलं. तर घरात आठ-दहा माणसं बसल्याली. सगळी तोंडं कव्वा कव्वा बघितल्यालीच. पाच-सहा जण तर कायम मास्तराबरबर असल्यालीच. सखू भित्तीला टेकून त्यांच्याकडं टकामका बघत बसलीती. तायाप्पानं आत पाय टाकला तसा मास्तर आपल्या चिमुरड्या ओठांत हासतच म्हणाला,"एवढा वेळ व्हय रंऽऽ?"

"तुमच्यागत मी काय बाई रिकामी हाय?" म्हणतच तायाप्पा सखूशेजारी टेकला. सगळीजण जरासी सैल होवून बसली. तसा मास्तर बोलता झाला-

"आज मुद्दाम मीटिंग बोलवलीया. पुढच्या आठवड्यात कलेक्टर येणार आहेत. त्यांना निवेदन द्यायला हवं."

तायाप्पा टाळा पगळून ऐकत राहिला. मास्तरचं बोलणं संपतंय न संपतंय

एवढ्यात खुर्चीवर बसलेला माने वळवळतच म्हणाला,

"मास्तरऽऽ, हे काम सगळी मिळून कराला व्हय का न्हाई? मग कुठं बी नावं सगळ्यांची यात पायजेत न्हाई तर काय फायदा?" मान्या काय बोलला मास्तरलाच कळलं नाही.

"म्हणजे तुला म्हणायचंय काय?"

"काय म्हणजे? सगळ्या पेपरात तुमचीच नावं! आमी ह्यात कायच न्हाई? परिषद झाली तुमचं नाव. मार्च्या निघाला तुमचं नाव. मागं मामलेदारकडं गेलाव तुमचं नाव; सारकं, सारकं पेपरात तुमचंच नाव का? आमची नावं दिसत न्हाईत...' पाटील मध्येच वटवटला.

"म्हणजे आम्ही नुस्तं मरायचं लोणी ह्येंच्याकडं." माने भलताच तरवटून बोलाय लागला व मास्तर दचकला. त्याला एकदम भिरंबाटल्यागत वाटाय लागलं. त्यातून बी सावरतच तो म्हणाला,

"पण ह्या बातम्या मी नाही दिल्या. ज्या त्या पेपरवाल्यांनी दिल्या. त्याला मी काय करू?"

"त्यास्नी पार्ट्या दिवून ठेवलं आसंल." मान्या एकदम बडबडला. मास्तरानं कपाळावर हात मारून घेतला. तायाप्पा खुळ्यागतच सगळं ऐकत बसला. त्याच्या डोक्यात ह्यातलं कायच शिरत नव्हतं. मान्या का वाद घालायला लागलाय कळत नव्हतं. मास्तरचा उतरत चाललेला चेहरा फक्त त्याच्या डोळ्याला दिसालता.

"आपण जे काम करतो ते फक्त नावासाठी नाही, या सगळ्यांच्या हितासाठी." मास्तर मनाला आवरतच बोलला. तसा मान्या पुन्हा सरसावला.

"काय फुले व्हायचे ते तुम्ही व्हा. आम्हाला या संघटनेत कुठलं तरी पद पायजे तर आमी ह्यात, न्हाई तर भाईर पडालाव म्हणावयाचं..." मान्या पटकन बोलून गेला आणि मास्तराचा तोल सुटला. त्याला सगळंच विचित्र वाटायला लागलं. मान्याला हकलून काढावं असं वाटाय लागलं व त्यातून बी त्यानं मनाला आवरलं. अढ्याकडं बघत घटका घालवीली. मग सगळ्यांकडं बघतच सांगितलं,

"या मीटिंगला कलेक्टरच्या निवेदनाचं बघू या. पुण्याच्या परिषदेला कोण कोण जायाचं ठरवू या. मग संघटनेच्या बांधाबांधीचं बघता येईल. काय वसंतराव, तुमचं काय मत?" म्हणतच मास्तरानं वसंतरावकडं बघितलं. वसंतराव पाटलानं मान्याला न दिसंल अशी मान हलवली आणि मान्यानं सगळा सोपाच डोक्यावर घेतला.

"आता वर्षभर बघाय लागलोय सगळं तुमचं तुणतुण! आम्ही काम

करून मेलाव."

"काम केला, काम केला म्हणजे काय केला?" मास्तरचा तोंडावर तोल सुटला.

"जोगतिणी गोळा घातल्या कुणी? परिषद घेतली कुणी?

मोर्चात पुढं कोण व्हतं?" मान्या काणसारल्यागत बोलू लागला.

"ये सुडक्या, जोगतिणी कुणी गोळा घातलंया रंऽऽ, तू का आमी?" म्हणतच तायाप्पा जागा सोडून उठला आणि मान्या रागासारखा उठून गेला. मागोमाग मिसाळ. मास्तरला कायच कळंना. वसंतराव तायाप्पाकडं बघतच राहिला. तायाप्पाचं डोळं अजून बी भिरभिराय लागलंतं.

"हे असलं असतंय तर मास्तर आमाला कशाला बलविल्यासा?" इतका वेळ गप्प बसलेली सखू बोलली.

"ह्यांना आजच काय झालंय कोणास ठाऊक." मास्तर सुन्न होऊन पुटपुटला.

"व्हतंय काय? तुम्हाला प्रसिद्धी मिळाय लागली ना." वसंतराव पाटील मध्येच बोलला.

तायाप्पाला मास्तराचा सोपा गारगार फिराय लागल्यागत वाटाय लागला. हे भाडे आता आमासाटनं काय करणार? नुसत्या पुढारीपणासाठी तर इथं आसं, तर पुढं कसं... तायाप्पा मनातच पुटपुटला. त्या सणकीतच उठला आणि वाटंला लागला.

...दसरा तोंडावर आल्यामुळं बाजारात नुस्ती मुंगीच्या रिवाणागत माणसं दिसालती... तायाप्पा खोपटाला पिसवी आडकवून काय बाय घेत निघाला. बरोबरची रत्नव्वा पोराला हाताला धरून पाठीमागनं फिरालती. व्लावलकरच्या दुकानाजवळ कसलासा गारूड्याचा खेळ चाललाता. तायाप्पाचं अर्धं ध्यान त्या खेळकडं लगलतं. एवढ्यात गर्दीतनं तानाप्पा पळतेला बघून तायाप्पा दचकला. त्यानं लोंढ्याच्या दुकानाजवळ तानाप्पाला जोरानं हाळी मारली. सगळा बाजार त्याच्या बायकी आवाजानं दचकला. तानाप्पा जागच्या जाग्याला थांबतच मागंम्होरं बघाय लागला- "का पळाय लागलीस गऽऽ?" म्हणतच तायाप्पानं त्याला गाठला. धावणारा तानाप्पा एकाएकी त्याला बघितल्या बघितल्या ऊर बडवून घ्याया लागला. तायाप्पाला काय बी कळंना. रस्त्यात तानाप्पाचं ऊर बडवनं बघून माणसांचा घोळका झाला.

"आगऽ काय झालं सांग तरी-" म्हणतच तायाप्पानं त्याला गदागदा हालवला.

"यमन्याऽऽ गोसाव्याच्या गुत्याजवळऽ संपलं ग-" म्हणतच तानाप्पा रडाय

लागला. तायाप्पा एकाएकी गळाटल्यागत झाला. त्यानं स्वतःला सावरत तानाप्पाला गर्दीतनं भाईर काढलं. तो आपोआप शांन्त होत गेला.

"तुझ्याकडंच पळत जायालातो बाईऽऽ भेटलीस! न्हाईतर-" तानाप्पा बोलता बोलता थांबला. त्याच्या गळ्यात सारखा-सारखा आवंडा यायला लागलाता. तायाप्पा वारं सुटल्यागत गर्दीतनं पुढं- पुढं वाट काढत चाललाता...

दोघं मिळून गोसाव्याच्या दारू दुकानाजवळ आली. दुकानात एक दुसरं माणूस दिसायला लागलतं. तानाप्पाला बघितल्या बघितल्या गोसावी दुकानातनं बाहेर आला.

"ये, हालवा आमच्या हितनं मडं नाहीतर बोंबलशीला-" म्हणतच तो आडवा झाला. गोसाव्याच्या दुकानाजवळच्या बांधावर यमन्याचं मडं ताटून पडलतं. सगळ्या तोंडावर माशांचं म्हऊ बसल्यागत झालतं. गोसावी दुकानाच्या दारातनं दोघांच्याकडं बघत उभा होता. तानाप्पा मड्याजवळ आल्या आल्या हाणून बडवून घ्यालाता. तायाप्पा चकारल्यागत बघालता. त्याच्या गळ्यातला हुंदका भाईर पडायला तयार नव्हता. छाती भरल्यागत होवून नरड्यात आवंडा घोटमाळलाता.

"ये." आसं बघून काय व्हतंय? आनी कोण. आसंल तर बलवा आणि पयलं मडं हलवा," गोसावी पुढे येतच ओरडला. तायाप्पाच्या अंगभर कापरा भरला. त्यानं पदरानं डोळं पुसत तानाप्पाला गप्प करत इच्यारलं,

"कव्वापास्नं पडलंय?"

"कल रातीधरनं हाय म्हणत्यात." तानाप्पानं मन आवरलं.

"आता कसं कसं करायचं ग?"

"म्हादूमाला आणाय पायजे. जवळपासच्यास्नी कळवाय पाह्यजे. त्याशिवाय कसं होईल?" तानाप्पा पुटपुटला. तायाप्पाचं डोकं भिन बडावल्यागत झालं. त्यानं उभ्या उभ्या कपाळावर बाक बाक बुक्या मारून घेतल्या. मेंदू हालल्यागत झाला.

"हितनं हालवून माझ्या खोपटाला तरी न्हाय पायजे गऽ" तानाप्पा बडबडला. तायाप्पाला त्याचा आवाजही ऐकू येईनासा झाला. त्याच्या अंगात घण घातल्यागत ठणक उठली...

"उभारून काय व्हतंय. काय ते लवकर सांग गऽ" म्हणतच तानाप्पानं दंडाला धरून तायाप्पाला हालवलं. तायाप्पा डोळं भिरभिरतच भानावर आला.

"तू जरा हितंच थांबतीस. मास्तर गावाला गेलाय. त्या वसंतराव पाटलाला तरी बलवून आणतो. म्हणजे मडं हलवाय तरी सलपं पडलं..." म्हणतच तायाप्पा जागा सोडून हालला. पळत पळत रस्त्याला लागला. रस्त्यात माणसं

हाईत ह्येबी तो विसरून गेला...

...त्यानं धापा टाकतच पाटलाचं दार धडीकलं. गाढ झोपल्याला पाटील खडबडून जागा झाला. डोळं चोळंतंच दारात आला... तायाप्पा जांभई देणाऱ्या पाटलाकडं बघून एकाएकी घायाळ व्हवून रडाय लागला-

"काय झालं रं?" म्हणतच पाटलानं त्याच्या खांद्यावर हात टाकतच आत घेतलं. शेजारच्या खुर्चीवर बसवलं. तायाप्पाला काय केलं तरी आवाज फुटंना...

"आ रं, काय ते तोंडानं सांग. तरी सांगितल्याशिवाय कसं समजंल," म्हणतच पाटील त्याला थोपटत राहिला. बऱ्याच वेळानं तायाप्पानं स्वतःला आवरलं. पदरानं डोळं पुसतच म्हणाला,

"पाटील, आमच्या जुन्या मेळ्यातला यमन्या हितला गुत्याजवळ संपला..."

"मग रं?" म्हणतच पाटील एकदम चरकला.

"हितं आम्ही दोघं हावं. त्येला तिथंच उचलून तानाप्पाच्या खोपटाला तरी आणाय पायजे-"

"का, त्येच्या घरातलं कोण आसंल तर त्यांना कळवा की!"

"पाटील-" तायाप्पाचा आवंढा पुन्हा गळ्यात आला.

"कुठलं आलंय कोणऽऽ आम्हीच म्हणायचं सगळंऽऽ" कसाबसा तायाप्पा पुटपुटला. पाटील डोक्याला हात लावून खुर्चीवर बसला.

"पाटील, एवढ्यात घडीला तुम्ही जरा चलाच." तायाप्पा एकदम घायाळ झाल्यागत बडबडला.

पाटलाचा चेहरा खर्रकन उतरला. आपल्याच तंद्रीत हरवल्यागत पाटील बडबडला.

"पाटील. चला लवकर. लई गावास्नी कळवाय पायजे. तुमाबिगर हाय तरी कोण आमचं?" तायाप्पाच्या डोळ्याला पाण्याची धार लागली. हातात थर थर भरली. पाटालानं कपाळभर हात फिरवला. केसात बोटं रुतवली. आपल्याशीच पुटपुटल्यागत पुटपुटला,

"तायाप्पा, सकाळपासून पायात कळ घातली. जरा तुमचं तुम्हीच बघा जावा."

तायाप्पा एकदम दबकला. पाटील उलटा-सुलटा त्याच्या म्होरं फिराय लागला. अंगात झर्रकन काटा आला. डोळं गार-गार फिरलं. हात काकडा भरल्यागत कापाय लागलं... त्याला भोवंडल्यागत झालं... खुर्चीतनं कोलमडतच तायाप्पा उठला.

"पाटील, पाय धरतो. एवढी येळ मारा!" म्हणतच पाटलाच्या पायावर

पडला. अंग चोरतच पाटील बाजूला झाला.

“आलो असतो रेऽऽ पण गावात सगळेच ओळखीचे. काहीही बडबडतात.” म्हणतच पाटील पाय खुर्चीवर घेवून बसला. त्याच्या डोळ्याम्होरनं आपली प्रतिष्ठा सरकाय लागली. लोकांचे चेहरे समोर यायला लागले. तो एकदम गडबडला... तायाप्पा खुळ्यागत पाटलाकडं बघतच उभा राहिला. त्याचं डोकं भणाणलं, पाय लडबडलं.

“पाटील, आमचं जोगतं लई बरं.” म्हणतच त्यानं हाताच्या तळ्यावर तळवं आपटलं. कडा कडा बोटं मोडली. त्या सणकेतच रस्ता गाठला. मागं न वळताच पचाकन थुंकला आणि गोसाव्याच्या गुत्त्याकडं वळला...

...रत्ना यमन्याच्या मड्याजवळ घुप्प व्हऊन बसलीती. तानाप्पानं गुडघ्यात मान घातलीती. तायाप्पानं गेल्या गेल्या यमन्याचं मडं कवळ्यात मारलं. तानाप्पाला जाग्यास्नं उठवलं. पायाला हात लावायला लावलं आणि एक एक पाय उचलाय सुरवात केली... बाजाराची माणसं सुद्द गेल्यागत उभी ऱ्हायली.

...सगळ्यांची जमवाजमव व्हायला किनीट झाली. जवळपासच्या जोगत्यांनी तानाप्पाची खोप येरगटली. म्हाताऱ्या म्हादूमानं तजबीज केली. पाक्क अंधारलं तवा मडं तानाप्पाच्या खोपीजवळनं हाललं. तायाप्पानं जड पावलानं झुटीगांच माळ गाठलं. त्याच्या डोळ्यांत काय केलं तरी पाणी यायला तयार नव्हतं. डोळं कोरडं पडल्यागत झालतं. ऊर तर मोकळा व्हायला तयार नव्हता. आवंढा गळ्यातनं भाईर पडत नव्हता. सगळंच चोंदलेल्या पोत्यागत झालतं. त्याला आपल्यात जीव हाय का नाही ह्येबी कळत नव्हतं...

...सगळं आवरलं. खोपटाभोत्यानं अंधाराचं जाळकांड दाट दाट होत गेलं. सगळं जोगतं तान्नाप्पाच्या खोपटात कड खोपडा धरून बसलं. दिव्याची वात किटान धरून घाईला आलती. कुणाचा हात बी दिव्याकडं सरत नव्हता... सगळीच आंबून गेल्यागत झालती. तायाप्पा म्हादूमाच्यासमोर गुडघ्यात मान घालून गदगदाय लागलाता. म्हादूमा हळूच त्याच्या जवळ सरकला. हाताची टाळी वजवत म्हणाला,

“बघ गऽऽ रांड! जोगे व्हतं म्हणून हिला माती तरी मिळाली.” म्हादूमाच्या आवाजानं खोपटातला अंधार डचमळला. तायाप्पाच्या काळजाला चरा पडला. डोक्यात काय तरी हाललं. टाळा आपोआप पगाळला. तो जागा सोडून हालला. खोपटाबाहेरच्या अंधारातनं बेफाम पळत सुटला. त्यानं धावत धावतच गोसाव्याचा गुत्ता गाठला.

लुगड्याच्या केळातला रुपाया गोसाव्यानं थंड हातानं भरलेला पेला त्याच्याकडं

सरकला... तायाप्पानं एकदमच पेला रिकामा केला. तो तसाच बाहेर आला. स्वतःभोवतीच गरागर फिरला, अंधार गोल गोल फिरत गेला... मोकळ्या आभाळाचा जीव मात्र केळीच्या पानागत फाटत गेला!

■